माइंड मास्टर

विजेत्याच्या जीवनातील विजयी डावपेच व रणनीती

विश्वनाथन आनंद

सोबत

सुझन नायनन

अनुवादक

दीपक कुळकर्णी

मेहता पब्लिशिंग हाऊस

◆ *या पुस्तकातील लेखकाची मते, घटना, वर्णने ही त्या लेखकाची असून त्याच्याशी प्रकाशक सहमत असतीलच असे नाही.*

MIND MASTER by VISWANATHAN ANAND

© 2019 Viswanathan Anand

Translated into Marathi Language by Deepak Kulkarni

माइंड मास्टर / अनुवादित आत्मकथन

अनुवाद   : दीपक कुळकर्णी

Email : author@mehtapublishinghouse.com

मराठी अनुवादाचे व प्रकाशनाचे हक्क : मेहता पब्लिशिंग हाऊस, पुणे.

प्रकाशक   : सुनील अनिल मेहता, मेहता पब्लिशिंग हाऊस,
               १९४१, सदाशिव पेठ, माडीवाले कॉलनी, पुणे ३०.

मुखपृष्ठ   : मेहता पब्लिशिंग हाऊस

प्रथमावृत्ती : नोव्हेंबर, २०२१

P Book ISBN 9789392482236

E Book ISBN 9789392482243

E Books available on : amazonkindle    Apple Books    Google Play Books

---

✳ पायरेटेड पुस्तकांची खरेदी-विक्री हा कायद्याने गुन्हा आहे आणि अशा गुन्ह्याविरोधात कायदेशीर कारवाई होऊ शकते.

माझ्या आईला, जिने मला माझ्या मनातील बरे-वाईट विचार
लिहून ठेवायला सांगितलं. ती म्हणायची,
'एक दिवस जेव्हा तू ते वाचशील, तेव्हा ते किती सुंदर
आहेत हे तुला जाणवेल.'

'Regrets, I've had a few
But then again, too few to mention
I did what I had to do
And saw it through without exemption
I planned each charted course
Each careful step along the byway...
Yes, there were times, I'm sure you knew
When I bit off more than I could chew
But through it all, when there was doubt
I ate it up and spit it out
I faced it all and I stood tall
And did it my way...'

'My Way', Lyrics by Paul Anka
Sung by Frank Sinatra in 1969

माझ्या हृदयाची धडधड मला स्पष्ट ऐकू येतेय. माझ्या हातांची नखं मला वेडावून दाखवताहेत. पुढच्या काही तासांत बिचाऱ्यांचा फडशा पडणार आहे. जागतिक स्पर्धेचा सामना, त्याच्या विजेत्याला आरपार बदलून टाकतो. स्पर्धेनंतर त्याला नवं व्यक्तिमत्त्व प्राप्त होतं.

माझ्यासोबत माझी पत्नी, अरुणा आहे. सामनास्थळी घेऊन जाणाऱ्या गाडीची वाट पाहत आम्ही थांबलोय. मनातील उत्कंठा वाढतेय; पण दोघेही निःशब्द उभे आहोत. अरुणा माझ्याकडे पाहून मंद हसते. ही वेळ बोलण्याची नाही. गुणगुणण्यासाठी मी एखाद्या गाण्याची ओळ आठवण्याचा प्रयत्न करतो; पण बेचैन झालेलं मन अशा फुटकळ विचारांना थाराही देत नाही.

मला अरुणाच्या हातांचा स्पर्श जाणवतोय. टुंड्रा प्रदेशात राहणाऱ्याला जाणवेल तसा तो मला भासतो. 'निघायची वेळ झाली आहे,' ती खुणेनेच मला सांगते. मी तिच्या गालावर ओठ टेकवतो. ती नेहमीप्रमाणे प्रतिसाद देत म्हणते, 'शुभेच्छा, मा.'

गाडी झपकन सुरू होत मुख्य रस्त्याला लागते. अचानक तो विचार तीक्ष्ण हत्यारासारखा मनात घुसतो : आता परतीचा मार्ग बंद झाला आहे. कालपर्यंत केलेली सर्व तयारी मी आठवायचा प्रयत्न करतोय; पण माझी स्मरणशक्ती धूसर होत चालली आहे. एकेका गोष्टीची मनात जुळवाजुळव करताना मेंदू शिणून जातोय. उजव्या बाजूला बसलेल्या अरुणाचं माझ्याकडे बारीक लक्ष आहे. माझे थरथरणारे

हात ती चटकन आपल्या हातात घट्ट पकडते.

'मला राडेकशी बोलायला हवं' मी स्वतःशी पुटपुटतो. 'मला एकही गोष्ट आठवत नाही.' या सामन्यासाठी माझ्याबरोबर चार प्रशिक्षकांचा एक संघ आहे. रादोस्लाव वॉजट्सेक ऊर्फ राडेक हा त्या चौघांपैकी एक. वय वर्ष २१. आमच्या संघातील सर्वांत तरुण सदस्य.

हातातील दोन मोबाइल्सशी झटापट करत, अरुणा त्यातील एकावर वेगाने राडेकला फोन लावते. पलीकडून आवाज येईल या अपेक्षेने आम्ही स्तब्धपणे वाट पाहतो. फोनची रिंग वाजून आपोआप बंद होते. आम्ही एकमेकांकडे पाहतो. ती पुन्हा फोन लावते; पण फोन उचलला जात नाही.

'उरलेल्या तिघांना फोन कर,' मी म्हणतो. मी अजून मानवी जाणिवेत आहे याचं माझं मलाच आश्चर्य वाटतं. सामनास्थळ असलेल्या बॉन फेडरल आर्ट गॅलरीचे तीन फिकट निळे, शंकूच्या आकाराचे कललेले खांब मला जवळ दिसू लागतात. गॅलरीपासून काही मीटर दूर गाडी उभी करायची विनंती अरुणा चालकाला करते आणि पीटर हाइन निलसन, रुस्तम कासिमझनॉव्ह व सूर्यशेखर गांगुली या तिघांनाही पाठोपाठ फोन करते. तिघांपैकी कोणीही उत्तर देत नाही. केवळ फोनच्या रिंग आणि आमचं धडधडतं काळीज, यांचाच आवाज आम्हाला ऐकू येतो. आधी मला हे अपशकून वाटतात, मग असा चुकीचा विचार केल्याबद्दल मी स्वतःवरच चिडतो. त्यांची किंमत मला कळावी म्हणून तिघांनीही हा कट केला असणार, असाही विचार माझ्या गनात येतो.

बिचाऱ्या चालकाला आपल्या मागे निर्माण झालेल्या उदास व हताश परिस्थितीची

काहीच कल्पना नसल्यामुळे, त्याने शांतपणे गाडी सुरू करून आर्ट गॅलरीपाशी आणून थांबवली. अरुणा गाडीतून उतरली. काय करावं हे सुचत नसल्यामुळे मी गाडीत बसून राहिलो. तिने माझ्याकडे पाहिलं आणि नजरेने इशारा करत ती म्हणाली, 'उत्तम पन्नामुदियाथु मा... पोइ वैलेयादू. आता आपण काहीही करू शकत नाही... जा आणि खेळ.' एरवी तिच्या या सल्ल्यावरून आमचं जोरदार भांडण झालं असतं. मात्र, आज तिचं म्हणणं मला पटलं.

आम्ही सभागृहाच्या फिरत्या दरवाजांपाशी पोहोचलो. दरवाजे बंद होते. आम्ही एकमेकांकडे पाहून मलूल हसलो. आज दैवानं आपल्याकडे का पाठ फिरवलीय, हे आम्हाला समजेना. कोणीतरी बाजूचं लोखंडी दार उघडण्याचा प्रयत्न केला; पण ते जराही हललं नाही.

'दुसऱ्या दरवाजातून आत जा' अरुणा म्हणाली. एवढ्यात एक सुरक्षारक्षक आपल्या जागेवर उठून उभा राहिला.

मी नजर खाली वळवली. खेळ सुरू व्हायला थोडा अवधी राहिलेला असताना मी कोणाशीही नजर मिळवत नाही. अशा वेळी एखाद्या अनोळखी वा ओळखीच्या व्यक्तीने किंवा कुणा चाहत्याने धावत येऊन उगाच फाजील धीटपणा दाखवत शुभेच्छा देणं मला नको असतं. मी भराभर पावलं उचलत दरवाजाकडे जात असताना मला दुरून अरुणाची धूसर आकृती दिसते. माझा प्रतिस्पर्धी ब्लादिमिर क्रॅमनिक माझ्या आधीच खेळायला सज्ज झालाय. आम्ही दोघे आसनस्थ होत असताना पंचाने आमच्याकडे पाहत मृदू स्मित केलं. मी चटकन घोड्यांची तोंडं शत्रुपक्षाच्या दिशेने वळवली. माझी ती एक विचित्र खोड आहे.

क्रॅमनिक हातांची कोपरं टेबलावर टेकवत पटावर किंचित पुढे झुकून बसलाय. आमच्या किशोरावस्थेपासून आम्ही एकमेकांना ओळखतो; पण या सामन्यासाठी आम्ही फक्त एकमेकांचे कट्टर प्रतिस्पर्धी आहोत. आमच्यापैकी एकचजण विश्वविजेता होऊन घरी परतणार आहे.

क्रॅमनिक वजिरासमोरील प्यादं पटाच्या मध्यावर सरकवत (1.d4) डावाची सुरुवात करतो.

'के सरा सरा', 'आता जे होईल ते होईल', चहाचा घोट घेत मी मनात म्हणतो आणि हुबेहूब त्याच्याच सारखी चाल खेळत माझ्या काळ्या वजिरासमोरचं प्यादं दोन घरं पुढे सरकवतो.

अनुक्रमणिका

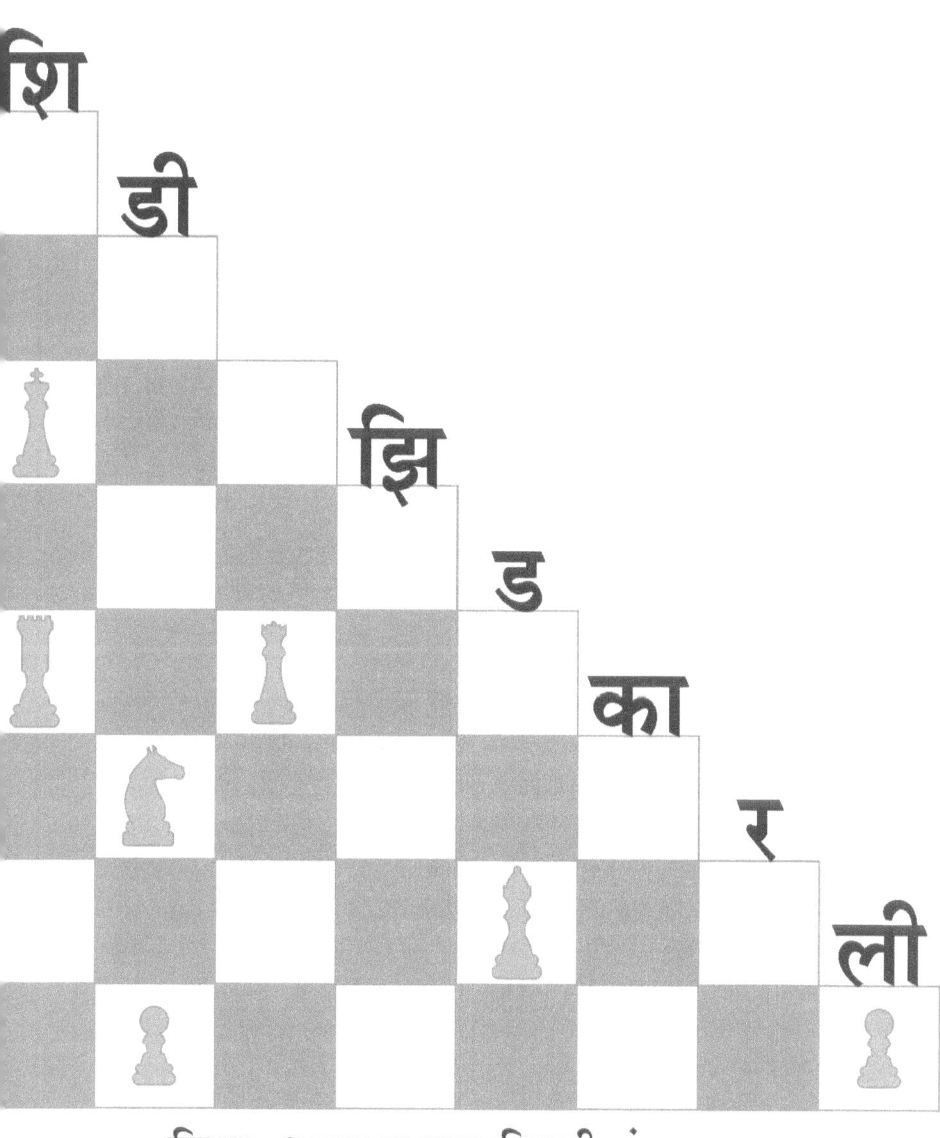

जिगर, धाडस व एक विजयी संकल्पना

विश्वविजेता झाल्याच्या परमानंदात मी मेक्सिको शहरातील हॉटेलवर परतलो आणि खोलीतील मऊ-लुसलुशीत गादीवर अंग झोकून दिलं. माझ्या बाबतीत नेहमी घडणारी गोष्ट म्हणजे कोणत्याही मोठ्या स्पर्धेतील विजयानंतर त्या रात्री कितीही प्रयत्न केले तरी मी झोपू शकत नाही. आज रात्री तर मी झोपेचं सोंगही न घेण्याचं ठरवलंय.

ती तारीख होती ३० सप्टेंबर २००७. काही तासांपूर्वींच मला विश्वविजेतेपदाचा किताब बहाल करण्यात आला होता. खरंतर टीकाकारांची तोंडं बंद करणारा हा दणदणीत विजय होता; पण तरीही मी आनंदाने बेभान, वेडापिसा का होत नाही, एवढ्या मोठ्या यशानंतर मला माज आणि गुर्मी का येत नाही याचं माझं मलाच नवल वाटत होतं.

संध्याकाळच्या मेक्सिकन जेवणाने मी तृप्त झालो होतो. लसूण, मिरचीचं तेल, चिपोत्ले आणि ग्वाकमोलीमध्ये बनवलेल्या गॉम्बस पिलची (कोळंबीपासून बनवलेला पदार्थ) चव अजून जिभेवर रेंगाळत होती. जागतिक बुद्धिबळ स्पर्धेचे आयोजक होन्हे आणि व्हेरोनिका सॉगिआन्ट यांनी माझा विजय साजरा करण्यासाठी एका सुंदर मेक्सिकन रेस्टॉरंटमध्ये मेजवानी दिली. माझ्यासोबत अरुणा, माझा प्रशिक्षक निलसन आणि माझा मित्र हन्स-वॉल्टर शिमथ हे सर्वजण होते. आम्ही आता जणू एकाच कुटुंबातील सदस्य झालो होतो. माझ्यासमोर ठेवलेल्या चॉकलेट केकवर 'फेलिसिडेड्स' (अभिनंदन) असं लिहिलेलं होतं. मी केक कापत असताना बाहेर असलेल्या एका छोट्या वाद्यवृंदाने 'मारिआची' (मेक्सिकन लोकसंगीताची) सुरेल धून वाजवली.

वयाच्या ३७ व्या वर्षी मी दुसऱ्यांदा जागतिक बुद्धिबळ स्पर्धा जिंकली होती. २००० मध्ये तेहरानमध्ये मला पहिलं विश्वविजेतेपद मिळालं; पण आजचा

विजय आगळावेगळा होता. आज मी स्वतःला सिद्ध केलं होतं. बुद्धिबळातील मान्यवर समजल्या जाणाऱ्या समूहाने माझं तेहरानमधील यश ग्राह्य मानलं नव्हतं. (त्यांचा सूर असा होता की, 'ठीक आहे, तुला जगज्जेतेपद मिळालंही असेल, पण...) तेव्हापासून ती अवहेलना कायम माझ्या मनाला सलत होती. मला समजत नव्हतं की, त्यांनी माझा आत्मविश्वास डळमळीत करण्यासाठी मुद्दाम असा पवित्रा घेतला होता की मी त्या सन्मानासाठी लायक नाही अशी त्यांची खरंच खात्री पटली होती. तेहरानमधील माझ्या विश्वविजेतेपदाचा दर्जा व श्रेणी कनिष्ठ आहे असं त्यांनी ठरवलंच होतं; त्यामुळे त्यांच्या मोजपट्टीत माझा क्रमांक अगदी तळ्याशी होता. म्हणजे जणू शर्यतीच्या अंतिम रेषेला लावलेली फीत माझ्या छातीला टेकल्यानंतरही ते मला सांगत होते की, धावत राहा, तुला अजून थोडं अंतर कापायचं आहे.

माझ्या विश्वविजेतेपदाच्या दर्जाविषयी जो संभ्रम निर्माण करण्यात आला, त्याच्या मुळाशी बुद्धिबळ जगतात पडलेले दोन गट होते. १९९३ मध्ये माजी विजेता गॅरी कास्पारोव्ह व त्याचा आव्हानवीर नायजेल शॉर्ट हे फेडरल इंटरनॅशनल देस इचेक्स (फिडे) या जागतिक बुद्धिबळ नियामक मंडळातून बाहेर पडल्यावर खेळाची रयाच गेली. त्यानंतर त्यांनी सर्वांची एकत्र मोट बांधायचा प्रयत्न करून प्रोफेशनल चेस असोसिएशन या संघटनेची स्थापना केली व त्या अंतर्गत त्या दोघांमध्ये जागतिक विजेतेपदासाठी सामना खेळवण्यात आला. १९९५ मध्ये माझा कास्पारोव्हशी सामना झाल्यानंतर संघटनेकडे असलेला निधी संपुष्टात आल्यामुळे तिला गाशा गुंडाळावा लागला. त्यानंतर निर्माण झालेली कोंडी सुरूच राहिली.

त्या दोघांपैकी कुणा एकाची बाजू घ्यायला हवी, असं मला कधीच वाटलं नाही. प्रत्येकाने आपापले हितसंबंध जपण्यासाठी एकेका कंपूची निवड केली होती. मला कुणाच्याच गटात सामील होण्याचा मूर्खपणा करायचा नव्हता. एका गटात रशियाचा पाठिंबा असलेले क्रॅमनिकसारखे बलाढ्य खेळाडू होते, तर दुसरीकडे महासत्ताक देशांचं आर्थिक पाठबळ व संरक्षण असलेले बल्गेरियाच्या व्हॅसलीन टोपोलोव्हसारखे मातब्बर खेळाडू होते. मला त्यांपैकी कोणत्याच गटात जायचे नसल्याने मी एकटा पडलो होतो. अशा परिस्थितीत मला, माझ्यापुरता निर्णय घेणंच योग्य वाटलं. बुद्धिबळ संघटनांच्या राजकारणापासून अलिप्त राहण्यामागचं माझं कारण अगदी सरळ-साधं होतं; मी ज्या गटात जाईन त्यांना वाटणार की, मी त्यांना माझी संकटातून सुटका करणारे तारणहार समजल्यामुळे त्यांच्या आश्रयाला आलोय. मग विरुद्ध गटातील लोक माझा द्वेष व तिरस्कार करू लागणार. शिवाय मुख्य गोष्ट अशी होती की, इतर खेळाडूंप्रमाणे माझ्यामागे कोणत्याही संघटनेचं पाठबळ नव्हतं. मी 'सावध पवित्रा' घेतोय, अशीही माझ्यावर टीका

करण्यात आली; पण तो निर्णय मला स्वतःला शहाणपणाचा वाटला. एकीकडे तीन संघटनांशी झुंज द्यायची आणि त्याच वेळी चांगला खेळही करायचा हे मला जमणं शक्य नव्हतं. एकदा राजकारण डोक्यात घुसलं असतं तर खेळाचा खेळखंडोबा झाला असता.

मला एक गोष्ट पक्की ठाऊक होती की, जर माझ्या खेळाचा दर्जा घसरला असता तर जगाने माझी दखल घेणंही सोडून दिलं असतं. म्हणून जी गोष्ट करणं मला उत्तम जमत होतं, तीच करत राहणं माझ्या हिताचं होतं : जगात चाललेल्या राजकारणाकडे पाठ फिरवून फक्त बुद्धिबळ खेळत राहणं.

सुरुवातीला संघटनांमधील फुटीचा चांगला परिणाम झाला. दोन्ही संघटना स्वतंत्रपणे स्पर्धा घेऊ लागल्यामुळे दुप्पट सामने भरवले जाऊ लागले. १९९५ पर्यंत हे सारं पद्धतशीरपणे सुरू होतं; पण पीसीए बंद झाल्यावर मात्र सामन्याच्या आयोजनात खूपच घट झाली. हळूहळू आमच्या लक्षात आलं की, या दोन संघटनांच्या कलहामध्ये खेळाची प्रतिमा मलिन झाली आहे आणि अवघं बुद्धिबळ विश्व अंधकारमय होऊन गेलंय.

मधल्या काळात कास्पारोव्ह आपल्या प्रतिस्पर्ध्यांच्या आणि प्रायोजकाच्या शोधात होता. जून १९९९ मध्ये मी त्याच्याबरोबर सामना खेळावा असं त्याने मला सुचवलं; परंतु प्रायोजक न मिळाल्यामुळे तो बेत काही महिने लांबणीवर पडला. पुढच्या वर्षी मार्च महिन्यात तो प्रस्ताव पुन्हा माझ्याकडे आला; परंतु सामना आयोजित करणारी संघटना आणि स्पर्धेचे प्रायोजक यांच्यासंबंधी सुस्पष्ट माहिती न मिळाल्याने सावध पवित्रा घेत मी नकार दिला. मग ती संधी क्रॅमनिकला दिली गेली. तो कास्पारोव्हविरुद्ध सामना खेळायला तयार झाला. मी तेहरानमध्ये फिडे जगज्जेता होण्याच्या एक महिना आधी ब्रेन गेम्स या कंपनीने प्रायोजित केलेल्या सामन्यात क्रॅमनिकने कास्पारोव्हचा पराभव केला व तो क्लासिकल विश्वविजेता ठरला.

तेहरान स्पर्धेनंतर काही काळ मला उच्च स्तरावर विश्वविजेत्याला साजेशी कामगिरी करण्याची संधी मिळाली नाही. त्याचं कारण म्हणजे त्या वेळी जगात कुठेही मोठी स्पर्धाच खेळली जात नव्हती. बुद्धिबळ जगतात निर्माण झालेली दुफळी व त्यातून उद्भवलेल्या समस्यांसाठी मी दोषी नसलो तरी, ती परिस्थिती अत्यंत निराशाजनक होती. २००३ मध्ये जागतिक जलद बुद्धिबळ स्पर्धा घेण्यात आली. दोन डावांच्या अंतिम सामन्यांमध्ये मी क्रॅमनिकचा पराभव करून ती स्पर्धाही जिंकली; पण तरीही मान्यवरांच्या दृष्टिकोनात काहीच फरक पडला नाही. 'तो विश्वविजेता आहे, पण...' या वाक्यातील 'पण'ने सतत माझा पाठलाग केला. २००३ नंतरही त्यांनी आपलं मत बदललं नाही. आता ते म्हणू लागले,

'अरे ती तर केवळ जलद बुद्धिबळ स्पर्धा होती.'

प्रथम स्थानावर असतानाच कास्पारोव्हने २००५ मध्ये खेळातून निवृत्त होण्याचा निर्णय घेतला; त्यामुळे बुद्धिबळ जगताला एकत्र आणण्याच्या प्रयत्नात फिडे संघटनेने कास्पारोव्हला हरवणाऱ्या क्रेमनिककडे मदतीसाठी धाव घेतली. त्या तप्त वातावरणातच जागतिक बुद्धिबळ नियामक मंडळाने २००६ मध्ये क्रेमनिक व फिडे विजेता टोपोलोव्ह यांच्यात सामना ठरवला. त्यात क्रेमनिक विजेता झाल्याने तो 'फिडे'वर वर्चस्व गाजवू लागला. २००७ मध्ये मेक्सिकोत जागतिक बुद्धिबळ स्पर्धा भरवण्यात येणार होती. या स्पर्धेत एकूण आठ खेळाडू एकमेकांविरुद्ध प्रत्येकी दोन सामने (डबल राउंड रॉबिन) खेळणार होते, तेव्हा क्रेमनिकने अशी मागणी केली की, त्या स्पर्धेतील विजेत्याने पुढील वर्षी त्याच्याबरोबर एकूण १२ डावांची स्पर्धा खेळावी.

मेक्सिको स्पर्धेच्या दरम्यान क्रेमनिकचा संघ सतत अस्वस्थ झालेला दिसत होता. २००८ मध्ये होणाऱ्या जागतिक विजेतेपदाच्या स्पर्धेसाठी त्यांना माझ्याबरोबर लवकरात लवकर करार करायचा होता. तेराव्या फेरीच्या म्हणजेच उपांत्य फेरीच्या सामन्यात अलेक्झांडर ग्रिशक याच्याबरोबरचा माझा डाव केवळ हत्तीच्या प्रभावाखाली अखेरच्या टप्प्यावर आला होता. त्याच वेळी क्रेमनिकचा व्यवस्थापक कार्स्टन हन्सेलने अरुणाला गाठलं. अजून एक वर्षानंतर होणाऱ्या सामन्यासंबंधीची चर्चा आणि अटींसह लेखी करार करण्यासाठी तो अरुणापाशी आला होता. उपांत्य फेरीपर्यंत माझे ८ गुण झाले होते. बोरिस गेलफंड हा माझ्या मागोमाग ७ गुणांवर होता; त्यामुळे मी स्पर्धा जिंकणार हे निश्चित झालं होतं. मी विजेतेपदाच्या उंबरठ्यावर असतानाही त्याने तो प्रस्ताव देऊन माझी उपेक्षाच केली होती, कारण मी जर क्रेमनिकला हरवू शकलो तरच मी खऱ्या अर्थाने जगज्जेतेपदावर दावा करू शकतो असंच जणू हन्सेल त्या करारातून मला सुचवत होता.

अरुणाने स्वतःच्या म्हणण्यावर ठाम राहत एकटीने त्याच्याशी वाटाघाटी केल्या आणि तातडीने कोणताही करार करण्यास स्पष्ट नकार दिला. तू जर ही स्पर्धा घेण्यासाठी इतका उतावीळ झाला असशील तर क्रेमनिकला गेलफंडशी लढू दे असंही अरुणाने हन्सेलला सुचवलं. अरुणाचं म्हणणं योग्य होतं, कारण तो खरोखरच अत्यंत अपमानास्पद व अन्यायकारक सौदा होता. मी तेहरान व मेक्सिकोमध्ये अनुक्रमे बाद व साखळी पद्धतीने फिडे जागतिक बुद्धिबळ स्पर्धा जिंकली होती आणि तरीही जागतिक बुद्धिबळ स्पर्धेमध्ये माझ्यानंतरच्या क्रमांकावर असलेल्या स्पर्धकाशी पुन्हा खेळून मला माझा दर्जा सिद्ध करायला सांगितला जात होता. त्याहूनही चमत्कारिक गोष्ट म्हणजे त्या स्पर्धेच्या दरम्यान मी 'कोणत्याही परिस्थितीत' जर्मन भाषेत बोलू नये अशी अट क्रेमनिकच्या संघाने माझ्यावर

लादली होती. जर्मनीतील बॉड सॉडन या शहरात माझं स्वतःच्या मालकीचं घर होतं. तिथे होणाऱ्या साखळी सामन्यांत (बुंडसलिगा) मी नियमितपणे भाग घ्यायचो. जर्मन स्थानिक टेलिव्हिजन चॅनलवर मला मुलाखतीसाठी आमंत्रण दिलं जायचं; त्यामुळे मला जर्मन भाषा चांगली अवगत होती. क्रॅमनिक मात्र केवळ रशियन व इंग्रजी भाषाच बोलू शकायचा; त्यामुळे स्थानिक पत्रकारांबरोबर माझं, त्यांच्याच भाषेत बोलणं त्याला खटकत होतं. त्याच्या या मागणीमध्ये काहीच तथ्य न जाणवल्याने अर्थातच आम्ही ती मान्य केली नाही. आमच्या अधिकारात कोणत्या गोष्टी येतात हे त्यांना खंबीरपणे सांगण्याची व तुम्ही माझ्या विश्वविजेतेपदाची इभ्रत हिरावून घेऊ शकत नाही हे स्पष्ट करण्याची आता वेळ आली होती.

मला केवळ क्रॅमनिकचाच संघ सतावत नव्हता. मेक्सिकोतील माझ्या विजयानंतर झालेल्या पत्रकार परिषदेमध्ये माझ्या मनात मुद्दाम साशंकता निर्माण करण्याकरताच जणू नियुक्त केलेल्या एका पत्रकाराने, माझी बॉनमध्ये खेळायची तयारी आहे का? असा प्रश्न मला विचारला. म्हणजे काही मिनिटांपूर्वीच मी मिळवलेल्या विजेतेपदाला त्याच्या लेखी काहीच महत्त्व नव्हतं. मी त्याच्याकडे सहज दुर्लक्ष करू शकत होतो; पण संयम राखत मी त्याला बऱ्यापैकी सभ्य भाषेमध्ये उत्तर दिलं.

त्या रात्री उशिरा मी हॉटेलच्या खोलीत निवांत बसलो होतो. दुसऱ्या दिवशी घड्याळाच्या कर्कश गजराने मला दचकून उठायचं नव्हतं, ना कुणाशी सामना खेळायचा होता. मनावर जराही ताण नव्हता; पण एक विचार मनात आला आणि मी अस्वस्थ होऊन गेलो. बरोबर बारा महिन्यांनंतर मला क्रॅमनिकविरुद्ध खेळावं लागणार होतं. ही फारशी सुखावह कल्पना नव्हती. आमच्यात १९८९ मध्ये झालेल्या पहिल्या लढतीपासून आत्ताच्या मेक्सिको स्पर्धेपर्यंत आम्ही एकमेकांशी ५० सामने खेळलो होतो. त्यातील चार डावांत मी विजय मिळवला होता आणि सहा वेळा मला पराभव पत्करावा लागला होता. उरलेले ४० सामने अनिर्णित अवस्थेत संपले होते. जर बॉनमध्ये मी पराभूत झालो तर माझ्या हातून विश्वविजेतेपद निसटणार होतं आणि मग मी ते कधीतरी मिळवलं होतं, याचा लोकांना विसरदेखील पडला असता. काही खेळाडूंविरुद्ध होणारी हार मला सहन होत नसे. क्रॅमनिक हा त्यांपैकी एक होता. ज्या ज्या वेळी मी त्याच्यासमोर हार पत्करायचो, त्या त्या वेळी मला खूप मानसिक क्लेश होत असत.

आम्हा दोघांच्या खेळाच्या पद्धतीमध्ये खूप तफावत होती. मी नेहमी 1.e4 म्हणजे राजासमोरील प्यादं दोन घरं पुढे चालवून डावाची सुरुवात करायचो, तर क्रॅमनिक हा 1.d4 या चालीचा पुरस्कर्ता होता. म्हणजेच तो सुरुवातीला वजिरासमोरील प्यादं दोन घरं पुढे सरकवायचा. दोघांचीही सुरुवात पांढरी प्यादी पुढे सरकवून व्हायची. 1.e4 या चालीने डाव सुरू करणाऱ्यांच्या खेळात एक प्रकारचा जोश

असतो. याउलट 1.d4 ने सुरुवात करणारे खेळाडू नेहमी दूरदृष्टीने व्यूहरचना आखतात आणि आपल्या चालींमधून सतत प्रतिस्पर्ध्यावर वर्चस्व राखण्याचा प्रयत्न करतात. माझी पद्धत वेगळी आहे. मी अशा चाली खेळतो की, ज्यामुळे डावात गुंतागुंत निर्माण होते. मग डावाचा तोल ढळतो आणि नवी शक्कल शोधावी लागते. माझ्या 1.e4 चालीमुळे उद्भवलेल्या परिस्थितीतून मला झगडत व सावकाशपणे मार्ग काढावा लागतो. चाली रचण्याचे पर्याय कमी होतात आणि समोर येणाऱ्या अडथळ्यांची शक्यता वाढलेली असते. २००० मध्ये झालेल्या सामन्यात क्रॅमनिकविरुद्ध खेळताना कास्परोव्हही असाच अडचणीत आला होता. माझ्या डोक्यात विचारचक्र सुरू झालं होतं. जर मी क्रॅमनिकविरुद्ध 1.d4 ने डाव सुरू केला तर मला एक मोठा फायदा मिळणार होता. तो म्हणजे, मी माझी नेहमीची 1.e4 ही चाल खेळणार हे गृहीत धरून त्याने सज्ज ठेवलेल्या त्याच्या आवडत्या शस्त्रांचा मारा मी टाळू शकणार होतो. यालाच पेट्रॉफ बचाव असं म्हटलं जातं. म्हणजे आपला प्रतिस्पर्धी जशा चाली खेळत जाईल, तशाच्या तशा चाली आपणही आपल्या काळ्या मोहऱ्यांनी रचत जायच्या; त्यामुळे आपल्या बचावाचा भेद करणं आपल्या प्रतिस्पर्ध्याला अवघड होऊन जातं. स्पॅनिश प्रकारातील सुरुवातीच्या चालींमध्ये किंचित बर्लिन पद्धतीचा बदल करूनही असाच अभेद्य बचाव साधता येतो; परंतु काळ्या मोहऱ्यांनी खेळल्या जाणाऱ्या या पद्धतीला गौण ठरवून बराच काळ तिचा कोणी वापर केला नव्हता. क्रॅमनिकने मात्र तिला नवसंजीवनी देत आणि त्यात स्वतःच्या भन्नाट कल्पनांचा वापर करून जागतिक बुद्धिबळ स्पर्धेत कास्परोव्हविरुद्ध चार डाव अनिर्णित राखण्यात यश मिळवलं.

बॉबी फिशर हा 1.e4 या चालीचा कट्टर समर्थक होता आणि त्याने आपलं हे मत अनेकदा बोलूनही दाखवलं होतं. मी मात्र त्या बाबतीत त्याच्याइतका आग्रही नक्कीच नव्हतो, कारण माझ्या कारकिर्दीच्या सुरुवातीच्या काळात मी वजिरासमोरील प्याद्याने अनेकदा डावाचा प्रारंभ केला होता; पण अशी सुरुवात मी जलद बुद्धिबळ स्पर्धेमध्ये अधिक वेळा केली होती. आजपर्यंत एकूण ८५ वेळा मी पांढऱ्या मोहऱ्यांनी खेळत असताना 1.d4 या चालीने सुरुवात केली होती.

डावाच्या सुरुवातीला राजासमोरील प्यादं दोन घरं पुढे सरकवणं ही माझी जणू खासियत बनली होती, इतकी ती माझ्या खेळाशी घट्ट जोडली गेली होती. स्पर्धेच्या ठिकाणी जेव्हा चाहते माझ्यासमोर बुद्धिबळाचा पट ठेवायचे, तेव्हाही मी त्याच चौकोनावर स्वाक्षरी करायचो. माझ्या प्रतिस्पर्ध्यांनाही माझी तीच चाल अपेक्षित असायची; त्यामुळे मी तशीच सुरुवात करणार हे क्रॅमनिकने नक्कीच गृहीत धरलेलं असणार, याबद्दल माझ्या मनात जराही शंका नव्हती.

एव्हाना मलाही वाटू लागलं होतं की, त्या चालीच्या अतिवापरामुळे मी

तिचा पार चोथा करणार आहे. जणू मी खडक पिळून पाणी काढण्याचा प्रयत्न करत होतो. आपण नेहमीचा मार्ग बदलणार या कल्पनेनेच माझ्या अंगात उत्साह संचारला. अचानक एखादा साक्षात्कार व्हावा तसा तो विचार एका क्षणी माझ्या मनात चमकला होता की, मीही क्रेमनिकच्या आवडत्या 1.d4 या चालीने त्याच्याच विरुद्ध खेळू शकतो. ती सहज स्फुरलेली ऊर्मी होती. त्यात अपराधीपणाची भावना मुळीच नव्हती. उलट ती एक धैर्य व हिंमत दाखवणारी कृती ठरणार होती. खेळात बदल करायला मी उत्सुक झालो होतो आणि त्यामुळे निर्माण होणाऱ्या धोक्याला सामोरं जायची माझी तयारी होती. खरंतर मी त्या कल्पनेनेच इतका उल्हसित झालो होतो की, त्या क्षणी परिणामांचा विचारही करत नव्हतो.

अचानक निलसन दरवाजा उघडून आत आला आणि माझ्या विचारांची साखळी तुटली. २००१च्या जागतिक स्पर्धेतील दुसऱ्या फेरीत निलसनची व माझी प्रथम भेट झाली होती. काळ्या मोहऱ्यांनी मी तो सामना जिंकला होता. त्या वेळी एक गोष्ट माझ्या लक्षात आली की, डावाची सुरुवात कशी करायची याची निलसनने उत्तम तयारी केली होती. त्याचा स्वभाव उमदा व मोकळा होता. सामना हरल्यावरही त्याच्या चेहऱ्यावर निराशा नव्हती. आमच्यात छान संवाद सुरू झाला आणि २००५ मध्ये सॅन लुईसला झालेल्या जागतिक बुद्धिबळ स्पर्धेच्या वेळी जेव्हा मी त्याची मदत मागितली, तेव्हा तो लगेच तयार झाला. त्या वेळेपासून तो सतत माझ्याबरोबर आहे. स्पर्धांच्या निमित्ताने अखंड चाललेल्या प्रवासात तो विनातक्रार मला सोबत करतो आणि अरुणाने घरी बनवलेल्या पनीर बटर मसाला व दहीभातावर तो यथेच्छ ताव मारतो. तो माझा सल्लागार आहे व टीकाकारही! मला सुचलेली एखादी नवी योजना मी प्रथम त्याला ऐकवतो. मग तो तिची छाननी करत मला उलटसुलट प्रश्न विचारतो. जर मी त्याच्या शंकांना समर्पक उत्तरे देऊ शकलो तर मी ती योजना स्वीकारतो, अन्यथा ती रद्द करतो.

'मी क्रेमनिकविरुद्ध 1.d4 ने सुरुवात केली तर?' हा प्रश्न मी अर्धवट स्वतःला व अर्धवट माझ्यासमोर जमलेल्या छोट्या प्रेक्षक समूहाला विचारला. त्यावर अरुणा व निलसनने एकमेकांकडे एक कटाक्ष टाकला आणि त्यामागची कारणमीमांसा ऐकण्यासाठी ते शांतपणे बसून राहिले. मी ती त्यांना लगेच सांगितली नाही. भरदार देहयष्टीचा निलसन टेबलावर पुढे झुकत आपल्याच विचारांत मग्न झाला. माझ्या प्रश्नाने तो चकित झाला असला, तरी त्याने माझी कल्पना पार धुडकावून लावली नाही किंवा पूर्णपणे रद्दबातलही ठरवली नाही. 'आपण पद्धतशीरपणे तुझ्या विधानाचा दोन्ही बाजूंनी विचार करून बघू,' असं त्याने मला सुचवलं. अरुणा पलंगाला टेकून जमिनीवर बसली होती. गेले पंधरा दिवस अखंड चाललेले सामने आणि अपुरी झोप यामुळे आलेल्या बधिर अवस्थेत मी काहीतरी बरळतोय,

असा तिचा समज झाला. दुसऱ्या दिवशी सकाळी नाष्ट्याच्या वेळेपर्यंत हा विचार माझ्या डोक्यातून गेलेलाही असणार याबद्दल तिला पक्की खात्री होती.

पण तिला वाटलं होतं, तसं घडलं नाही.

दुसऱ्या दिवशी मी मेक्सिको विजेतेपदाच्या सांगता समारंभाच्या उन्नत मंचावर उभा होतो. माझ्या उजव्या खांद्यावर भडक गुलाबी रंगाची शाल, हातात सुवर्णपदक आणि गळ्यात लॉरेल वृक्षाच्या पानांचा हार होता. क्रॅमनिक प्रेक्षागृहात बसलेला असणार हे मला ठाऊक होतं. त्याच क्षणी मी स्वतःशी निश्चय केला की, यापुढे मी माझ्या अंतःप्रेरणेचीच साद ऐकणार. आधी एक काल्पनिक शिडी चढणार, मग ती शिडी बाजूला ढकलून तिच्या आधाराशिवाय वर चढत जाणार. माझ्या द्विधा मनःस्थितीवर मात करण्यासाठी हा उत्तम उतारा आहे आणि पुढे जात राहण्यासाठी हा एकमेव मार्ग आहे. ज्या ज्या वेळी माझ्यासमोर आव्हानात्मक परिस्थिती येऊन ठाकते किंवा काही वेळा मी अतिशय अवघड पण फायदेशीर शाबित होऊ शकतील असे डावपेच लढवत असतो आणि त्याच वेळी अचानक कच खाऊन मला माझा मार्ग बदलत एखादी अतार्किक पण सोपी चाल खेळण्याची तीव्र इच्छा होते, तेव्हा अनेकदा मी या तंत्राचा उपयोग करतो– म्हणजे ती साधी-सोपी चाल खेळण्याचा निर्णय मी जास्तीतजास्त पुढे ढकलत नेतो आणि मग एका क्षणी इतका उशीर होऊन जातो की, माझ्यापुढे माघार घेण्याचा पर्यायही शिल्लक उरत नाही.

पूर्वी जे घडलं असेल ते असेल; पण याखेपेस मात्र क्रॅमनिकविरुद्ध खेळण्यासाठी मी नेहमीपेक्षा मुद्दामच कमी तयारी करून जाणार होतो, कारण या वेळी माझ्या प्रतिस्पर्ध्याचं आवडतं शस्त्र घेऊनच मी त्याच्याविरुद्ध लढणार होतो. क्रॅमनिकला चकित करणाऱ्या त्या अवघड योजनेची तयारी करण्यासाठी माझ्यापाशी भरपूर वेळ असला तरी त्यानुसार प्रत्यक्ष सामना खेळताना मला जो आयुष्यभर पुरेल इतका मौल्यवान अनुभव मिळणार होता, त्यासाठी तो वेळ नक्कीच पुरेसा नव्हता, कारण काही झालं तरी खेळाच्या त्या नव्या सुरुवातीच्या चालीशी मी पूर्ण परिचित नव्हतो; त्यामुळे मी काहीसा अंधारात तीर मारणार होतो. बुद्धिबळ हा खेळ एव्हाना खूपच विकसित झाला होता. खेळणाऱ्याला सतत नव्या चाली व नव्या दिशांचा शोध घ्यावा लागत होता. आता एखादा डाव खेळून झाल्यावर तो प्रत्येक चालीसह प्रसिद्ध व्हायचा व सामान्य माणसालाही त्याचं आकलन व्हायचं; त्यामुळे प्रत्येक बुद्धिबळपटूला स्पर्धेत टिकण्यासाठी दर वेळी नवे मार्ग चोखाळून ते प्रस्थापित पद्धतींशी जोडणं आवश्यक बनलं. मात्र, तरीही बरेचजण अजूनही आपल्या नेहमीच्या आवडत्या चालीनेच डावाची सुरुवात करतात, कारण एकतर त्यामध्ये त्यांचा हातखंडा असतो किंवा विजयाच्या काही सुखद स्मृती त्या चालीशी

निगडित असतात.

फारच कमी वेळा वापरल्या गेलेल्या त्या चालीचा मी नीट अभ्यास करू शकेन की नाही याची मला विशेष काळजी वाटत नव्हती, कारण अजून तिचा सर्व अंगांनी नीट विचारच झाला नव्हता. त्यात अनेक शक्यता अस्तित्वात आहेत हेदेखील मला ठाऊक नव्हतं किंवा तिचे काय परिणाम होतील याबद्दलही मी अनभिज्ञ होतो. एक गोष्ट मात्र नक्की होती की, माझी ही नवी क्लृप्ती जर फसली असती तर सर्वांनी मला मूर्ख व बेजबाबदार ठरवलं असतं.

प्रतिस्पर्ध्याला आपल्या खेळाची सहज अटकळ बांधता येणं ही सर्वांत चुकीची रणनीती असते हे तर अगदी स्पष्ट आहे. त्यापलीकडे जाऊन सांगायचं तर धोरण व डावपेचांपेक्षा तुम्ही तुमच्या मानसिकतेला अधिक महत्त्व द्यायला हवं. ज्या क्षणी माझ्या डोक्यात ती कल्पना चमकली होती, त्या क्षणापासून मी माझ्या निर्णयाची व त्याचे जे काही बरेवाईट परिणाम होतील त्यांची पूर्ण जबाबदारी स्वीकारली होती. त्या संदर्भात माझ्या मनात जे नकारात्मक विचार येतील त्यामुळे जराही विचलित व्हायचं नाही असं मी ठरवलं होतं. दुसरा मी असा विचार केला होता की, अशा प्रकारचा डाव मी पूर्वी कधी खेळलेलो नसल्यामुळे माझ्या हातून आधी काय चुका झाल्या होत्या, याचा माझ्या मनावर कसलाही ताण येऊ शकणार नाही; त्यामुळे मी एखाद्या अपरिचित अशा अडचणीच्या स्थितीत सापडलो असतो तर त्यातून बाहेर पडण्यासाठी मी आयत्या वेळी एखादी अभिनव शक्कल शोधण्याची जास्त शक्यता होती. शिवाय मी जाणूनबुजून धोका स्वीकारायचा निर्णय घेतल्यामुळे एक सनसनाटी सामना खेळायला मिळणार हे माझ्यासाठी मुख्य आकर्षण होतं. मला सर्व बंधनांतून मुक्त झाल्यासारखं वाटलं. काही वेळा खूप विचार करून प्रत्येक बारीकसारीक गोष्ट ठरवत बसण्यापेक्षा त्या कलेचा, खेळण्याचा निर्भेळ आनंद घेण्यात एक वेगळी बहार असते. रोजच्या रटाळ चाली खेळत बसण्यापेक्षा पूर्वी न खेळलेल्या चाली रचत असताना आपल्या हातून फार चुका होत नाहीत आणि समजा, झाल्या तरी जुन्या अडचणींनाच पुन्हा कंटाळून सामोरं जाण्यापेक्षा नव्या समस्यांमधून मार्ग काढल्याचं समाधान मिळतं. एक गोष्ट मला अगदी आतून जाणवली होती की, जर मी माझ्या नव्या निर्णयाशी ठाम राहिलो नाही व कोणतेही धोके न पत्करता माझी कारकीर्द संपवली तर माझ्या मनात स्वतःविषयी व बुद्धिबळाविषयी प्रचंड घृणा निर्माण होईल.

मेक्सिकोमधील सत्कार समारंभाची सांगता होत असताना माझं मन माद्रिदपासून ५० किलोमीटरवर असलेल्या कोलॅडो मेडिआनपो या छोट्या व निवांत शहरातल्या आमच्या घरातील स्वयंपाकघरात जाऊन पोहोचलं होतं. २००६च्या मध्यातील गोष्ट. आमचा मित्र फ्रेडरीक फ्रिडेल आम्हाला भेटायला त्या घरी आला होता.

बुद्धिबळ सॉफ्टवेअर बनवणाऱ्या व बुद्धिबळ विश्वातील अद्ययावत घडामोडी सर्वांपर्यंत पोहोचवणाऱ्या चेसबेस या कंपनीचा तो सहनिर्माता होता. बॉनमध्ये होणाऱ्या सामन्यात क्रॅमनिकने घातलेल्या अटी सांगण्यासाठी तो मुद्दाम आला होता. मी नुकताच माझा रोजचा व्यायाम आटोपून टॉवेलने अंग पुसत होतो. अरुणा स्वयंपाकघरात होती. आत जाऊन तिला मी ही गोष्ट सांगितली. एखाद्या खेळाडूने आपल्याला जणू विशेषाधिकार मिळाले आहेत, अशा तोऱ्यात निर्लज्जपणे इतरांवर बंधनं घालणे हा सरासर अन्याय असल्याचं आम्हा दोघांचंही मत होतं. मेक्सिको स्पर्धेत जो कोणी जिंकेल, त्याच्याबद्दल माझ्या मनात सहानुभूती दाटून आली, कारण मान्यताप्राप्त विजेता होण्यासाठी वर्षभरात त्याला आणखी एक सामना खेळावा लागणार होता. 'बिचाऱ्याची काय अवस्था होईल याची जरा कल्पना करून पाहा,' मी त्या वेळी म्हटलं होतं. 'एकाच गोष्टीचं समाधान आहे की, या क्षणी मला तरी त्याबद्दल चिंता करण्याचं कारण नाही. जोपर्यंत माझ्या बाबतीत तो प्रश्न निर्माण होत नाही, तोपर्यंत ती माझी समस्या नाही.'

पण अखेरीस मीच तो बिचारा खेळाडू ठरलो.

विश्वनाथन आनंद   वि.   व्लादिमिर क्रॅमनिक (½ - ½)
(पांढरा)   (काळा)
डाव २, २००८ जागतिक बुद्धिबळ स्पर्धा, बॉन.
अनिर्णित

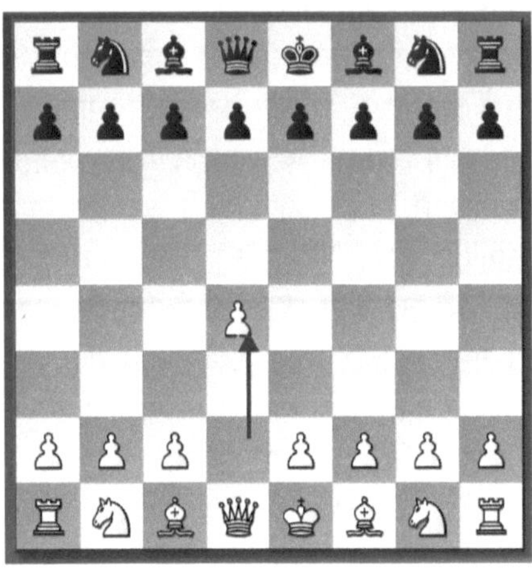

क्रॅमनिकला चकित करण्यासाठी इतके दिवस गुपित ठेवलेली ती
वजिरासमोरील प्यादं सरकवण्याची पहिली चाल खेळताना मी जी जोखीम घेत
होतो, ती यशस्वी ठरेल की नाही याबद्दल माझ्या मनात खूपच धाकधूक होती.
मी वर चढायची सोपी शिडी झुगारली. स्वतःवर पूर्ण विश्वास ठेवून उंच झेप
घेतली आणि त्याच वेळी परिणामांची जबाबदारीही स्वीकारली. माझ्या संघाने व
मी ती गोष्ट प्रत्यक्षात आणण्यासाठी अफाट मेहनत घेतली. आता, मला हवा
तसा डाव मी खेळू शकणार होतो.

♛

प्रतिस्पर्ध्याला आपल्या खेळाची सहज अटकळ बांधता येणं, ही गोष्ट तुमच्या
कारकिर्दीच्या, व्यवसायाच्या किंवा तुमच्या स्वतःच्या दृष्टीने फारशी फायदेशीर
नसते. कधीकधी अंतःप्रेरणेने सुचलेला मार्ग तुम्ही निवडायला हवा. मात्र, अशा
वेळी तुमची तयारी उत्तम असायला हवी आणि तुम्ही परिणामांची जबाबदारीही
स्वीकारायला हवी. त्या परिस्थितीत तुम्ही तुमच्या मानसिकतेला अधिक महत्त्व
द्यायला हवं. जेव्हा तुम्ही अंतिम ध्येय गाठण्यासाठी पूर्वी न चोखाळलेली वाट
निवडता, तेव्हा काही झालं तरी द्विधा मनःस्थितीत फार वेळ राहू नका किंवा
त्याच्या परिणामांविषयी अभावात्मक विचार करत राहू नका. त्याऐवजी
योजनेच्या अंमलबजावणीकडे अधिक लक्ष द्या.

स्मरणनोंदी

मद्रास, मनिला, माद्रिद आणि त्यामधील सर्वकाही

मी लहान असताना टेनिस खेळायला जाणं, माझ्या अगदी जिवावर येत असे.

तो माझा नावडता खेळ नव्हता; पण मद्रासच्या (आता चेन्नई) एगमोर भागातील अकादमीमध्ये भल्या पहाटे अर्धवट झोपेत टेनिस कोर्टच्या आवारात धावत अखंड चकरा मारायचा मला उबग येत असे. त्या वेळी मी फक्त सात वर्षांचा होतो. आम्ही स्टर्लिंग रस्त्यावरील रेल्वे बंगल्यात राहायचो. तिथून अकादमी ५ किलोमीटर अंतरावर होती आणि प्रख्यात स्थानिक प्रशिक्षक रॉबिन मॅन्फ्रेड आम्हाला टेनिस शिकवायचे. प्रत्यक्ष खेळाचे धडे घेण्याआधी आमच्याकडून धावण्याचा व्यायाम करून घेतला जायचा; परंतु टेनिसचा चेंडू प्रत्यक्ष फटकावण्याची संधी मला क्वचितच मिळत असे. मुलांना वेगवेगळ्या गटांत विभागलं जाई व प्रत्येकाने चार फोरहँड्स व चार बॅकहँडचे शॉट्स मारून झाले की, सराव सत्र संपल्याची घोषणा व्हायची. आमची पाठ वळताच मुलांची पुढची तुकडी टेनिस कोर्टचा ताबा घ्यायची. मला वाटायचं की, सकाळी ५.३० वाजता झोपमोड करून अकादमीमध्ये येण्यात आपण काय साधतोय? केवळ टेनिस कोर्टभोवती पळण्यासाठी माझे आई-वडील इतके पैसे का मोजत आहेत, याचं मला नवल वाटे. खरंतर जॉन मॅकेन्रो हा माझा त्या वेळी हिरो होता. त्याच्यासारखंच आकर्षक, आक्रमक व नजाकतदार टेनिस खेळण्याचं स्वप्न मी अनेकदा रंगवलेलं असताना हा अनुभव म्हणजे माझ्यासाठी घोर निराशा होती. खेळताना अपशब्द वापरणाऱ्या, आदळआपट करणाऱ्या, कुरळ्या केसांचा व घाम येऊ नये म्हणून कपाळावर आडवी पट्टी लावणाऱ्या मॅकेन्रोबद्दल माझ्या मनात अपार कौतुक व आदर होता. पण माझ्यासारख्या शांत, सरळ, नम्र स्वभावाच्या मुलाला त्याच्याबद्दल आकर्षण वाटणं विसंगत होतं. माझ्यापाशी तो तोराही नव्हता आणि त्वेषही नव्हता. सुदैवाने माझ्या हातात बुद्धिबळाचा पट आला.

माझ्या आईच्या माहेरी अनेकजण वकील होते. ते सर्वजण बुद्धिबळ खेळायचे.

माझी आईसुद्धा खूप लवकर बुद्धिबळ खेळू लागली. प्रत्येक घरातील शेंडेफळाप्रमाणे मलाही माझी मोठी भावंडे जे करतील, त्यात सहभागी व्हायची खूप इच्छा असे. आईने माझ्याहून तेरा वर्षांनी मोठ्या असलेल्या माझ्या भावाला आणि अकरा वर्षांनी ज्येष्ठ असलेल्या बहिणीला बुद्धिबळ खेळायला शिकवलं होतं. मी तर वयाच्या सहाव्या वर्षीच पटावरची पहिली सोंगटी हलवली. औपचारिक शिक्षण न घेता केवळ घरात बुद्धिबळ खेळणाऱ्याला जितकी समज असते तितकंच कौशल्य माझ्या आईपाशी होतं; त्यामुळे लवकरच मी तिला हरवू लागलो. एकदा माझी बहीण महाविद्यालयातून घरी परत येत असताना तिला एका इमारतीच्या बाहेर 'बुद्धिबळ क्लब' अशी पाटी दिसली. चौकशी केल्यावर समजलं की, अल्वारपेटच्या शेजारी असलेल्या मद्रासच्या मध्यवर्ती भागातील उच्चभ्रू वस्तीमधील एका इमारतीत प्रसिद्ध माजी रशियन बुद्धिबळपटू मिखाइल ताल याच्या नावाने तो क्लब स्थापन करण्यात आला होता.

मी बुद्धिबळ खेळायला सुरुवात केली, तेव्हा भारतात कुणालाही ग्रँडमास्टर हा किताब मिळाला नक्ता. मॅन्युअल एरॉन हे आपल्या देशातील एकमेव आंतरराष्ट्रीय मास्टर होते आणि ते ताल बुद्धिबळ क्लबच्या संस्थापक सदस्यांपैकी एक होते. त्यांची खेळावर अढळ निष्ठा होती आणि रशियन भाषा शिकल्यामुळे ते रशियन भाषेतील बुद्धिबळावरील पुस्तके वाचत असत. त्या काळात शीतयुद्ध पेटलं होतं. बुद्धिबळ खेळाचा जगभरात प्रसार होऊन त्या खेळाला भरपूर प्रसिद्धी मिळावी यासाठी रशिया प्रयत्नशील होता; त्यामुळेच ताल क्लब अल्पावधीत प्रस्थापित झाला आणि चहूबाजूला त्याची कीर्ती पसरली. रशियन सरकारकडून क्लबला मोफत बुद्धिबळाचे संच व पुस्तके मिळू लागली. १९७२ मध्ये ताल बुद्धिबळ क्लबची स्थापना झाली आणि त्याच वर्षी आइसलँडच्या किनाऱ्यावरील रेक्याव्हिक शहरात तो जगभरात गाजलेला बॉबी फिशरविरुद्ध बोरिस स्पास्की यांच्यातील सामना खेळला गेला; त्यामुळे पूर्व व पश्चिमेकडील देशांच्या गटांमधील ताणतणावाने आधीच जी उच्च पातळी गाठली होती, त्या आगीत आणखी तेल ओतलं गेलं. त्या वेळी मी अवघा तीन वर्षांचा होतो. त्या सामन्याने उडवलेली खळबळ व त्यातून उमटलेले जागतिक राजकीय पडसाद याबद्दल वाचत मी मोठा झालो असलो तरी माझ्या आधीच्या पिढीवर त्याचा जसा कधीही न पुसून टाकता येणारा परिणाम झाला तसा तो माझ्यावर होऊ शकला नाही.

लवकरच मी ताल क्लबमध्ये दिवसाचा बराच वेळ मोठ्या लोकांचा खेळ अवघडत, ओशाळत व चुळबुळत उभा राहून पाहू लागलो. माझ्याबरोबर खेळणार का? असं कोणाला विचारायची मला लाज वाटत असे. एखाद्या रिकाम्या टेबलावर शेट जाऊन बसावं की मी तिथे बसलं तर चालेल का? अशी कोणाला तरी विनंती करावी हेच मला कळत नसे. केशवन नावाचे एक प्रेमळ गृहस्थ क्लबचा दैनंदिन

व्यवहार सांभाळत असत. त्यांनी मला खेळण्यासाठी उद्युक्त केलं आणि मग क्लबमध्ये दर आठवडाअखेरीस होणाऱ्या स्पर्धांसाठी माझं नाव नोंदवावं अशी माझ्या आईने त्यांना विनंती केली. क्लबचा सदस्य झाल्यानंतर तिसऱ्याच दिवशी मी पहिली बुद्धिबळ स्पर्धा खेळलो. इतक्या लवकर स्पर्धेत सहभागी होणं हे योग्य आहे का, हे मला ठाऊक नव्हतं; पण त्या तरुण वयात मन आशावादी असतं. पहिले तीनही डाव मी झटपट हरलो आणि माझा चौथा प्रतिस्पर्धी जेव्हा वेळेवर पोहोचू शकला नाही, तेव्हा मी एकटक घड्याळाकडे पाहू लागलो. निर्धारित वेळ संपल्यावरही तो न आल्याने बुद्धिबळ स्पर्धेतील माझा पहिला विजय असा प्रतिस्पर्ध्याच्या अनुपस्थितीमुळे नोंदवला गेला.

त्या काळात इंटरनेटचा शोध लागला नव्हता; त्यामुळे खेळाविषयी अधिक माहिती मिळवण्यासाठी बुद्धिबळाच्या पुस्तकांवर अवलंबून राहावं लागायचं. तुमचा एखादा नातलग किंवा परिचित व्यक्ती जर परदेशात राहत असली किंवा परदेशात जात असली तरच तुम्हाला तिच्यामार्फत हवं ते पुस्तक मिळवता यायचं. एकदा माझ्या बहिणीला स्थानिक दुकानात इस्रायल अल्बर्ट हॉरोविट्जने लिहिलेलं 'चेस ओपनिंग : थिअरी ॲण्ड प्रॅक्टिस' हे पुस्तक मिळालं. मी मुखपृष्ठापासून ते मलपृष्ठापर्यंत त्या पुस्तकाचा अधाशासारखा फडशा पाडला. त्या पुस्तकावर माझी गाढ श्रद्धा बसली. त्यातील प्रत्येक शब्द हा माझ्या लेखी जणू परमेश्वराने उच्चारलेला होता; त्यामुळे माझ्या मनात त्याविषयी कधी शंकादेखील आली नाही. मी त्या पुस्तकाला अनुसरून बुद्धिबळ खेळू लागलो. त्यानंतर बरीच वर्षे मी त्याच भांडवलावर डावाच्या सुरुवातीच्या चाली खेळायचो. काही वर्षांनी माझ्या हातात जोस राऊलल कॅपाब्लँकाचं चेस फंडामेंट्ल्स - १००० मिनिएचर ओपनिंग हे व इतर काही पुस्तकं आली. त्यात डावाच्या सुरुवातीच्या चालींच्या सापळ्यांतून किंवा फसव्या चालींपासून स्वतःचा बचाव कसा करायचा हे सांगितलं होतं. मी साधारण आठ वर्षांचा असताना भारतीय रेल्वेतर्फे एका खास कामासाठी माझ्या वडिलांची मनिला येथे नियुक्ती करण्यात आली. आम्ही तिथे दीड वर्ष होतो. माझ्या भावाचं व बहिणीचं महाविद्यालयीन शिक्षण सुरू असल्यानं मी एकटाच माझ्या आई-वडिलांसह फिलिपाइन्सला गेलो. नोव्हेंबर १९७८ मध्ये आम्ही तिथे पोहोचलो. त्याच्या महिनाभर आधी बॅगियो शहरात आयोजित केलेल्या जागतिक बुद्धिबळ स्पर्धेत अनातोली कार्पोव्हविरुद्ध व्हिक्टर कोर्चनॉय यांच्यात झालेला सामना अत्यंत अटीतटीने व कडवटपणे खेळला गेला. जिथे हा सामना खेळला गेला, ते एक छोट्या टेकडीवर बांधलेलं सुरेख आरामगृह होतं. माझे आई-वडील मुद्दाम मला तिथे घेऊन गेले. त्या सभागृहात फक्त रिकाम्या खुर्च्या मांडलेल्या पाहून मी निराश झालो. विश्वविजेत्या बुद्धिबळपटूंबद्दलची संपूर्ण माहिती तिथे

लिहिलेली असली तरी त्यात माझ्यासारख्या लहान मुलाला काहीच रस नव्हता; त्यामुळे कंटाळून मी हातात असलेलं चित्रकथेचं पुस्तक उघडून वाचू लागलो. नऊ वर्षांनंतर जेव्हा मी त्याच ठिकाणी युवक गटातील विश्वविजेतेपद मिळवलं, तेव्हा मात्र मला त्या जागेबद्दल विशेष महत्त्व व ममत्व वाटू लागलं.

जगभरात तेजीत असलेल्या बुद्धिबळ खेळाचं मध्यवर्ती केंद्र बनलेल्या फिलिपाइन्समध्ये मला वास्तव्य करण्याची संधी मिळणं ही परमेश्वराने माझ्यासाठी केलेली खास योजना होती, असं मला वाटतं. आशिया खंडातील पहिला ग्रँडमास्टर होण्याचा मान मिळवणारा युजिनिओ टोरे हा फिलिपाइन्सचा रहिवासी होता. माझी बुद्धिबळाची आवड व ओढ जराही कमी होऊ नये यासाठी माझी आई चिकाटीने प्रयत्न करत होती. त्या बाबतीत तिचा झपाटा विलक्षण होता. टेलिफोन डिरेक्टरीमधून ती 'टोरे' आडनाव असलेल्या प्रत्येकाचा दूरध्वनी क्रमांक टिपून ठेवत होती. मग त्यातील अधिक संभाव्य वाटणाऱ्या 'टोरें'ची तिनं वेगळी यादी केली व अखेर आपल्याला हव्या असलेल्या युजिनिओ टोरेचा फोन क्रमांक मिळाल्याची खात्री पटल्यावर तिनं त्या नंबरवर फोन केला. तो युजिनिओ नव्हता; पण सुदैवाने त्या गृहस्थाने माझ्या आईला एका चांगल्या बुद्धिबळ क्लबचं नाव सुचवलं.

मनिलामधील त्या बुद्धिबळ वर्गाला मी हजर राहू शकलो नसलो तरी घराजवळील एका क्लबमध्ये दर आठवडाअखेर होणाऱ्या स्पर्धेत मी अनेकदा भाग घेतला. मनिलाच्या वास्तव्यात किट्च हे आमचं वाहतुकीचं साधन असायचं. किट्च म्हणजे भडक रंगाच्या मोठ्या जीप. या जीप खास अमेरिकन सैन्यासाठी बनवल्या होत्या. दुसरं महायुद्ध संपल्यानंतर त्या जीप फिलिपाइन्समध्येच सोडून अमेरिकन सैनिक आपल्या देशात परतले. या जीपमधून एका वेळी २०-२५ जण प्रवास करू शकत. किट्च हे फिलिपिनी लोकांच्या कल्पकतेचं जणू प्रतीक होतं. माझी आई आणि मी त्यातून नेहमी क्लबमध्ये जात-येत असू. ज्या दिवशी मी सामना जिंकायचो, त्या दिवशी घरी परतताना आई मला जेली व बदाम असलेला आइस्क्रीमचा मोठा कप द्यायची. आमच्या घराशेजारीच ते आइस्क्रीमचं दुकान होतं. जिंकल्यानंतर माझं लक्ष त्या दुकानाकडे लागलेलं असायचं.

सुरुवातीला माझा खेळ सुधारण्यासाठी एक प्रशिक्षक नेमला होता. तो मला पटावरचे उंट वाचवून डावाचा शेवट कसा करायचा याचे धडे देऊ लागला; पण लवकरच त्याच्या लक्षात आलं की, तो शिकवत असलेल्या सर्व पद्धती मला आधीच ठाऊक आहेत; त्यामुळे त्याची शिकवणी बंद करावी लागली. मी दुपारी शाळेत गेलेलो असताना माझी आई टेलिव्हिजनवर दाखवला जाणारा 'चेस टुडे' हा एक तासाचा कार्यक्रम पाहत असे. त्या कार्यक्रमात नागवंत बुद्धिबळपटूंच्या शैलीचं विश्लेषण केलं जायचं. प्रत्येक भागाच्या अखेरीस कार्यक्रमाचा सूत्रसंचालक

बुद्धिबळ पटावरील एका विशिष्ट स्थितीत असलेले मोहरे दाखवायचा आणि हे कोडं कसं सोडवाल असा प्रश्न प्रेक्षकांना विचारत असे. त्या प्रश्नाचं उत्तर पोस्टामार्फत पाठवावं लागे आणि विजेत्याला बुद्धिबळ या विषयावरील एक पुस्तक घरपोच पाठवलं जाई. माझी आई एका कागदावर पटावरील सोंगट्यांची स्थिती नीट काळजीपूर्वक लिहायची व काही वेळा तो कार्यक्रम आम्हाला नंतर पाहता यावा म्हणून तो ध्वनिमुद्रितही करत असे. मी शाळेतून घरी आल्यावर आम्ही दोघं ते कोडं एकत्र सोडवायचो आणि त्याचं उत्तर पोस्टाने पाठवून द्यायचो. त्या कार्यक्रमात मी इतक्या वेळा विजेता ठरलो की, टेलिव्हिजनचा चमू चक्रावून गेला. अखेर त्यांनी मला विनंती केली की, त्यांच्या संग्रही असलेली कितीही पुस्तकं मी घेऊन जावी; परंतु यापुढे त्या स्पर्धेत कधीही भाग घेऊ नये.

माझ्या आईने केवळ बुद्धिबळ खेळण्यामध्येच मला साथ दिली नाही, तर ती माझ्यासाठी प्रथम स्वतः पोहायला शिकली व मग मनिलामधील आमच्या घरातच असलेल्या पोहण्याच्या तलावात उतरून तिनं मलाही पोहायला शिकवलं. ती माझे खूपच लाड करायची. एकदा ती मला शाळेतून घरी नेण्यासाठी साडी नेसून आली, तेव्हा माझे मित्र चकित होऊन तिच्याकडे पाहू लागले. तिला मी ही गोष्ट सांगताच तिनं बाजारात जाऊन स्वतःसाठी पाश्चिमात्य पद्धतीचे कपडे विकत आणले व त्यानंतर ती ते कपडे घालून माझ्याबरोबर बाहेर येऊ लागली.

♛

आम्ही १९८० मध्ये मद्रासला परतलो, तेव्हा मी अकरा वर्षांचा होतो. मद्रासला आल्यावर मी पुन्हा टेनिस शिकायला सुरुवात केली. त्या काळात माझं दिवसाचं वेळापत्रक भरगच्च असायचं. पहाटे पाच वाजता उठायचं, अध्र्या तासात टेनिस कोर्टवर पोहोचायचं, मग घरी परतायचं, अंघोळ करून गणवेश चढवून शाळेत जायचं आणि शाळा सुटल्यावर ताल क्लबकडे मोर्चा वळवायचा. लवकरच माझ्या लक्षात आलं की, ज्या वेगाने माझी बुद्धिबळ खेळात प्रगती होतेय त्यामानानं टेनिसचं शिक्षण फारच रडतखडत चाललंय. मग मी टेनिसला रामराम ठोकला आणि सकाळी एक तास जास्त झोप काढू लागलो.

त्या वर्षी आयुष्यात पहिल्यांदाच मी एका ग्रँडमास्टरबरोबर बुद्धिबळ खेळलो. लॅटवियन सोव्हिएत खेळाडू व्लादिमिर बॅगीरॉव्ह चेन्नईला आला होता. तो एका खोलीमध्ये एकाच वेळी अनेक शालेय विद्यार्थ्यांशी प्रदर्शनीय सामने खेळला. त्यात मीदेखील होतो. पटावरच्या एका स्थितीमध्ये मी त्याला डाव अनिर्णित घोषित करण्याचा प्रस्ताव दिला. त्याने क्षणभर माझ्याकडे व माझ्यासमोरील पटाकडे पाहिले. स्वतःचा हत्ती व माझा उंट असे दोन मोहरे वर उचलून मला दाखवले

आणि आपल्या जाडसर रशियन लहेजात मला विचारलं की, तुला असा प्रस्ताव द्यावासा का वाटला? पटावरील मोहऱ्यांची किंमत कशी करायची असते, याचा पहिला धडा मी त्या दिवशी शिकलो. ज्या वेळी त्याने माझा प्रस्ताव धुडकावला, तेव्हा आणखीही एक गोष्ट माझ्या लक्षात आली की, आपण केवळ प्रस्ताव दिला म्हणून आपला प्रतिस्पर्धी तो मान्य करेलच, असं आपण गृहीत धरू शकत नाही.

क्लबमध्ये आयोजित केल्या जाणाऱ्या पाच मिनिटांच्या झटपट सामन्यांमध्ये मी तोपर्यंत तरबेज झालो होतो. नियमाप्रमाणे जो खेळाडू जिंकेल तो आपल्या जागेवर बसून राहायचा आणि हरलेला खेळाडू पुन्हा रांगेत उभा राहून दुसऱ्या संधीची वाट पाहायचा. अनेकदा असं व्हायचं की, मी प्रत्येक डाव जिंकत माझ्याच जागेवर बसलेलो असायचो व माझा प्रतिस्पर्धी बदलत राहायचा. क्लबमध्ये मी पाहिजे तेवढा वेळ खेळू शकायचो. टेनिस कोर्टवर कधीच मला अशी संधी मिळत नसे. त्या वेळी वयोगटानुसार क्वचितच स्पर्धा खेळवल्या जात; त्यामुळे मला वेगवेगळ्या वयाच्या आणि विविध पद्धतीने बुद्धिबळ खेळणाऱ्या व्यक्तीविरुद्ध आपला किल्ला लढवावा लागत असे. सतत होणाऱ्या सामन्यांमुळे बुद्धिबळातील नव्या संकल्पना व शैलींना कसं सामोरं जायचं याचा वस्तुपाठ मिळायचा. या अनुभवांमुळे माझा बुद्धिबळ शिकण्याचा वेळ तर कमी झालाच; पण एक खेळाडू म्हणून माझी झटपट वाढ होत गेली; पण क्लबमध्ये माझी एक घमेंडखोर मुलगा म्हणून प्रतिमा तयार झाली होती, कारण जलद बुद्धिबळ सामन्यांमध्ये मी मोठ्या खेळाडूंना सहज हरवायचो आणि मॅन्युअल एरॉन जेव्हा क्लबमध्ये रशियन ग्रँडमास्टर्सच्या डावपेचांबद्दल व्याख्यान द्यायचे, तेव्हा मी अनाहूतपणे पर्यायी चाल सुचवत त्यांच्या बोलण्यामध्ये व्यत्यय आणायचो. क्लबमध्ये मी फार उद्धटपणे वागतो अशी तक्रार एका खेळाडूने माझ्या आईकडे केली. ते ऐकून मला धक्काच बसला, कारण माझा स्वभाव तसा नव्हताच आणि माझा बोलण्याचा उद्देशही प्रामाणिक होता.

१९८१ मध्ये मी अक्षरशः झपाटल्यासारखा अनेक स्थानिक बुद्धिबळ स्पर्धांमध्ये भाग घेतला. मला वाटतं, त्या वर्षानंतर मी आईशी पुन्हा कधी बुद्धिबळ खेळलो नाही. एकदा कौटुंबिक सहलीनिमित्त आम्ही सिमल्याला गेलो होतो. त्या वेळी अचानक गारपीट झाल्यामुळे आम्ही सगळे हॉटेलच्या खोलीत अडकलो. दुसरं काहीच करण्यासारखं नसल्यामुळे आम्ही मोनोपोली (नवा व्यापारसारखा खेळ) खेळू लागलो. त्या वेळी बुद्धिबळानंतर मोनोपोली हा माझा आवडता खेळ होता; पण थोड्याच वेळात मी आईबरोबर बुद्धिबळाचा पट मांडला आणि अतिशय विचित्रपणे डावाची सुरुवात केली. एरवी मी आईपेक्षा खूप चांगला खेळायचो; पण तो डाव मी हरलो. त्यानंतर आम्ही दोघे पुन्हा कधीही एकत्र खेळलो नाही. ती माझ्यासोबत अनेक वेळा स्पर्धेच्या ठिकाणी यायची आणि आम्ही बुद्धिबळावर

भरपूर चर्चाही करायचो; पण आम्ही एकमेकांसमोर बसून डाव मांडला नाही.

१९८३ मध्ये मी राष्ट्रीय सब-ज्युनिअर (१५ वर्षांखालील गट) बुद्धिबळ स्पर्धेचं अजिंक्यपद मिळवलं आणि त्यानंतर माझी राष्ट्रीय स्तरावर दखल घेतली जाऊ लागली. एकदा स्पर्धेच्या निमित्ताने आम्ही गोव्याला गेलो असताना तिथे माझ्या मावशीकडे राहिलो होतो. त्या वेळची कायम लक्षात राहिलेली आठवण म्हणजे तिने बनवलेली व्हेजिटेबल ऑर्ग्रेटिन (पनीरसारखी भाजी) ही अप्रतिम चविष्ट भाजी. लोकप्रिय भारतीय पाककलातज्ज्ञ ताली दलाल हिच्या पुस्तकात दिलेल्या पाककृतीनुसार तिने बनवलेल्या त्या भाजीची चव अजूनही माझ्या जिभेवर आहे. त्या स्पर्धेत मी मिळवलेला विजयही माझ्या अजून तितकाच लक्षात आहे.

त्याच वर्षी मी नऊ वेळा राष्ट्रीय विजेतेपद मिळवलेले आणि ताल बुद्धिबळ क्लबमधील माझे माजी प्रशिक्षक एरॉन यांचा मुंबई येथे आयोजित केलेल्या राष्ट्रीय सांघिक विजेतेपदाच्या स्पर्धेत पराभव केला. तेव्हा मी तेरा वर्षांचा होतो. दोन वर्षांत मी त्यांना दोन वेळा हरवलं होतं. पहिल्या खेपेस चेन्नईला १९८२ मध्ये झालेल्या जिल्हा सांघिक स्पर्धेत मी त्यांच्याविरुद्ध विजय मिळवला होता. राष्ट्रीय बुद्धिबळ स्पर्धेचं यजमानपद आय.आय.टी. पवई (मुंबई) या संस्थेने भूषविलं होतं. मद्रास जिल्हा बुद्धिबळ संघटनेने त्या स्पर्धेसाठी राज्यातील हुशार व होतकरू मुलांचा संघ पाठवण्याचा महत्त्वाकांक्षी निर्णय घेतला; परंतु आमच्या सहभागासाठी लागणारे पुरेसे पैसे संघटनेपाशी नसल्याने मोठी अडचण निर्माण झाली. अखेर ख्यातनाम भारतीय पार्श्वगायक एस.पी. बालसुब्रह्मण्यम यांनी मदतीचा हात पुढे करत आमच्या सर्व खर्चाची जबाबदारी उचलली. मुंबईला जाताना आईने मला थोडे पैसे दिले. मला मनापासून वाटत होतं की, श्री. बालसुब्रह्मण्यम यांच्या औदार्याची थोडीतरी परतफेड करण्यासाठी व त्यांच्याबद्दल कृतज्ञता व्यक्त करण्यासाठी माझ्याकडे असलेल्या रकमेतील थोडे पैसे त्यांना द्यावे. सुदैवाने मला सुबुद्धी सुचली आणि मी तसं काही केलं नाही. एरॉन यांच्याविरुद्ध खेळताना मी तापाने फणफणलो होतो. मे महिन्याच्या उकाड्यातही मी स्वेटर घालून सामना खेळलो. त्या डावात एरॉन यांना हरवून मी सर्वोच्च बक्षिसाचा मानकरी ठरलो. त्या डावापासून सुरू झालेली माझी यशस्वी घोडदौड त्यानंतर अनेक वर्ष अखंडपणे सुरू राहिली. त्या वेळी जरी मला ती गोष्ट जाणवली नसली तरी बरीच वर्ष मी घेतलेल्या अपार मेहनतीला आलेलं ते फळ होतं. त्याच्या पुढच्याच वर्षी मला आंतरराष्ट्रीय मास्टर हा किताब मिळाला आणि सोळा वर्षे पूर्ण होण्याआधीच मी राष्ट्रीय बुद्धिबळ विजेताही ठरलो.

लहानपणी शिकलेल्या काही गोष्टी आपल्या मनात कायमच्या घर करून बसतात.

अशीच एक सवय मी केवळ आईच्या आग्रहास्तव काहीशा नाराजीने स्वतःला लावून घेतली होती. बुद्धिबळाचा प्रत्येक डाव खेळून झाल्यावर आणि विशेषतः त्यात मला हार पत्करावी लागली असेल तर त्या डावासंबंधी मला सुचलेले विचार मी लगेच लिहून ठेवत असे. तरुणपणी एखादी सवय अंगी बाणवून घ्यायचा मनस्वी कंटाळा येतो आणि तिची तेवढी गरजही वाटत नाही. खरं म्हणजे त्या वेळी स्वतःच्या हितापेक्षा आईला बरं वाटावं म्हणून मी टिपण लिहीत असे. अतिशय पद्धतशीपणे सुवाच्य अक्षरांत मी मनातील विचार लिहून काढायचो आणि त्या डावात जिथे जिथे माझ्या हातून चुका झाल्या, त्या वाक्यांखाली मुद्दाम ठळकपणे दोन रेघा काढायचो. जसजसा मी मोठा होत गेलो, तसतशी मला ती सवयच जडली. एखादा डाव हरल्यानंतर अपमानाचा दंश ओला असताना आणि पराभवाची जखम ठणकत असताना जेव्हा मी लिहू लागायचो, तेव्हा मला अनेक गोष्टींची उकल होत जायची. माझ्या लक्षात यायचं की, डाव सुरू असताना मला काही उत्तम चाली सुचल्या होत्या; पण मी त्याकडे दुर्लक्ष केलं. टाचण काढण्याच्या या सवयीमुळे मला केवळ मी केलेल्या चुकाच समजायच्या असं नाही तर मला माझ्या खेळाचं व्यापक दृष्टिकोनातून परीक्षण करता येऊ लागलं. शिवाय माझ्या खेळातील त्रुटींचा काळजी वाटावी इतका साचा बनत चालला असेल तर त्याचं झटपट निराकरण करायला हवं, हेही मला त्यातून उमगत असे. जेव्हा मी सामना जिंकायचो, तेव्हा मी त्या डावाचं लगेच विश्लेषण न करता त्यासाठी काही वेळ जाऊ देत असे. आपण जिंकलो असलो तरी आपण सर्वोत्तम खेळ केला की नाही हे जाणून घेण्यास मी उत्सुक असे. अर्थात सामना हरल्यानंतर त्यात केलेल्या चुका समजून घ्यायला मी जितका अधीर व्हायचो तितकी अधीरता जिंकल्यानंतर मला लागलेली नसे. सामना संपल्यानंतर कागदावर केलेल्या परखड नोंदीमुळे मनात आलेला संताप, वेदना, विभ्रम व मनस्तापासारख्या विविध भावनांचा निचरा व्हायला मात्र नक्कीच मदत होत असे. एकदा ही टाचणं काढायची सवय लागल्यावर झालेला डाव पुन्हा मांडून मी नेमकं काय केलं आणि काय केलं नाही हे तपासून पाहिल्याशिवाय मला चैन पडत नसे. हळूहळू मला जाणवू लागलं की, असा शोध घेतल्याशिवाय आपण घेतलेल्या अनुभवाला पूर्णत्व येत नाही.

त्यानंतर मी माझ्या टिपणांची व्याप्ती थोडी वाढवू लागलो. विशेषतः सामना सुरू होण्यापूर्वी किंवा डावाच्या दरम्यान माझं चित्त विचलित करणाऱ्या माझ्या प्रतिस्पर्ध्यांच्या विक्षिप्त सवयी, त्रासदायक वृत्ती किंवा विचित्र हावभाव यांसारख्या छोट्या छोट्या गोष्टींची मी त्यात नोंद करू लागलो. उदाहरणार्थ, डाव सुरू असताना जेव्हा मी किंचित मानसिक तणावाखाली असायचो, त्या वेळी माझ्या प्रतिस्पर्ध्याने अचानक हल्ला करू नये यासाठी मी अशी नोंद केली होती : 'जेव्हा

तुम्ही विजयाच्या अगदी जवळ येऊन ठेपला असाल व प्रतिस्पर्ध्यापिक्षा तुमच्याकडे जास्त वेळ शिल्लक असेल, तेव्हा तुम्ही लगेच तुमची चाल खेळू नका. पुढे सरसावलेला हात मागे न्या. उठा, चहा प्या, चेहरा नीट धुवा; दीर्घ श्वास घ्या व मग पुन्हा जागेवर येऊन बसा.' जलद बुद्धिबळ सामन्याच्या वेळी तर माझ्या हालचालींमध्ये किंचितही अडथळा येऊ नये यासाठी मी माझ्या शर्टच्या बाह्या आधीच वर गुंडाळून ठेवतो. काही स्पर्धकांच्या विशिष्ट सवयींबाबत मी विशेष जागरूक राहतो. लेव्हॉन एरोनियन या बुद्धिबळपटूला सामन्याच्या दिवशी सकाळी गप्पा मारायची आवड होती. त्या वेळी तो जरा आवेशाने व फाजील आत्मविश्वासाने बोलत असे. 'आजच्या सामन्यात मी तुझ्या नाकात दम आणणार,' असं म्हणत तो माझ्यावर दडपण आणण्याचा प्रयत्न करत असे. अशा प्रसंगाला सामोरं जाण्यासाठी मी नोंदवहीत लिहिलं होतं : 'उगाच गप्पाटप्पा मारू नये आणि विनोद करून आपला स्वभाव खेळकर असल्याचं भासवू नये.'

आता ज्या वेळी मी ती जुनी टिपणं वाचतो तेव्हा मनात विचार येतो, 'वा! त्या वेळी प्रत्येक गोष्ट मी अगदी बारकाईने व विचारपूर्वक केली होती... पण त्याच वेळी माझ्या लक्षात येतं की, त्या क्षणी मात्र मी खूपच गोंधळलेल्या आणि विचलित मनःस्थितीत होतो आणि मला स्वतःची चीड येत असायची.' काही वेळा सामना संपल्यानंतर मी इतका थकून जायचो की, माझा कठोर आत्मपरीक्षणाचा सराव मी लांबणीवर टाकायचो; पण त्याचा परिणाम असा व्हायचा की, दुसऱ्या दिवशी त्यातील उत्कटता निघून गेलेली असायची; त्यामुळे मग मी जे लिहायचो तो सारांशाचा सारांश असायचा. त्यातील ताजेपणा गेला असल्यामुळे मी अंदाजाने आठवेल तसं लिहायचो. दुसऱ्या दिवशी न्याहारीनंतर मी ते टाचण लिहिल्याने माझा उत्साह कमी झालेला असायचा आणि मुख्य म्हणजे त्या कठीण परिस्थितीतून आपण सुखरूप बाहेर पडलोय अशी सुखद भावना मनात असायची. एकूण माझ्या लक्षात आलं की, माझं टिपण जेवढं ताजं असेल तितकं ते माझ्या अधिक उपयोगाचं ठरतं. गेली अनेक वर्षं केलेल्या या टाचणांनी मला उत्तम साथ दिली आणि हळूहळू त्याचं रूपांतर एका पुस्तकनियमावलीत होत गेलं. आजपर्यंत मला खेळताना आलेल्या अडचणी व झालेले फायदे यांच्या आठवणी त्यातून जागृत होतात. मी जर काही काळपुरती बुद्धिबळापासून विश्रांती घेतली असेल तर पुन्हा खेळायला सुरुवात करण्याआधी मी ती सारी टिपणं शांतपणे नजरेखालून घालतो. गेल्या काही वर्षांत माझ्या या सवयीमध्ये किंचित शैथिल्य आलं असलं व त्या बाबतीत मी पूर्वीइतका काटेकोर राहिलो नसलो तरी वयाच्या पन्नासाव्या वर्षी संक्षिप्त स्वरूपात का होईना; पण मी अजून तो परिपाठ सुरू ठेवला आहे.

तरुणपणी माझ्या मनाला ग्रॅंडमास्टर हा किताब मिळवण्याची प्रचंड आस लागली होती. त्यासाठी मी दोन वर्ष शर्थीचे प्रयत्न करत होतो. भारतात कुणालाही हा सन्मान मिळाला नव्हता आणि ते भव्य स्वप्न साकार करण्यासाठी मी इरेला पेटलो होतो. १९८६ मध्ये कोलकाता येथे आयोजित केलेल्या टाटा स्टील ग्रॅंडमास्टर स्पर्धेत केवळ अर्ध्या गुणाने तो किताब माझ्या हातून निसटला होता आणि त्याच वर्षाच्या अखेरीस लंडनमध्ये झालेल्या लॉइड बँक मास्टर्स खुल्या स्पर्धेतही पुन्हा अर्ध्या गुणानेच मी त्यापासून वंचित राहिलो होतो. त्यानंतर मला वरच्या श्रेणीमध्ये खेळण्यासाठी बढती देण्यात आली आणि दुबईतील बुद्धिबळ ऑलिंपियाडमध्ये खेळल्या गेलेल्या ११ सामन्यांच्या स्पर्धेत मी ७.५ गुण मिळवूनही तो किताब मला हुलकावणी देत राहिला. आपल्या देशात तोपर्यंत ते यश कुणीही मिळवलेले नसल्यामुळे मी अपयशी ठरत असलो तरी त्यात काही गमावण्याचा धोका नव्हता; पण तरीही इतक्या अत्यल्प फरकामुळे एवढ्या मोठ्या सन्मानाला मुकावं लागणं ही गोष्ट माझ्या मनाला सतत सलत होती.

मान्यवर पंच स्ट्युअर्ट रुबेन यांनी लंडनमध्ये एकदा गप्पांच्या ओघात मला सांगितलं होतं की, ग्रॅंडमास्टर होण्यासाठी तुला कदाचित अनेक महिने थांबावं लागेल आणि अचानक एक दिवस तुला विनासायास तो किताब मिळून जाईल. त्या वेळी मला त्यांचं बोलणं फारसं पटलं नव्हतं; पण ते अक्षरशः खरं ठरलं.

१९८७ मध्ये झालेल्या जागतिक युवक गटातील बुद्धिबळ स्पर्धेचं विजेतेपद मिळवल्यामुळे ग्रॅंडमास्टर किताबासाठी लागणाऱ्या पात्रतेचा पहिला निकष मी पार केला. त्यानंतर लगेच नवी दिल्ली येथे झालेल्या स्पर्धेतील अंतिम फेरीचा सामना अनिर्णित राखून मी दुसरा मानकही मिळवला. जेव्हा माझ्या मनाप्रमाणे गोष्टी घडू लागायच्या, तेव्हा माझ्या खेळात थोडं शैथिल्य यायचं आणि मी एखादा डाव हरायचो. माझी ही वृत्ती आईला ठाऊक असल्याने माझं लक्ष जराही विचलित होणार नाही याची त्या वेळी तिने काळजी घेतली. १९८८ मध्ये कोइंबतूर येथे आयोजित केलेल्या शक्ती वित्त आंतरराष्ट्रीय बुद्धिबळ स्पर्धेतील उपांत्य फेरीचा सामना मी अनिर्णित राखला आणि तिसरा निकष पार करत ग्रॅंडमास्टर किताब मिळवला. रुबेन यांचा सल्ला आजही माझ्या लक्षात आहे व अजूनही मला तो तितकाच महत्त्वाचा वाटतो. आपण आपल्या ध्येयापासून किती दूर आहोत किंवा जवळ येऊनही ते आपल्या हातून निसटतंय याचाच सतत विचार करत बसण्यापेक्षा तुम्ही शांतपणे प्रयत्न करत राहिलात तर तुम्हाला ते नक्की प्राप्त होतं.

एक गोष्ट माझ्या नंतर लक्षात आली की, त्या काळात दैवही माझ्यावर फिदा होतं. शिक्षणाच्या बाबतीतही मला कधीच अडचण आली नाही. जी मुलं

विद्यार्थिदशेमध्येच क्रीडा क्षेत्रात चमकू लागतात, त्यांना खेळाबरोबरच आपल्या शिक्षणाकडेही लक्ष द्यावं लागतं. जर त्यांनी स्वतःला खेळामध्ये पूर्णपणे झोकून दिलं तर ते आपल्या शाळेतील मित्रांपेक्षा अभ्यासात खूप मागे पडण्याचा धोका असतो. अशा वेळी तुम्ही ज्या खेळात आपली कारकीर्द करायचा निर्णय घेतलेला असतो, त्यात तुम्हाला डोळे दिपवणारं यश मिळवावं लागतं. माझ्या बाबतीत मला योग्य वेळी उचित सन्मान मिळत गेले. मी दहावीत असताना राष्ट्रीय बुद्धिबळ विजेता झालो. त्यानंतर दोन वर्षांनी शाळा सोडून महाविद्यालयात प्रवेश घेताना मला ग्रँडमास्टर किताब मिळाला. मी वाणिज्य शाखेचा पदवीधर झालो, तेव्हा जागतिक बुद्धिबळ क्रमवारीत मी पाचव्या स्थानावर होतो. ज्या ज्या वेळी खेळ की शिक्षण? असा पेच माझ्यासमोर निर्माण झाला, त्या त्या वेळी माझ्यावर पुरस्कारांचा वर्षाव होत गेला; त्यामुळे स्वतःला खेळात झोकून घ्यायचं की उच्च शिक्षणाचा पर्याय स्वीकारायचा असा जो प्रश्न माझ्या समवयस्क मुलांना कायम पडायचा तो मला मात्र कधीच भेडसावला नाही.

लहान वयात जेव्हा तुम्ही एखाद्या खेळामध्ये स्वतःची कारकीर्द करू लागता, तेव्हा तुमचं लक्ष ध्येयापासून विचलित होण्याची खूप शक्यता असते. तुमचा अनेक माणसांशी संबंध येतो, अनेक प्रसंगांना तुम्ही सामोरं जात असता; इतकंच काय दैनंदिन आयुष्य जगणं हेदेखील तुमच्यासाठी एक आव्हान बनतं. अशा वेळी तुम्ही तुमच्या खेळाव्यतिरिक्त एखादा छंद जोपासायला हवा. मला खगोलशास्त्रात खूप रस होता. तसंच विज्ञान आणि गणिताचा अभ्यास करायलाही मला मनापासून आवडत असे. माझ्या शाळेतील मोठ्या सुट्टीच्या आठवणीही अशाच आहेत. मला आठवतं, शाळा संपून उन्हाळ्याची सुट्टी सुरू झाली की, आम्ही आनंदाने वेडे व्हायचो; पण मग लक्षात यायचं की, त्या सुट्टीमध्ये जर तुम्ही स्वतःला एखाद्या गोष्टीत गुंतवून घेतलं नाही तर तुम्ही सुट्टीचा आनंद घेऊ शकणार नाही. अशा वेळी आपण एखादं हमालीकाम करतोय असं वाटू लागतं. आठ आठवड्यांच्या सुट्टीचे फक्त दोन आठवडे सरलेले असतात आणि उगवणारा प्रत्येक दिवस तुम्हाला रटाळ व यांत्रिक वाटू लागतो; पण जर तुम्हाला वेगवेगळे छंद असतील तर दिवस कधी सुरू होतो आणि कधी संपतो हेच लक्षात येत नाही. हीच गोष्ट बुद्धिबळालाही लागू होते. जर तुम्ही बुद्धिबळाव्यतिरिक्त वेगळ्या विषयात आनंद घेऊन मन रमवू शकत असाल तर एखाद्या चुटपुटत्या पराभवानंतर किंवा सातत्याने होणाऱ्या खराब कामगिरीनंतरही तुम्ही स्वतःला त्यातून सावरू शकता; पण बुद्धिबळ हेच जर तुमचं विश्व असेल तर परिस्थिती अवघड होऊन जाते. फिशरसारख्या प्रतिभावंत व कुशाग्र बुद्धी असलेल्या महान खेळाडूबाबत नेमकं हेच घडलं. त्याला खेळापासून कधी विलग होताच आलं नाही. त्याच्या खेळातून मी जितके धडे घेतले, तितकेच त्याच्या आयुष्यातूनही घेतले. ते जितके स्फूर्तिदायक होते,

तितकेच सावध करणारेही होते. त्याचं बुद्धिबळातील कौशल्य इतकं अद्वितीय होतं की, सर्वांनीच फिशरवर स्तुतिसुमनं उधळली. त्याने आपल्या नंतरच्या खेळाडूंना व्यावसायिक बनवलं आणि त्यांना चरितार्थाचं साधन मिळवून दिलं. फिशरसारख्या महान खेळाडूंच्या योगदानामुळे आम्ही इथवर मजल मारू शकलो.

जेव्हा मी फिशरच्या व माझ्या कारकिर्दींचा एकत्रितपणे विचार करतो, तेव्हा माझ्या लक्षात येतं की, त्याच्या तुलनेने माझा या क्षेत्रातील प्रवास खूपच सहज व सोपा होत गेला. बुद्धिबळपटू होण्यासाठी फिशरला अनेक गोष्टींचा त्याग करावा लागला. मला तसं काहीच करावं लागलं नाही. आपल्या मेंदूला कशी चालना मिळते, कोणत्या विषयात आपल्याला रस निर्माण होतो, आपण त्याच्याकडे कोणत्या दृष्टिकोनातून बघतो व त्याचा कसा विकास करतो, हे सर्व आपल्याभोवतीच्या वातावरणावर जास्त अवलंबून असतं. एखाद्या विषयाबद्दल सुरुवातीला तुमचं जे मत तयार होतं आणि ज्या वातावरणात तुम्ही हे मत बनवलेलं असतं, त्याचा तुमच्यावर फार मोठा परिणाम होतो. मला कुणीही जबरदस्तीने बुद्धिबळ खेळायला भाग पाडलं नव्हतं. मी अभ्यास व बुद्धिबळाची कशी सांगड घालायची याची जबाबदारी आई-वडिलांनी पूर्णपणे माझ्यावर सोपवली होती. त्यांच्या या दृष्टिकोनामुळे माझ्या मनावर कधीही ताण आला नाही; त्यामुळे बुद्धिबळ कधी खेळायचं आणि अभ्यास कुठल्या वेळी करायचा, हे माझं मी ठरवू लागलो. बुद्धिबळाची ना कधी कोणी माझ्यावर सक्ती केली ना त्याचं कधी माझ्यावर दडपण आलं.

ग्रॅंडमास्टरचा किताब मिळवल्यानंतर मला एक वेगळाच अनुभव आला. ग्रॅंडमास्टर होणं हे माझं ध्येय होतं. ते साध्य करण्यासाठी मी पछाडलो होतो, अथक परिश्रम करत होतो; पण ते स्वप्न पूर्ण झाल्यावर मला एक प्रकारची पोकळी जाणवली. जणू बुद्धिबळ खेळण्याचा उद्देशच संपून गेला होता. मला माझ्या आत एक कंटाळवाणं, निरुत्साही रितेपण जाणवू लागलं. इतके दिवस माझं लक्ष एकाच ठिकाणी केंद्रित झालं होतं आणि मुक्कामाच्या ठिकाणी पोहोचल्यावर नवी शिखरं पादाक्रांत करण्याची ईर्षा जागवण्याऐवजी माझी नजर भूतकाळात भिरभिरत राहिली. मला माझं स्वतःचं काय करावं हेच कळेना. स्पर्धा आणि त्यातील गुणसंख्या यातील माझा रस संपून गेला. साहजिकच या सर्वांचा माझ्या खेळावर विपरीत परिणाम होऊ लागला. जवळजवळ सहा महिने मी नैराश्याच्या चक्रात अडकलो होतो. त्याच काळात जेव्हा परदेशात होणाऱ्या स्पर्धांच्या निमित्ताने मी इतर ग्रॅंडमास्टर्ससोबत चर्चा करू लागलो, तेव्हा मला असं समजलं की, बहुतेक सर्व खेळाडूंनी या मनोवस्थेचा अनुभव घेतलाय. ज्या ध्येयाचा तुम्ही ध्यास घेतलेला असतो, ते इतकं मोठं व तुमच्या आयुष्याला पूर्णपणे व्यापून टाकणारं असतं की, ते प्राप्त केल्यावर आता पुढे काय करायचं हे तुम्हाला

समजत नाही. सुदैवाने मी अगदी योग्य वेळेत स्वतःला सावरलं, कारण त्याच वेळी माझ्या बुद्धिबळ कारकिर्दीच्या दुसऱ्या टप्प्याला सुरुवात झाली होती.

१९९१च्या आधी विविध स्पर्धांमध्ये भाग घेण्यासाठी माझं युरोपमध्ये सतत जाणं-येणं सुरू असायचं. वर्षातील काही काळ तिथेच मुक्काम ठोकावा असा विचार त्यादरम्यान माझ्या मनात घोळू लागला. तिथे स्थायिक झाल्याने प्रवासाची दगदग कमी होऊन खर्चातही बचत झाली असती व युरोपमधील स्पर्धांमध्ये मी सातत्याने भाग घेऊ शकलो असतो. तुम्ही जवळपास राहताय हे आयोजकांना समजलं की, त्यांचं साहजिकच तुमच्याकडे लक्ष वेधलं जातं. मी भारतात असल्यामुळे इतका दूरचा प्रवास करून स्पर्धेत सहभागी होणं मला शक्य होणार नाही असं ते गृहीत धरायचे. मी युरोपमध्ये राहायला आल्यावर हे चित्र बदललं. एखाद्या स्पर्धकाने जर स्पर्धेतून अचानक माघार घेतली तर त्या जागी खेळायला मी उपलब्ध होऊ शकतो का, अशी मला विचारणा होऊ लागली. माझा जवळचा मित्र अल्बर्ट टोबी ॲम्स्टरडॅममध्ये राहायचा आणि माझ्या दृष्टीने ॲम्स्टरडॅममध्ये स्थायिक होणं हा एक चांगला पर्याय होता. आम्ही इतरही काही शहरांचा विचार केला; पण ती माझ्या पसंतीस उतरली नाहीत.

फेब्रुवारी १९९१ मध्ये मी लिनारेस आंतरराष्ट्रीय बुद्धिबळ स्पर्धेत सहभागी झालो असताना अचानक मला नव्या माता-पित्यांचं छत्र लाभलं आणि माझ्या मनातून ॲम्स्टरडॅमला स्थायिक व्हायचा विचार आपोआपच गळून पडला.

मारिसिओ पेरिया ऊर्फ मॉरिस आणि त्यांची पत्नी निक्ज हे वृद्ध जोडपं बुद्धिबळ आणि फुटबॉल खेळांचं शौकीन होतं. अंडालुसियामधील खाणीसाठी प्रसिद्ध असलेल्या लिनारेस या छोट्या गावात होणाऱ्या विविध स्पर्धा व सामन्यांचे आयोजन करण्यात त्यांचा विशेष सहभाग असायचा.

लिनारेसमध्ये साखळी पद्धतीने खेळलेल्या त्या स्पर्धेतील चौथ्या फेरीच्या सामन्यात माझी जॉन एथलिस्ट याच्याविरुद्ध लढत सुरू होती. मी अतिशय वेगाने चाली करत होतो. माझे हात एखाद्या यंत्राप्रमाणे इतके झरझर हलत होते की, माझ्या बाजूला असलेल्या घड्याळानुसार मी माझ्या वाट्याचा अगदीच थोडा वेळ घेत होतो.

मॉरिस तो सामना पाहायला आला होता. माझ्या वेगवान चालींकडे तो चकित होऊन बघतच राहिला. एका क्षणी तो उठून माझ्याजवळ आला आणि माझ्याशेजारी ठेवलेलं घड्याळ चालू आहे ना हे निरखून पाहू लागला, कारण मी फारसा वेळ घेतल्याचं ते दाखवत नव्हतं. तो डाव अनिर्णित राहिला आणि त्या रात्री मॉरिसने मला जेवायचं आमंत्रण दिलं. एकीकडे मी जेवणावर ताव मारत असताना मॉरिस मात्र चिंतातूर चेहऱ्याने माझ्यासमोर बसला होता. यापुढील सामन्यांमध्ये तू प्रत्येक चाल खेळण्याआधी थोडा जास्त विचार कर आणि जास्त वेळ घे असं तो काळजीयुक्त स्वरात मला म्हणाला. मी मिश्कीलपणे हसत त्याला म्हणालो,

'ठीक आहे मॉरिस, तर मग मी पुढच्या डावात एक मिनिट जास्त विचार करतो, चालेल?' माझ्या बोलण्यावर त्याला हसू आवरेना. त्याने मला घट्ट मिठी मारली. निक्वेज बाजूलाच बसली होती. तिने माझ्याकडून वचन घेतलं की, जर मी उरलेल्या सामन्यांत एखाद्या नामांकित खेळाडूचा पराभव केला तर मी तिला गावातील सर्वोत्तम चायनीज हॉटेलमध्ये पार्टी द्यायची. (अर्थात ही फार मोठी बाब नव्हती, कारण लिनारेसमधील चायनीज हॉटेल्स फारशी चांगली नव्हती. बर्गर्स विकणाऱ्या छोट्या उपाहारगृहापेक्षा त्यांचा दर्जा किंचित बरा होता.)

मॉरिस व निक्वेजनी त्यांचं कोलॅडो मेडियानोमधील घर माझ्यासाठी खुलं केलं. निक्वेजने तर माझे कपडे धुणे, शर्टाला बटण लावणे, चविष्ट स्वयंपाक बनवणे असे माझे भरपूर लाड केले. मॉरिस मात्र माझी कपड्यांची व संगीताची निवड पाहून चक्रावून जायचा. बहुतेक वेळी माझ्या पायात सफेद रंगाचे मोठे बूट असायचे आणि बॅगी जिन्सच्या दोन्ही खिशांत हात खुपसून मी माझ्या वॉकमनमध्ये द क्रॅनिज हा आयरिश रॉक बँड किंवा ब्रिटिश सिंथेसायजर पॉप जोडीचं पेट शॉप बॉइज ऐकण्यात मग्न असायचो. मॉरिस हा जन्माने इंग्लिश गृहस्थ असल्याने, त्याच्या लेखी शिष्टाचाराला फार महत्त्व होतं. शिवाय तो बीथोव्हन व बाम्सच्या संगीताचा निस्सीम चाहता होता; त्यामुळे माझी कपडे व संगीताची अभिरुचीहीन आवड त्याला अपवित्र व अनाकलनीय वाटे. 'हा कसला गोंगाट सुरू आहे?' माझ्या संगीताच्या निवडीला उद्देशून तो हे एकच उपरोधिक वाक्य मला दर वेळी ऐकवत असे. मला पास्त्यावर सॉस हवा असायचा आणि मॉरिसला ते अजिबात आवडत नसे. त्याबद्दल सर्वांना ऐकू जाईल इतक्या मोठ्या आवाजात तो आपली नापसंती व्यक्त करायचा.

आमच्या सवयी भिन्न असल्या तरी खगोलशास्त्र, इतिहास आणि अर्थातच बुद्धिबळ या समान आवडींमुळे आमचं मैत्र अबाधित राहिलं होतं. मॉरिसच्या पाच बेडरूमच्या प्रशस्त घरातील व्हरांड्यात ठेवलेल्या आरामखुर्च्यांमध्ये आम्ही दोघं निवांत बसायचो. नेचा, सुरुच्या झाडांचा आणि मातीचा दरवळ हवेत पसरलेला असायचा आणि समोरच्या डोंगरामागे अस्ताला चाललेल्या सूर्याचं बिंब आम्ही बराच वेळ डोळे भरून पाहत राहायचो. त्या घरातील अनेक आठवणींपैकी ही आठवण मात्र कायमची माझ्या मनात ठसलेली आहे.

माझं पहिलं सुंदर जॅकेट मॉरिसने मला भेट दिलं होतं. त्याने लिनारेसमधील अल्टा मोटा या दुकानातून खास माझ्यासाठी ते खरेदी केलं होतं. राखाडी रंगाच्या त्या जॅकेटला बटणांसाठी एक पट्टी होती. मॉरिसचा स्वभाव अतिशय प्रेमळ होता. त्याने माझ्यावर मुलासारखी माया केली. माझ्या हातात जॅकेट देताना तो म्हणाला, 'विशी, तू आता एक सामान्य बुद्धिबळपटू राहिला नाहीस. तू उद्याचा विश्वविजेता आहेस, आता तू हा असा पोशाख करायला हवास.'

मॅन्युअल एरॉन   वि.   विश्वनाथन आनंद (०-१)

(पांढरा)   (काळा)

१९८२ जिल्हास्तरीय सांघिक विजेतेपद स्पर्धा, मद्रास

काळा विजयी

या डावात मी खेळलेली २९ वी चाल मला अजूनही स्पष्ट आठवते. Nxd4
(मी माझा घोडा d4 या चौकोनात नेला.) पांढऱ्याने आपले सारे मोहरे
एकमेकांच्या आधारे एकत्र आणले होते. राजा, वजीर, घोडे सर्व काही राजाच्या
बाजूला गोळा केले होते. शिवाय तिसऱ्या घरातील एक हत्ती कोणत्याही क्षणी
आक्रमणाच्या पवित्र्यात होता. अगदी हताश असण्यासारखी स्थिती होती; पण
काळ्याने आपला घोडा पुढे आणला; त्यामुळे मला अचानक उत्साह आला.
युद्धामध्ये नवीन कुमक आली आहे असं वाटलं. चिंतेत असलेल्या सैन्याला
भक्कम आधार गवसला.

♛

मी मॅन्युअल एरॉनबरोबर जेव्हा हा सामना खेळलो, तेव्हा मला ग्रँडमास्टर
किताब मिळवण्याचा ध्यास लागला नव्हता. त्याच्या बऱ्याच आधीची ही घटना
आहे. मी मिळवलेला विजय हा मी तोपर्यंत जे काही शिकलो होतो आणि
सातत्याने सराव केला होता, त्याचीच परिणती होती. त्या वेळी माझ्या मनाला
कसलाच घोर लागला नव्हता. आपण आपल्या ध्येयापासून किती दूर आहोत
किंवा ते यश सतत आपल्याला का हुलकावणी देतं आहे, अशा विचारांनी जर
तुम्ही पछाडलेले नसाल तर त्याचा तुम्हाला खूप फायदा होतो. परिणामांची तमा
न बाळगता जेव्हा तुम्ही फक्त प्रयत्नांची कास धरता, तेव्हा यश आपोआप
तुमच्या पायाशी लोळण घेतं.

स्मरणशक्ती : एक कला

सापळे, समस्यापूर्ती आणि शुभ योगायोग

मला सांगा, तुम्ही अगदी अलीकडे कोणती महत्त्वाची गोष्ट विसरला होता? एखादं नेहमीचं काम, हॉटेलात किंवा विमान प्रवासामध्ये एखादी मौल्यवान वस्तू, एखाद्याबरोबर ठरलेली भेट किंवा मूर्खपणाचा कळस म्हणजे तुमच्या लग्नाचा वाढदिवस? दुर्दैवाने जर तुमच्याकडून लग्नाचा वाढदिवस विसरण्याची चूक घडली असेल तर तुमचे सर्व अवयव अजूनही शाबूत असतील अशी मी आशा करतो.

मी स्वतः अशाच एका प्रसंगातून सहीसलामत वाचलोय. आता हा किस्सा सांगून मी माझीच अब्रू वेशीला टांगतोय याची मला कल्पना आहे. मी अनेकदा ही गोष्ट स्नेहसंमेलनात किंवा चर्चासत्रांमध्ये सांगितली आहे आणि आज पुन्हा सर्वांना ऐकवणार आहे. १९९८च्या जानेवारी महिन्यात लोझेन येथील विश्वविजेतपदाच्या स्पर्धेत कार्पोव्ह माझा प्रतिस्पर्धी होता. साडेतीन इंचाची फ्लॉपी डिस्क वापरायचा तो जमाना होता. रोज रात्री आम्ही पुढच्या सामन्यासाठी जी काही विशेष तयारी केली असेल, त्याचा बॅकअप फ्लॉपीमध्ये साठवून ठेवायचो आणि अरुणा ती फ्लॉपी एका सुरक्षित ठिकाणी ठेवून द्यायची. एका रात्री फ्लॉपी डिस्क नीट ठेवून दिल्यावर ती माझ्याकडे वळून हसत म्हणाली, 'मी या फ्लॉपीसाठी आपल्या दोघांच्या सहज लक्षात राहील असा कोड नंबर दिलाय. २७०६.' ते ऐकून मी गोंधळून गेलो व तिला म्हणालो, 'हा कसला कोड? या क्रमांकाला तर काहीच अर्थ नाही. मला सांग, कुठल्या खेळाडूला एवढं रेटिंग मिळेल?' त्या वेळी इलो रेटिंग्ज हे आजच्यासारखे रोज समजत नसत. ज्या वेळी रेटिंग्जमध्ये कमीतकमी पाच गुणांचा फरक पडायचा, तेव्हाच ते पुन्हा जाहीर केलं जायचं. अरुणा थक्क होऊन माझ्याकडे पाहतच राहिली. तिचा संताप अनावर होतोय हे मला तिच्या नजरेतून लक्षात आलं. 'हे कोणाचंही रेटिंग नाही,' ती कोरडेपणानं म्हणाली. 'ही आपल्या लग्नाची तारीख आहे.' मला चेहरा कुठे लपवावा हे कळेना. असे

तपशील माझ्या लक्षात असतील यावर तिने का विश्वास ठेवावा, हे मला समजत नव्हतं. त्या वेळी आमच्या लग्नाला अवघी दोन वर्ष झाली होती.

जो बुद्धिबळपटू असंख्य चाली, अनेक सामने व अवघड चिन्हपद्धती सहज लक्षात ठेवू शकतो, त्याला आपल्या लग्नाची तारीख आठवू नये हे कुणालाही अविश्वसनीय वाटेल किंवा मी पावित्र्यभंग केलाय असाही कोणाचा समज होईल. बहुतेक खेळाडूंना त्यांनी खेळलेल्या प्रत्येक डावातील सर्व चाली आठवत असतात; पण त्यांना जर बाजारातून पाच जिन्नस आणायला सांगितले तर त्या वस्तू त्यांच्या लक्षात राहत नाहीत. काळ बदलत चाललाय. आता इंटरनेटपूर्व किंवा मोबाइलपूर्व जग हे हिमयुगाइतकं प्राचीन भासू लागलंय. त्या काळी कोणत्याही गोष्टीची आठवण करून घ्यायची जबाबदारी लोक आपल्या पत्नीवर सोपवत असत. (अर्थात लग्नाचा वाढदिवस वगळून!) आज गेमिंग कंट्रोलरच्या चाकावर आपली बोटं असतात. मोबाइल ॲप, लोकेशन डेटा, जायरास्कोप (भ्रमणदर्शक यंत्र) अशी पूर्णपणे तंत्रज्ञानावर आधारलेली साधनं आपण सतत वापरत असतो. आता मला माझ्या विमान प्रवासाच्या वेळेची आठवण गुगल करून देतं. एखाद्या अनोळखी रेस्टॉरंटला जाण्याचा मार्गही गुगलच मला दाखवतं. मात्र, काही वेळा असंही घडतं की, मी सकाळी नाष्टा करत असताना मोबाइलवर गजर वाजू लागतो. खरंतर वाढदिवसाची आठवण करून देण्यासाठी मीच तो लावलेला असतो; पण तो नेमका कोणाच्या वाढदिवसासाठी लावला होता हेच विसरून गेल्यामुळे मी इतका अस्वस्थ होतो की, तोंडातला घास घशातच अडकतो.

सामान्यपणे असं म्हटलं जातं की, बुद्धिबळपटू हे नेहमी कोणताही खेळलेला डाव जसाच्या तसा आठवू शकतात. त्यांची ही संमूर्त स्मरणशक्ती नेहमीच इतरांच्या मत्सराचा विषय ठरली आहे; पण सुमारे अर्ध्या दशकापूर्वी डच मानसशास्त्रज्ञ आड्रियन डे ग्रूट याने हा समज पूर्णपणे चुकीचा असल्याचं सप्रयोग सिद्ध केलं. यासाठी त्याने ग्रँडमास्टर, तज्ज्ञ खेळाडू, 'अ' दर्जाचे खेळाडू आणि तज्ज्ञ पातळीच्या खाली असलेले पण चांगल्या प्रकारे खेळू शकणारे अशा चार गटांतील वेगवेगळी क्षमता असलेल्या बुद्धिबळपटूंची चाचणी घेतली. त्याने त्यांच्यापैकी प्रत्येकाला बुद्धिबळाच्या पटावर एका अनोळखी डावाच्या विशिष्ट स्थितीमधील २२ मोहरे मांडून दाखवले. त्यानंतर प्रत्येकाला एका वेगळ्या पटावर तशीच व्यूहरचना करून दाखवायला सांगितले. ग्रँडमास्टर्स व मास्टर्सनी ती अगदी सहज बिनचूकपणे मांडून दाखवली. त्यांच्यामधील एकूण ९३ टक्के खेळाडू चाचणीत यशस्वी ठरले. तज्ज्ञ व 'अ' दर्जाच्या खेळाडूंना आपल्या स्मरणशक्तीला अधिक ताण घ्यावा लागला आणि त्यांच्यातील अनुक्रमे ७२ टक्के व ५१ टक्के चाचणीत उत्तीर्ण झाले; परंतु आड्रियन डे ग्रूटने जेव्हा दुसऱ्या चाचणीमध्ये बुद्धिबळातील

नियम व तर्क बाजूला सारून सोंगट्यांची कशीही रचना करून त्यांना दाखवली, तेव्हा ग्रँडमास्टर्सही केवळ त्यातील तीन-चार मोहरेच आधी दर्शवलेल्या जागी ठेवू शकले. त्यातून हेच सिद्ध झालं की, ग्रँडमास्टर्स हे कधीही एकेकट्या मोहऱ्याकडे पाहत नाहीत किंवा त्यांची वैयक्तिक जागा लक्षात ठेवत नाहीत. त्यांना नेहमी पटावरील सोंगट्या या समूहामध्ये, रचनांमध्ये किंवा आकृतिबंधामध्ये लक्षात ठेवण्याची सवय झालेली असते.

याचाच अर्थ बुद्धिबळपटूंची स्मरणशक्ती ही गूढ छायाचित्रात्मक पद्धतीची (फोटोग्राफिक) असत नाही तर ती संदर्भात्मक असते. आम्ही त्या छायाचित्राचं कथेत रूपांतर करतो. एखाद्या कसलेल्या बुद्धिबळपटूच्या डोक्यात साधारण अशा प्रकारचं स्वगत सुरू असतं : 'अच्छा... ही तीन प्यादी अजून हलवली गेलेली नाहीत, म्हणजे पांढरा बाकीची प्यादी हलवतोय... पांढऱ्याचा उंट इथे आहे, गेल्या वर्षी मी खेळलेल्या डावात उंट याच घरात होता. अरेच्चा! ही तर निमझो इंडियन पद्धतीची सुरुवात आहे.' (प्याद्याच्या ऐवजी मुख्य सोंगट्या हलवून पटाच्या मधल्या भागावर नियंत्रण ठेवायचं.) त्यामुळे प्याद्यांची रचना कशी असणार याची मला कल्पना आहे. आता मला फक्त एवढीच गोष्ट लक्षात ठेवायची आहे की, दोन्ही बाजूचं एकेक प्यादं एका वेगळ्याच जागेवर हललेलं आहे. बाकीचे सारे मोहरे योग्य जागी आहेत. पहिल्या चाचणीत सर्व ग्रँडमास्टर्स आणि मास्टर्स पटावरील सर्व मोहऱ्यांची जशीच्या तशी रचना करू शकले, कारण ते चित्र त्यांच्यासाठी अगदी तर्कसंगत होतं.

असंच एक समान उदाहरण एखाद्या चित्रकाराच्या बाबतीतही देता येईल. चित्रकाराला एक निसर्गचित्र दाखवायचं. त्यात नजरेत भरतील अशा काही ठळक गोष्टी असायला हव्यात. उदाहरणार्थ, एखादी लाल रंगाची आगबोट आणि त्यावर पांढऱ्या रंगात बोटीचं नाव लिहिलेलं आहे. नदीच्या काठावर असलेलं जुनं चर्च आणि पार्श्वभूमीवर डोंगर व झाडे. ग्रँडमास्टर्सप्रमाणेच चित्रकारही त्या चित्रातील ठळक गोष्टी लक्षात ठेवतील; पण हेच चित्र जर त्यांना वेगळ्या स्वरूपात दाखवलं की, ज्यात तपशिलांची सरमिसळ केलेली असेल म्हणजे बोट फुटलेली आहे. चर्च गायब झालं आहे आणि त्याऐवजी पार्श्वभागी २० निरनिराळ्या गोष्टी रंगवलेल्या असतील; तर मूळ चित्र हुबेहूब चितारताना त्यांचाही गोंधळ उडेल. ग्रँडमास्टरप्रमाणेच चित्रकारही चित्रातील महत्त्वाचे घटक मनात साठवून ठेवतील आणि चित्राचा उर्वरित भाग आपल्या मनाप्रमाणे रंगवतील.

मला स्वतःला एखादी गोष्ट संक्षिप्त स्वरूपात लक्षात ठेवायला आवडते, म्हणजे मी पटावरील मोहऱ्यांची स्थिती एका तर्कसंगत पद्धतीने मनात साठवतो. हे करत असताना माझं लक्ष फक्त महत्त्वाच्या घटकांकडे केंद्रित झालेलं असतं.

मला इथे आपण अनेकदा अनुभवलेल्या एका विशिष्ट परिस्थितीशी याची तुलना कराविशी वाटते. समजा, तुम्ही एखाद्या ठिकाणी जायला निघाला आहात आणि अचानक तुमची वाट हरवते. आपल्याला उत्तर-पश्चिम दिशेला जायचंय, एवढंच तुम्हाला ठाऊक असतं. अशा परिस्थितीत जरी तुम्हाला मुक्कामाच्या ठिकाणाचा पत्ता ठाऊक नसला किंवा जाण्याची दिशा माहीत नसली तरी तुम्ही योग्य ठिकाणी पोहोचू शकता. एखाद्या कथेचा गाभा लक्षात ठेवल्यावर ती कथा जशी आपल्या मनात कायमची ठसते, तसाच हा प्रकार आहे. उदाहरणार्थ, आयझॅक न्यूटन व त्यानं लावलेल्या गुरुत्वाकर्षणाच्या शोधाची गोष्ट कोण विसरू शकेल? तो बागेत बसला असताना त्याच्या डोक्यावर सफरचंद पडतं आणि अचानक त्याच्या अंतर्मनात लखख प्रकाश पडतो आणि त्यातून त्याला गुरुत्वाकर्षणाच्या शक्तीचा बोध होतो. विज्ञानाच्या अभ्यासातील ही एक सुंदर आख्यायिका आहे व ती एका महत्त्वाच्या शोधाची कथा असल्यामुळे चिरस्मरणीय ठरली आहे.

तरुण वयात मी खेळलेला डाव मला पहिल्या चालीपासून शेवटच्या चालीपर्यंत आठवत असे; पण आता सोंगट्यांच्या विविध रचना व प्रत्येक चालीचं होणारं विस्तृत विश्लेषण लक्षात घेता, आठवड्यापूर्वी खेळलेला डावही माझ्या लक्षात राहत नाही, कारण अलीकडे मी डावाची सुरुवात किंवा त्यात केलेल्या महत्त्वाच्या चुका आठवणीत ठेवत नसल्यामुळे मला माझी टाचणं वाचल्याशिवाय सर्व ४० चाली पुन्हा खेळून दाखवता येणार नाहीत. तरुणपणी मला अनेकांचे दूरध्वनी क्रमांक पाठ होते; पण आता मात्र माझ्या मोबाइलमधील संपर्क यादीमध्ये ते शोधावे लागतात. याचा अर्थ माझ्या स्मरणशक्तीचा त्या विशिष्ट भागाचा उपयोग न झाल्यामुळे तो आता गंजून गेलाय.

ग्रॅडमास्टर्स एकाच वेळी अनेक हौशी खेळांडूविरुद्ध प्रदर्शनीय सामने खेळतात. मी अशा प्रकारचे सामने खेळत असताना जेव्हा एखादा खेळाडू माझ्या नकळत पटावरील एखादी सोंगटी उचलून बाजूला ठेवतो, तेव्हा मी त्याची चोरी झटकन पकडतो आणि नुकतंच मिसरूड फुटलेल्या त्या मुलाचा चेहरा गोरामोरा होऊन जातो. ग्रॅडमास्टर्सच्या स्मरणात एकेका मोहऱ्याची जागा नसते तर तो सोंगट्यांचा आकृतिबंध (पॅटर्न) लक्षात ठेवतो, याचंच हे उदाहरण आहे. मी फक्त महत्त्वाच्या गोष्टी मनात टिपून ठेवतो म्हणजे कोणाविरुद्ध माझ्याकडे एक सोंगटी कमी आहे किंवा नाही एवढंच माझ्या लक्षात असतं. जर एखाद्या पटावर मी फारच अडचणीच्या स्थितीत असेन तर ती गोष्ट माझ्या अगदी प्रकर्षाने लक्षात राहते. त्याच वेळी जरी मी इतर अनेकजणांबरोबर खेळत असलो तरी माझा मेंदू सतत त्या आधीच्या पटावरील अडचणीवर कशी मात करता येईल याचाच विचार करत असतो. पटावरील एखादी सोंगटी गायब झालेली आहे हे माझ्या चटकन लक्षात येतं

याचा अर्थ असा नव्हे की, एकाच वेळी २० खेळाडूंविरुद्ध खेळत असलेला प्रत्येक डाव मी ध्यानात ठेवलेला असतो किंवा प्रत्येक पटावरील सोंगट्यांची स्थिती माझ्या लक्षात असते; पण एखाद्या पटावरच्या मोहऱ्यांची रचना सुसंगत नाही हे मात्र मला चटकन जाणवतं. कारण सोंगट्यांचा ताळमेळ बिघडवल्याशिवाय तुम्हाला एखादा मोहरा त्याच्या जागेवरून हलवताच येणार नाही. अर्थात पटावरील सोंगट्या तर्कसंगत न ठेवता विस्कळीत स्वरूपात ठेवल्या आणि एखाद्या प्याद्याची जागा एका चौकोनाने बदलली गेली तर ती गोष्ट माझ्या नजरेतून निसटू शकेल; परंतु कुणीतरी ते प्यादं जर पटावरून उचलून बाहेर ठेवलं तर त्याची लबाडी मी लगेच ओळखतो. अशा घटना काही वेळा घडल्या आहेत आणि मी त्या प्रतिस्पर्ध्याला 'ए, माझा घोडा होता, त्या जागी गुपचूप ठेव,' असं दरडावल्यावर त्याचं सारं अवसान गळून गेलेलंही मी पाहिलं आहे. कधीकधी असंही होतं की, सोंगटी हलवली गेलीय हे माझ्या ध्यानात येतं; पण त्यामुळे डावावर काहीच परिणाम होत नसेल तर मी त्याची पर्वा करत नाही आणि काही वेळा तर माझ्या प्रतिस्पर्ध्याने केलेली फसवणूक ही त्याच्याच अंगाशी येणार आहे याचा अंदाज आल्यावर मी जाणूनबुजून त्याची दखलही घेत नाही.

पटावर चाल खेळण्यामागे ती केवळ लक्षात ठेवणं, एवढाच उद्देश नसतो. ती चाल खेळण्यामागचं कारण ध्यानात ठेवणं जास्त महत्त्वाचं असतं. जर पटावरील एका विशिष्ट स्थितीत एखादी चाल यशस्वी ठरते, याची मला खात्री असेल तर मी ती आत्मविश्वासाने खेळतो; पण जर मला ती चाल कोणत्या वेळी खेळणं योग्य आहे याची नीट कल्पना आणि खात्री नसेल तर मी ती खेळताना मनातून साशंक असतो. काही वेळा अशी परिस्थिती निर्माण होते की, एकाच वेळी तीन वेगवेगळ्या पद्धतीने खेळण्याच्या चाली सुचतात; पण त्यातील नेमकी कुठली चाल खेळावी याबद्दल संभ्रम निर्माण होतो. मग मी त्यातील कुठल्या दोन वगळायच्या हे आधी मनाशी पक्कं ठरवतो आणि मग उरलेली तिसरी चाल खेळतो.

तुम्हाला एखादी वेगळी कल्पना सुचली की, तुम्ही मनामध्ये सतत तिची उजळणी करत राहायला हवी, कारण ती कल्पना मनामध्ये पुनःपुन्हा घोळवताना त्यात अनेक सुधारणा केल्या जातात आणि ती कल्पना आपल्या मनात खोल जाऊन रुजते. मग त्याचा प्रत्यक्ष परिणाम तपासून पाहण्यासाठी मी तेवढ्याच एकमेव उद्देशाने त्यानुसार काही डाव खेळून बघतो. असा सराव करताना त्या कल्पनेतील कोणत्या वैविध्याकडे आपण विशेष लक्ष द्यायला हवं, याचा मला अंदाज येतो; त्यामुळे केवळ मनानेच तिच्या शक्यता चाचपडत शोधण्यापेक्षा प्रत्यक्ष खेळून पाहिल्याने तिच्या नेमक्या परिणामकतेवर लक्ष केंद्रित करणं सोपं जातं. याचा फायदा मला विश्वविजेतेपदाच्या स्पर्धेच्या वेळी झाला. स्पर्धेच्या

विविध टप्प्यांवर मला माझ्या स्मरणशक्तीची उजळणी करून ती अधिक मजबूत करणं निकडीचं होतं. त्यासाठी स्पर्धेच्या दोन-तीन महिने आधी आयोजित केलेल्या सराव शिबिरात आम्ही एका 'त्रयस्थ' खेळाडूला माझ्याविरुद्ध खेळण्यासाठी खास आमंत्रित करायचो. तो मला प्रशिक्षण देणाऱ्या संघाचा सदस्य नसायचा; त्यामुळे त्याच्याबरोबर सराव करताना त्याच्या नव्या कल्पनांना मी कसा प्रतिसाद देतो, याचीही मला चाचणी करता यायची. २००७, २००८ व २०१०च्या मेक्सिको, बॉन आणि सोफिया येथे झालेल्या विश्वविजेतेपदाच्या स्पर्धेआधी आम्ही त्या वेळचा तरुण व उमदा खेळाडू मॅग्नस कार्लसनला माझ्याविरुद्ध सराव सामने खेळण्यासाठी बोलावून घेतलं होतं.

विश्वविजेतेपदाच्या स्पर्धेमधील प्रत्येक सामन्याच्या दिवशी सकाळी नाष्टा झाल्यानंतर मी आणि माझे चार प्रशिक्षक मिळून काही तास आज डाव खेळताना कोणती दिशा व कुठले पर्याय निवडायचे याबद्दल अंतिम निर्णय घ्यायचो. मग मी काढलेली टाचणं पुन्हा एकदा नजरेखालून घालण्याची सूचना मला देत ते चौघेजण आपापल्या खोल्यांमध्ये निघून जायचे. त्यानंतर मी अंघोळ करून छोटीशी डुलकी घ्यायचो. सामनास्थळी जाण्याच्या पाऊण तास आधी मी आमच्या नेहमीच्या सरावाच्या खोलीत जाऊन पटासमोर बसायचो. माझे चारही प्रशिक्षक माझ्यासमोर अर्धवर्तुळ करून उभे राहायचे आणि पटावर वेगवेगळ्या स्थितीत सोंगट्या ठेवून त्याची उकल करण्याचं मला आव्हान द्यायचे. तीन-चार प्रयत्न करूनही जर मला त्या समस्येची उकल करता आली नाही तर हा कसा विश्वविजेता बनणार असे तुच्छतेचे भाव त्यांच्या चेहऱ्यांवर उमटायचे व ते पाहून मी अत्यंत खजील होऊन जायचो. जणू माझ्या अहंकाराच्या पार ठिकऱ्या उडालेल्या असायच्या; पण त्याचा एक फायदाही व्हायचा. प्रत्यक्ष सामना खेळताना तशीच स्थिती उद्भवली तर त्या वेळी मी आत्मविश्वासाने खेळू शकायचो, कारण काही वेळापूर्वी मी ज्या नामुश्कीच्या अनुभवातून गेलेलो असायचो, त्याचा जळजळीत ठसा माझ्या मनावर उमटलेला असायचा. सामना सुरू होण्याआधी तुमच्या अहंपणाला थोडी ठेच लागणं चांगलं असतं. मग तुम्ही प्रत्यक्षात अधिक अचूक आणि काटेकोरपणे खेळता असा माझा अनुभव आहे.

एखादी गोष्ट पक्की लक्षात ठेवण्याचा एक साधा नियम आहे. समजा, बुद्धिबळाच्या पटावरील मोहऱ्यांची एक विशिष्ट स्थिती जर तुम्हाला ध्यानात ठेवायची असेल तर तिच्याकडे दिवसातून फक्त एकदाच निरखून पाहा आणि मग पूर्ण दिवस त्याकडे पुन्हा कधीही पाहू नका. दुसऱ्या दिवशी परत ती नीट बघा आणि त्यानंतर तीन दिवस तिच्याकडे दुर्लक्ष करा. जेव्हा आठव्या वेळी तुम्ही अशी कृती कराल, तेव्हा तुमच्या मेंदूने ती आकृती तुमच्या स्मरणात कोरून ठेवलेली असेल आणि त्यानंतर दर वेळी जेव्हा तुम्ही ती पाहाल, तेव्हा तुमची

स्मरणशक्ती अधिक बळकट होत जाईल. अलीकडच्या काळात मी पटावरील सोंगट्यांच्या मला महत्त्वाच्या वाटणाऱ्या रचनांचे फोटो काढून ते माझ्या मोबाइलमध्ये साठवून ठेवतो. मग विमान प्रवासामध्ये ते सर्व फोटो शांतपणे एकदा नजरेखालून घालतो. याचं कारण म्हणजे मला जे जे लक्षात ठेवावंस वाटतं, ते सर्व मी पुनःपुन्हा माझ्या मेंदूच्या निदर्शनास आणून देतो. मेंदूचा हा व्यायाम यशस्वी होण्यासाठी तुम्ही दोन क्रियांमध्ये जास्त अंतर ठेवायला हवं. जर तुम्ही थोड्या थोड्या वेळाने त्याकडे पाहत राहिलात तर मेंदू आपलं कार्य थांबवतो. त्याऐवजी तुम्ही एक-दोन आठवड्यांच्या कालावधीनंतर त्याकडे अनियमितपणे लक्ष देत राहता, तेव्हा दुसऱ्या आठवडाअखेरीस पटावरील सोंगट्यांची प्रतिमा आपोआप तुमच्या मनात ठसत जाते; पण तो ठसा कायम टिकून राहणारा नसतो. त्यासाठी आपल्याला सुचलेल्या नव्या कल्पनेची किंवा पटावरील मोहऱ्यांच्या त्या विशिष्ट स्थितीची प्रथम एक महिन्याने आणि त्यानंतर तीन-तीन महिन्यांच्या अंतराने पुनःपुन्हा उजळणी करावी लागते. एवढ्या सरावानंतर मात्र वर्षाखेरीस ते चित्र तुमच्या मनात कायमचा तळ ठोकतं. ठरावीक कालावधीनंतर एखाद्या गोष्टीची नियमितपणे उजळणी करणे ही उत्तम स्मरणशक्तीची गुरुकिल्ली आहे. मधला कालावधी थोडा लांबला तरी हरकत नाही; पण त्या विश्रांतीनंतर तुमच्या आठवणींना पुन्हा एकवार ताजंतवानं करणं आवश्यक असतं.

एखादी गोष्ट जरी आपल्या स्मरणात पक्की बसलेली असली तरीही तिला नियमितपणे उजाळा देत राहायला हवं. तुम्हाला जेव्हा तुमचा लहानपणीचा एखादा फोटो अचानक सापडतो, तेव्हा त्या फोटोकडे पाहताना तुम्ही आपोआप जुन्या काळामध्ये शिरता आणि मग त्या फोटोशी निगडित असलेल्या साऱ्या आठवणी पुन्हा एकदा तुमच्या मनात ताज्या होऊन जातात. तो फोटो कोणत्या प्रसंगी, कुठल्या परिसरात काढला होता, हे तुम्हाला आठवू लागतं. इतकंच काय फोटो काढताना तुमच्या मनात नेमक्या कोणत्या भावना होत्या याचंही तुम्हाला स्मरण होतं. बुद्धिबळामध्ये मोहऱ्यांची स्थिती, पुढील दिशा, त्यातील वेगवेगळे प्रकार आणि कल्पना यांचाच खोलवर अभ्यास व सराव करावा लागतो. त्यासाठी काढलेली टाचणं पुनःपुन्हा वाचणं गरजेचं असतं. बुद्धिबळातील एखाद्या (सोंगट्यांच्या) रचनेशी जेव्हा तुम्ही भावनिकदृष्ट्या जोडले जाता, तेव्हा ती कधीही विसरली जात नाही आणि जेव्हा एखाद्या डावामध्ये माझा चुटपुटता पराभव होतो, तेव्हा माझी चुकलेली चाल तर माझ्या कायम लक्षात राहते. एकदा एका डावामध्ये अखेरच्या टप्प्यात माझ्या हत्तींना अक्षरशः चिरडून प्रतिस्पर्ध्याने माझा पार धुव्वा उडवला होता. पुढच्या खेपेस जेव्हा पुन्हा एकदा डावाचा शेवट हत्तींच्या प्रभावाखाली आला, तेव्हा मागच्या पराजयाच्या आठवणीने माझ्या डोक्यावरचे केस ताठ उभे

राहिले आणि पाठीवरून घामाचे ओघळ वाहू लागले. लहानपणी हरलेले डावही मी अजून विसरलेलो नाही. एकदा क्लबमधील सामन्यात मी उतावळेपणाने एक चुकीची चाल खेळलो आणि माझा प्रतिस्पर्धी माझ्याकडे पाहून छद्मीपणे हसला. त्यानंतर आजतागायत जेव्हा झटकन एखादी चाल खेळायला माझा हात सरसावतो, तेव्हा मनावर पूर्ण संयम ठेवून मी माझा हात मागे खेचतो.

२०१२ मध्ये लंडन क्लासिक बुद्धिबळ स्पर्धेत युदित पोलगारविरुद्ध खेळताना तिने राजासमोरील प्यादं पुढे सरकवल्यावर मी नायडोर्फ सिसिलियनच्या लोकप्रिय पद्धतीनुसार चाल खेळलो. ती चाल आक्रमक आणि माझी स्थिती मजबूत करणारी होती. नवव्या चालीच्या वेळी तिने तिचा वजीर तिरक्या कणरिषेत दोन घरं पुढे करून F3 चौकोनावर ठेवला. मी आयुष्यभर नायडोर्फ पद्धतीनेच बुद्धिबळ खेळत आलो होतो; परंतु २००८ नंतर मला त्याची फारशी गरज न पडल्यामुळे मी नायडोर्फ पद्धतीची उजळणी करणं थांबवलं होतं. त्या क्षणी मी माझ्या वजिराच्या दोन प्रकारच्या चाली करू शकतो, हे माझ्या लक्षात आलं; पण त्यातील कोणती योग्य आहे हे मला समजेना. मी धोका पत्करून माझा वजीर तिरक्या रेषेत एक घर पुढे ढकलत C7 चौकोनावर ठेवला आणि अचानक माझ्या काळजाचा ठोका चुकला. मी चूक केली असं मला आतून जाणवलं. त्याच वेळी दुसरा एक स्पर्धक माझ्या बाजूने जात असताना अचानक थांबला व आमच्या पटाचे नीट निरीक्षण करत निघून गेला. माझ्या डोक्यात धोक्याची घंटा वाजू लागली. मी चूक केली आहे याची मला खात्रीच पटली आणि माझ्या मागून निघून गेलेला तो खेळाडू नक्कीच मला हसत असणार असंही मला वाटलं. खरं म्हणजे आपल्याला आपल्या घराच्या बाहेरचा रस्ता जितका डोळे मिटून ठाऊक असतो, तितक्याच सहजपणे मी ती नायडोर्फ चाल अगदी डाव्या हाताने खेळायला हवी होती. हळूहळू मी शांत होत गेलो आणि माझ्या लक्षात आलं की, त्या चालीमुळे मला कुठलाही धोका निर्माण झालेला नाही. आपल्या स्मरणशक्तीमधून कुठलीही गोष्ट पूर्णपणे बाद होत नसते; पण फक्त आज जेवढ्या गोष्टी उपयुक्त आहेत तेवढ्याचीच मेंदू उजळणी करतो व बाकीच्या गोष्टी मागे सारतो. म्हणून इतर गोष्टींनाही तुम्ही उजाळा देत राहिलात तर त्या वेळेवर आठवण्यासाठी तुम्हाला फार प्रयत्न करावे लागणार नाहीत. नाहीतर मात्र मला नायडोर्फने जसा आयत्या वेळी दगा दिला तशी गत होण्याची शक्यता असते.

अलीकडे बुद्धिबळ खेळामध्ये चलाखी करून नव्या क्लृप्त्या वापरल्या जाताहेत व त्यांना सामोरं जाणं अवघड होत चाललंय. याचं कारण म्हणजे आता खेळलेला प्रत्येक डाव हा संगणकाच्या डेटाबेसमध्ये साठवला जातो; त्यामुळे त्यातील मोठ्या खेळाडूंच्या काही गाजलेल्या चालींमध्ये थोडीशी सुधारणा करून प्रतिस्पर्धी

तुम्हाला पेचात पकडू पाहतो. असं म्हणतात की, इतिहासाची आपोआप पुनरावृत्ती होत नाही; पण इतिहासातील जुन्या कहाण्या पुनःपुन्हा ऐकू येतात. या सर्वांवर मात करण्यासाठी तुम्ही आपण केलेल्या टाचणांची उजळणी करणं आवश्यक आहे; तसंच संगणकातील आधुनिक तंत्रांचाही तुम्ही अधिकाधिक उपयोग करून घ्यायला हवा. ही तंत्रं प्रत्येक स्थितीचं बारकाईने विश्लेषण करून त्यातून बाहेर पडण्याचे नवे मार्ग दाखवतात. माझा अनुभव असा आहे की, एखाद्या समस्येवर जेव्हा मी सकाळपासून विचार करायला लागतो, तेव्हा संध्याकाळपर्यंत मला २० नवे मार्ग सुचलेले असतात. हे २० मार्ग त्यानंतर आठवडाभर तरी माझ्या पक्के लक्षात असतात. त्यातलाच एक मार्ग जर मी दोन महिन्यांपूर्वी एका वेगळ्या प्रश्नाच्या निमित्ताने आधीच शोधलेला असेल तर तो या नव्या मार्गांना आपोआप जोडला जातो. परिणामी, तुम्ही जुना धडा आता नव्याने शिकता. जेव्हा पटावरच्या एका स्थितीमध्ये चाल खेळण्यासाठी तुमच्याकडे दोन-तीन पर्याय उपलब्ध असतात, तेव्हा जिंकण्याच्या शक्यता नऊ पटींनी वाढलेल्या असतात.

तथापि, जेव्हा पटावरील मोहऱ्यांच्या अनेक वेगवेगळ्या स्थिती व दिशा तुम्ही तुमच्या स्मरणशक्तीमध्ये अक्षरशः कोंबता आणि त्यातील नेमकी कोणती सर्वांत जास्त महत्त्वाची आहे, हे तुम्हाला ठाऊक नसतं, तेव्हा ती गोष्ट तुमच्या अंगलट येण्याची दाट शक्यता असते, याचं कारण म्हणजे तुम्हीच बेसावध राहिलेले असता. जी गोष्ट तुम्ही नीट तपासून पाहिलेली नसते, तिलाच नेमकं तुम्हाला सामना खेळताना सामोरं जावं लागतं. जर केलेल्या तयारीचं मी पुनःपुन्हा मनन आणि चिंतन केलं नाही तर मला आयत्या वेळी काहीच आठवू शकणार नाही. म्हणूनच विश्वविजेतेपद स्पर्धेच्या दरम्यान माझे प्रशिक्षक सतत 'उजळणी कर, उजळणी कर' असा माझ्यामागे धोशा लावत आणि माझी आवडती 'पेंट इट ब्लॅक' आणि 'व्हिवा ला क्विडा' ही गाणी ऐकण्याचं आधी बंद कर, असं मला बजावून सांगत असत.

बुद्धिबळ सोडून इतर गोष्टींच्या स्मरणशक्तीबद्दल मात्र मी मुळीच बढाई मारू शकणार नाही. मला माणसांचे चेहरे लक्षात ठेवता येत नाहीत. आमच्या शाळेतील विद्यार्थ्यांचा जेव्हा पुनर्मिलनाचा समारंभ असतो, तेव्हा स्वतःची फजिती होऊ नये म्हणून मी जुन्या मित्रांचे फेसबुकवरचे अलीकडचे फोटो नीट पाहून घेतो. इतकंच काय स्पर्धा सुरू होण्याची वेळही मी काही वेळा विसरतो. पॅरिसमधील १९९५च्या इन्टेल जलद बुद्धिबळ ग्रँड प्रिक्स स्पर्धेत माझी कास्परोव्हशी त्या वर्षीच्या जागतिक बुद्धिबळ स्पर्धेनंतर प्रथमच गाठ पडत होती. त्या वेळीही मी स्पर्धेच्या वेळेची गफलत केली होती. फ्रेंच भाषेत ट्रॉइस म्हणजे दुपारी ३ वाजता आणि ट्रेज म्हणजे तेरा (१३.०० तास) असा अर्थ होतो. मी दुपारी १ ऐवजी ३ वाजता पोहोचलो, तेव्हा दुसऱ्या डावाला सुरुवात झाली होती. खरं म्हणजे मी त्या

शब्दांचा इंग्रजीमध्ये अर्थ समजून घ्यायला हवा होता.

स्पर्धेतील जोड्यांच्या बाबतीतही माझा अनेकदा गोंधळ उडतो. बुद्धिबळ स्पर्धांमध्ये प्रत्येक स्पर्धकाला एक विशिष्ट क्रमांक देण्यात येतो आणि तो इतर खेळाडूंविरुद्ध कोणत्या क्रमाने व कोणत्या डावात काळ्या किंवा पांढऱ्या मोहऱ्यांनी खेळणार हे आधीच ठरवलं जातं. मला जर हे पेअरिंग (जोड्यांचे) क्रमांक ठाऊक असतील तर संपूर्ण स्पर्धेचं जोड्यांनुसार वेळापत्रक मला तोंडपाठ असतं; पण मी आधी पंचाकडे जातो आणि ज्या स्पर्धेत मी सहभागी झालो आहे त्याच्या वेळेची मर्यादा विचारून घेतो. म्हणजे मी ती विसरलेली नसतो; पण अलीकडे वेगवेगळ्या प्रकारच्या स्पर्धा एकाच गटात एकत्रितपणे घेतल्या जातात आणि बुद्धिबळ स्पर्धेच्या तिन्ही प्रकारांमध्ये वेळेची मर्यादा वेगवेगळी असल्यामुळे प्रत्येकातील वेळेचं बंधन लक्षात ठेवणं कठीण जातं.

बुद्धिबळामध्ये डावाचा प्रारंभ करण्याच्या अनेक पद्धती आहेत. त्या प्रत्येक पद्धतीला एक सांकेतिक क्रमांक दिलेला असतो. (उदा. इंग्लिश प्रारंभ पद्धतीला A10 असा क्रमांक दिला आहे.) मी जेव्हा विमानतळावर जातो, तेव्हा विमानात चढायच्या प्रवेशद्वाराचा अल्फान्यूमरिक (अक्षर व अंक मिळून बनवलेला क्रमांक) नंबर मी नेहमी बुद्धिबळाच्या कोड नंबरवरून लक्षात ठेवतो. अलीकडेच वाचलेल्या पुस्तकाची किंवा पाहिलेल्या चित्रपटाची कथा मी सांगू शकतो; पण त्यांचं नाव मात्र मी साफ विसरलेला असतो. बरेच दिवस राहत असलेलं हॉटेल सोडल्यानंतर मी तिथे काहीतरी विसरलोय हे विमानतळावर आल्यानंतर माझ्या लक्षात येतं. बहुतेक वेळा माझं माउस पॅड हॉटेलच्या खोलीत राहिलेलं असतं; पण ते विसरण्यामागे वेगळंच कारण असतं. म्हणजे मी घरून येताना माउस पॅड घेऊन आलोय हे मला पक्कं ठाऊक असतं; परंतु अनेक दिवस टेबलावर पडलेलं ते माउस पॅड हे जणू त्या फर्निचरचाच एक अभिन्न भाग होऊन जातं आणि म्हणून त्याचं वेगळं अस्तित्वच माझ्या ध्यानात येत नाही.

मला सतत यश मिळावं या हेतूने माझ्या आईनं माझ्या हातात घातलेल्या सुमारे अर्ध डझन मौल्यवान खड्यांच्या अंगठ्या माझ्या हातून गहाळ झाल्या आहेत. त्याबद्दल मला कायमच अपराधी वाटत आलंय. आमच्या सराफाला मात्र माझ्या विसरभोळेपणाचा चांगलाच फायदा झाला. मी अंगठी हरवली की, आई त्याच्याकडून मोठ्या आकाराचा व जास्त किमतीचा खडा विकत घ्यायची. अखेर माझ्या हलगर्जीपणाला कंटाळून तिने ते मौल्यवान खडे विकत घेणंच बंद केलं.

सापळे किंवा लक्षवेधी गोष्टींना बुद्धिबळ खेळातही महत्त्व आहे आणि अनेकदा त्या

फायदेशीर ठरतात.

चेतापेशीशास्त्रज्ञ (न्यूरोसायंटिस्ट) मायकेल गझ्झानिगा व रॉजर डब्ल्यू स्पेरीज या दोघांनी मेंदूच्या विभाजनावर केलेलं संशोधन खरोखरच महान आहे. डावा आणि उजवा मेंदू यांच्यामधील कामाची विभागणी कोणती व कुठल्या मर्यादेपर्यंत असते हे शोधून काढण्यासाठी मेंदूच्या दोन बाजूंच्या अर्धगोलांचे संशोधन करणारे तेच जगातील पहिले शास्त्रज्ञ ठरले. दोन अर्धगोलांच्या कार्यांमध्ये नेमका काय फरक आहे याचा अभ्यास करण्यासाठी त्यांनी १९५०-६०च्या दशकात प्रथम मांजरे, माकडे आणि मग माणसांवर प्रयोग केले आणि त्यातून असा निष्कर्ष काढला की, आपली भाषा व भाषण यावर डाव्या मेंदूचा, तर दृक-कृतिकौशल्यावर उजव्या मेंदूचा प्रभाव असतो. अर्थात हा सिद्धान्त पूर्णपणे प्रतिपादित करणं अशक्यच होतं. बुद्धिबळामध्ये डाव्या मेंदूचा वापर होतो, कारण तर्कशुद्ध विचार व गणिती हिशेबाने तो खेळ खेळला जातो, हा जो समज आहे तो मला संपूर्णपणे मान्य नाही, कारण बुद्धिबळात होणारा पराभव किंवा होणारी मानहानी विसरणं फारच अवघड असतं. मी सामना खेळत असताना माझ्या मनात हरायचा विचारही नसतो. माझा मेंदू त्या वेळी अधिक जोमाने काम करत असतो. अडचणींवर मात करण्याच्या नव्या क्लृप्त्या मला सुचत असतात. मी अधिक भक्कमपणे स्वतःचा बचाव करत असतो.

मेंदूमध्ये साठलेल्या गोष्टींचे नीट संघटन करून त्यातील प्रत्येक गोष्टीचा तो योग्य वेळी कसा उपयोग करतो किंवा मुळात इतक्या साऱ्या गोष्टी स्मरणात कशा राहू शकतात याविषयी न्यूरोसायन्समध्ये आजही संदिग्धता आहे; परंतु एक गोष्ट मात्र निर्विवादपणे सिद्ध झाली आहे की, मानवी मेंदू स्वतःमध्ये साठवलेल्या विविध व विभिन्न माहितीचे तुकडे अतिशय सहजपणे एकत्र जोडू शकतो. मी एकदा माझ्या पठडीच्या बाहेर जाऊन बुद्धिबळातील नव्या प्रारंभ पद्धतींचा अभ्यास करायला सुरुवात केली. (माझ्या नेहमीच्या सरावात या गोष्टी अंतर्भूत नव्हत्या.) मी क्रॅमनिक आणि गेलफंड यांच्या खेळण्याच्या पद्धतीचं बारकाईने निरीक्षण व अभ्यास करू लागलो. त्यामध्ये ग्रुनफेल्ड पद्धतीचा बचाव होता; शिवाय त्यात लेनिनग्राड पद्धतीने थोडी सुधारणाही केलेली दिसत होती. जरी मी त्यांचे डाव काळजीपूर्वक तपासून पाहत होतो, तरी नजीकच्या काळात मला त्या पद्धतीचा वापर करावा लागणार नाही, हेही मला ठाऊक होतं. मात्र, त्या अभ्यासाचा माझ्यावर एक अनपेक्षित परिणाम झाला. मला एक नवीन गोष्ट समजली की, जेव्हा माझ्यापाशी समोरच्या बाजूला खोलवर गेलेलं प्यादं असेल, तेव्हा डावावर वर्चस्व ठेवण्यासाठी मला ही पद्धत उपयोगी पडणार होती.

व्हॅसिली इव्हानचुकने एकदा मला कॅटलन पद्धतीसंबंधीची वेगळीच माहिती

दिली. त्याने मला पटावरील सोंगट्यांची एक स्थिती दाखवून, त्यात वापरता येणारी एक भन्नाट कल्पना सांगितली. पटावरील स्थितीमध्ये काळा हा पांढऱ्याच्या वजिरावर हल्ला चढवतो; पण पांढरा त्याकडे पूर्ण दुर्लक्ष करून आपला उंट हलवतो; त्यामुळे आता काळ्यापाशी फक्त दोन व तेही दुबळे पर्याय उरतात. तो त्यातल्या त्यात चांगला असलेला पर्याय निवडत आपला वजीर बाजूला हलवतो; परंतु त्यामुळे पांढरा त्याचा हत्ती व उंट मारतो. अर्थात तोपर्यंत पांढऱ्याने डावावर इतकी पकड जमवलेली असते की काळा पुरता हतबल होऊन जातो. इव्हानचुकबरोबर झालेल्या संभाषणानंतर साधारण महिन्याभराने १९८९च्या विक आन झी स्पर्धेत मी जोएल बेंजामिनविरुद्ध खेळत असताना आम्ही सिसिलियन बचावाच्या एका स्थितीत येऊन पोहोचलो. तोपर्यंत माझ्या मनात कॅटलन पद्धतीने खेळण्याचा विचारही आला नव्हता; परंतु नवल म्हणजे त्याच वेळी इव्हानचुकने सांगितलेली कल्पना मला उपयोगी पडली. पांढऱ्याकडे (माझ्याकडे) दोन घोडे c4 व b5 या चौकोनांवर होते. दोघेही काळ्याच्या वजिरावर आक्रमण करत होते आणि त्यामुळे काळ्याला वजीर गमवावा लागत होता. मी बेंजामिनला बेसावधपणे जाळ्यात ओढलं होतं आणि त्याचबरोबर डावही माझ्या बाजूने फिरवला होता.

आपण केवळ मौज म्हणून सतत वेगवेगळ्या विषयांवर वाचन करायला हवं, कारण त्याचा कधी व कशा प्रकारे उपयोग होईल हे सांगता येत नाही. ॲपलचा निर्माता स्टीव्ह जॉब्सच्या आयुष्यात घडलेली एक महत्त्वाची गोष्ट याची साक्ष देते. पोर्टलंडच्या रीड महाविद्यालयात स्टीव्हने एका पूर्वश्रमीच्या ट्रॅपिस्ट मंककडून (मौनी किंवा मितभाषी साधू) अक्षरलेखनाची कला शिकली होती. त्यामध्ये त्याने वेगवेगळा घाट आणि वळण असलेली किंवा अगदी साधी - सरळ अक्षरंही कशी लिहायची, अक्षरसंचामध्ये विविध प्रकारे अंतर कसं ठेवायचं अशा निरनिराळ्या खुबी आत्मसात केल्या होत्या आणि अखेर त्याच कलेने त्याला एक नवा इतिहास घडवण्यात मोलाची मदत केली.

जॉब्स हा मुळात संगणकशास्त्राचा विद्यार्थी होता आणि त्या शाखेचा अक्षरलेखन कलेशी दुरान्वयेही संबंध नव्हता; पण तरीही त्या दोन्ही कलांचा एकमेकींशी विचित्र परंतु आश्चर्यकारकरीत्या संबंध जुळून आला. दहा वर्षांनंतर जेव्हा त्याची कंपनी जगातील पहिल्या मॅकिंटॉश संगणकाची जुळवाजुळव करत होती, तेव्हा जॉब्सच्या शब्दांत सांगायचं तर 'खूप वर्षांपूर्वी शिकलेली ती कला अचानक माझ्या मनात प्रकट झाली.' मॅक हा उत्तम मुद्राक्षर असलेला जगातील पहिला संगणक ठरला. जॉब्स याचं श्रेय अक्षरलेखनवर्गांत गिरवलेल्या धड्यांना देतो. त्या वेळी त्याने जर तो अभ्यासक्रम करण्याचं टाळलं असतं तर मॅक संगणकामध्ये इतकी वैविध्य असलेली मुद्राक्षरं आणि प्रमाणबद्ध अंतर ठेवलेले फॉन्ट्स (मुद्रावर्ग)

पाहायला मिळाले नसते. ही विलक्षण कथा ऐकल्यावर मला वाटलं की, जॉब्सच्या आयुष्यातील हा नक्कीच एक शुभ योगायोग होता. मौज म्हणजे त्याच्या कंपनीने ज्या क्षेत्रात विशेष संशोधन करून एक नवी वस्तू निर्माण केली, त्या संगणकाचे कौतुक होण्याऐवजी त्यातील सौंदर्यपूर्ण रचनेचंच अधिक कौतुक होईल अशी स्टीव्ह जॉब्सनेही कधी कल्पनाही केली नसेल.

समोर कितीही अडथळे येवोत, त्यावर मात करण्याची ताकद जॉब्सपाशी होती. धाडसी व नावीन्यपूर्ण उपक्रम सुरू करण्याचा त्याला विलक्षण ध्यास होता. त्याने स्टॅनफोर्ड विद्यापीठातील विद्यार्थ्यांसमोर केलेलं भाषण गाजलं होतं. त्या वेळी तो म्हणाला होता की, आपण पूर्वी घडलेल्या गोष्टींवरून पुढे काय होईल हे कधीही सांगू शकत नाही; परंतु आपण मागे जाऊन जे घडलं होतं, ते का आणि कसं घडलं याचं विश्लेषण करू शकतो. तो घटनाक्रम लक्षात घेऊन आपण भविष्याचा वेध घेत विश्वासाने वाटचाल केली पाहिजे. जॉब्सची गोष्ट सतत माझ्या कानात घुमत असते. माझ्या हातून जेव्हा उत्तम खेळ होत नसतो किंवा मी निराश मनःस्थितीतून बाहेर पडायचा प्रयत्न करत असतो, तेव्हा जॉब्सचं चरित्र मला नवा मार्ग दाखवतं.

एखाद्या अभूतपूर्व व अनियोजित शोधाची सुरुवात नेहमी शिकण्याच्या प्रक्रियेतून होत असते. तुम्ही आज ज्या विषयाचा अभ्यास करत असाल त्याचा कदाचित तुमच्या रोजच्या कामाशी मुळीच संबंधही नसेल; पण त्यामुळे काहीच फरक पडत नाही. अनेकदा असं घडतं की, पुस्तकाच्या दुकानामध्ये तुम्ही सहज चाळायला घेतलेलं पुस्तक अखेर विकत घेऊनच तुम्ही दुकानाबाहेर पडता. महाविद्यालयात असताना शनिवार-रविवारचा वेळ घालवण्यासाठी तुम्ही एखादी नवी भाषा किंवा गिटार शिकवणाऱ्या वर्गात नाव नोंदवता आणि बऱ्याच वर्षांनी अशी एखादी घटना घडते की, त्या क्षणी या साऱ्या गोष्टी सुरेखपणे एकत्र गुंफून अचानक तुमच्यासमोर येतात आणि तुम्ही थक्क होऊन जाता.

डावाच्या या स्थितीमध्ये मी घोडा d2 (Nxd2) चौकोनात आणल्यावर काळ्याने जर माझा उंट मारला असता तर माझ्या दोन्ही घोड्यांनी काळ्याच्या वजिरावर हल्ला चढवून त्याला कोंडीत पकडलं असतं आणि काळ्याला वजीर गमावणं भाग पडलं असतं. या दिशेने डाव खेळायची मी तयारीही केली नव्हती; परंतु व्हॅसिली इव्हानचुकबरोबर कॅटलन पद्धतीसंबंधीचं झालेलं संभाषण मला अचानक आठवलं आणि डावातील सिसिलियन बचावातही मला तोच आकृतिबंध जाणवला आणि दोन्ही पद्धतींमध्ये जमीन-अस्मानाचा फरक असतानाही मी कॅटलन पद्धतीचा अवलंब केला.

अमर्याद अध्ययनामुळे अचानक भाग्योदय कसा होऊ शकतो, याचं हे उत्तम उदाहरण आहे. तुम्ही करत असलेलं एखादं काम भलेही तुमच्या उपजीविकेशी किंवा तुमच्या ध्येयाशी संबंधित नसलं तरी ते कधीही वाया जात नाही. कधीतरी तुम्ही एखादी कल्पना वाचली किंवा ऐकली असेल अथवा एखादं काम सहज

विरंगुळा म्हणून केलं असेल; पण एक दिवस खरोखरच त्याचं चीज होतं. म्हणून आपल्या छंदांमध्ये आणि अभ्यासाच्या विषयात जास्तीतजास्त वैविध्य व व्यापकता ठेवण्यातच खरं शहाणपण आहे.

मानवी भावना आणि वस्तुनिष्ठ विचारांची ताकद

डॉर्टमंडमधील हॉटेलच्या खोलीत मी रात्रभर तळमळत जागा होतो. नुकतंच उजाडलं होतं. दिवसाचा पहिला मंद प्रकाश खिडकीच्या पडद्यांना हळुवार घासत आत येऊ पाहत होता. त्या नीरव शांततेत माझा जलद चाललेला श्वासोच्छ्वास मला स्पष्ट ऐकू येत होता. जागरणामुळे पापण्यांचा भारही सहन होत नव्हता. मेंदूने आपलं काम हट्टाने बंद केलं होतं. माझं डोकं इतकं जड झालं होतं की, त्याचं वजन शंभर पौंड भरलं असतं. मनात एकच विचार भोवऱ्यासारखा गरगरत होता : मला बुद्धिबळाची घृणा वाटतेय.

१९ जुलै २००१ची ती पहाट होती. डॉर्टमंड स्पारकॅसन स्पर्धेतील ६व्या फेरीत अलेक्झांडर मोरोझोविचकडून हार पत्करून अवघा एक दिवस उलटला होता; पण मला हरवल्यानंतर त्याच्या चेहऱ्यावर उमटलेलं विजयी हास्य मात्र मला रात्रभर छळत होतं. मला तू माझ्या वाढदिवसानिमित्त खास भेट दिलीस, असं तो मला हस्तांदोलन करताना कुत्सितपणे म्हणाला. सात महिन्यांपूर्वी मी तेहरानला विश्वविजेतेपद मिळवलं होतं आणि आज इथे सगळ्यांच्या नजरेत मी बेजबाबदार व दुबळा ठरलो होतो. तीन अनिर्णित डाव आणि दोन पराभवानंतर मी शेवटच्या क्रमांकावर पोहोचणार हे जवळपास निश्चित झालं होतं. बुद्धिबळाची फार जुनी परंपरा असलेल्या जर्मनीतील या शहराने खास आमंत्रितांसाठी आयोजित केलेल्या स्पारकॅसन स्पर्धेचं यजमानपद भूषवलं होतं व त्यात सहभागी होण्यासाठी जगातील सर्वोत्कृष्ट १० सुपर ग्रँडमास्टर्सपैकी - क्रॅमनिक, टोपोलोव्ह, पीटर लेको, मोरोझोविच, मायकेल ॲडम्स व मी अशा सहा खेळाडूंना दुहेरी साखळी स्पर्धेसाठी निमंत्रित केलं होतं. या स्पर्धेचा आणखीही एक उद्देश होता. या स्पर्धेच्या निमित्ताने फिडे वर्तुळातून आलेला मी व २०००च्या ब्रेन गेम्स स्पर्धेत कास्पारोव्हचा पराभव करून विजेता ठरलेला क्रॅमनिक या दोन नव्या विश्वविजेत्यांच्या खेळातील

कौशल्य व नैपुण्याचीही चाचणी करण्याची संधी मिळणार होती.

माझ्या खेळाचा दर्जा इतका निकृष्ट होता की, आपण सुपर ग्रँडमास्टर आहोत हा विचारही गेले कित्येक दिवस माझ्या मनाला शिवला नव्हता. मी जेवू शकत नव्हतो, झोपू शकत नव्हतो; इतकंच काय मी बुद्धिबळाच्या पटाकडे पाहूदेखील शकत नव्हतो. पहाटेचे तीन वाजले होते आणि मी टक्क जागा होतो. दुपारी सामना होता व तोपर्यंत वेळ कसा काढायचा, हाच माझ्यासमोरचा यक्षप्रश्न होता. गेले काही दिवस हेच चक्र सुरू होतं. विजय न मिळवू शकल्यामुळे मी अस्वस्थ झालो होतो. पहिले तीन डाव मला विजयाची चव चाखता आली नव्हती; त्यानंतर दोन डावांत पराजयाला सामोरं जावं लागलं आणि सातव्या फेरीपर्यंत एकही पूर्ण गुण मिळवता न आल्याने माझ्या अस्वस्थ मनःस्थितीने आता कळस गाठला होता. मी बाहेर फिरून आलो, बराच वेळ जिममध्ये व्यायाम केला; अत्यंत गंभीर आरोपातून आपल्या अशिलांचा बचाव करत त्यांची सुटका करणाऱ्या निष्णात वकील पेरी मेसन मालिकेचे अनेक भाग लागोपाठ पाहिले आणि नाष्टा संपवला. एवढं करूनही स्वतःला दोष देत, आत्मनिर्भर्त्सना करत राहण्यासाठी माझ्यापाशी सात तास उरले होते. वाटत होतं, जणू जगाचे सर्व दरवाजे माझ्यासाठी बंद झाले आहेत.

अशा वेळी एखाद्या प्रश्नाचा वस्तुनिष्ठपणे विचार करण्याची आवश्यकता तीव्रतेने भासू लागते. नाहीतर स्पर्धेत खराब होणारा तुमचा खेळ झपाट्याने अधिकच केविलवाणा व किळसवाणा होऊ लागतो. जेव्हा तुम्ही अत्यंत चुकीची चाल खेळून स्वतःवर अवघड परिस्थिती ओढवून घेता, तेव्हा खरं म्हणजे तुम्ही त्या कटू सत्याचा स्वीकार करून स्वतःचं मन अगदी शांत ठेवलं पाहिजे. तुम्ही जर सतत स्वतःशी म्हणत राहिलात की, 'मी पाच चालींपूर्वीच जिंकायला हवं होतं' किंवा 'मी तीन चालींपूर्वीच हरलोय' तरी त्यामुळे वास्तव परिस्थितीत काहीच फरक पडणार नसतो. हे खूपसं तुम्ही केलेल्या आर्थिक गुंतवणुकीसारखं आहे. एकदा गुंतवणूक करून झाल्यावर मी वेगळे पर्याय निवडायला हवे होते असं म्हणण्यात काहीच अर्थ नसतो. तुम्ही केलेल्या गुंतवणुकीची आज किती किंमत आहे यालाच अखेरीस महत्त्व असतं. जेव्हा मी एखाद्या आणीबाणीच्या परिस्थितीत अडकलेलो असतो, तेव्हा ती हाताळण्याची माझी एक वेगळी पद्धत आहे. अशा वेळी मी त्या स्थितीतून स्वतःला काही वेळ बाहेर काढतो. आपण त्या डावाचा एक गुण गमावून बसलोय अशी आधीच कल्पना करतो आणि मग त्यामुळे माझ्या मनावर होणाऱ्या परिणामांचा मी किती वेळ प्रतिकार करू शकतो, याचं निरीक्षण करतो. जेव्हा परिस्थिती गळा अनुकूल असते, तेव्हाही मी हीच पद्धत वापरतो. त्या काळात मी खेळलेली प्रत्येक चाल माझ्यासाठी फायदेशीर ठरत

असते. काही वेळा एखाद्या अचानक सुचलेल्या चालीमुळे परिस्थिती झपाट्याने पालटून मी डाव जिंकलेले आहेत. त्या प्रसंगीही मी स्वतःला शांत ठेवतो. विजयामुळे उत्तेजित होऊन मला माझं चित्त विचलित होऊ द्यायचं नसतं.

१९९४ मध्ये न्यू यॉर्क येथील इंटेल बुद्धिबळ ग्रँड प्रिक्स स्पर्धेत इलया स्मिरिनाविरुद्ध माझी झालेली लढत, हे याचं उत्तम उदाहरण म्हणता येईल. पहिल्या फेरीतील आमचे दोन्ही सामने अनिर्णित झाले होते आणि त्यामुळे अर्मागेडन पद्धतीप्रमाणे जलद निर्णायक डाव खेळवायचे ठरले. नाणेफेकीच्या कौलाप्रमाणे स्मिरिनला पांढरे मोहरे देण्यात आले आणि त्याच्यासाठी सहा मिनिटांचा कालावधी ठरवण्यात आला. मला काळ्या सोंगट्या व पाच मिनिटांचा कालावधी मिळाला. पांढऱ्याला डाव जिंकणं आवश्यक होतं; तर डाव अनिर्णित राखूनही काळा पुढच्या फेरीत प्रवेश करू शकत होता.

सुरुवातीला पेट्रॉफ बचावाप्रमाणे काही चाली खेळल्यानंतर स्मिरिनने अचानक एक वेगळीच 4.Nxe5 (आपल्या चौथ्या चालीत त्याने घोडा e5 या चौकोनात हलवला) ही चाल खेळली. त्यानंतर जे काही घडलं; त्यामुळे हा डाव इंटरनेटवर अजरामर ठरला. चौथ्या चालीनंतर आपण बधिर झालो आहोत, असं मला वाटलं. पिंजऱ्यातून निसटलेला चित्ता ज्या वेगाने धावतो, त्याच गतीने माझ्या घड्याळातील काटे पुढे जात होते. मी जवळजवळ एक मिनिटाचा वेळ गमावून बसलो होतो. जलद बुद्धिबळाच्या डावात त्यापूर्वी असं कधी घडलं नव्हतं.

स्मिरिनने काहीशा अनाकलनीय पद्धतीने माझं प्यादं ताब्यात घेऊन मला पुरतं गोंधळात टाकलं होतं. मी पटावर सोंगट्या हुंगता येऊ शकण्याइतका खाली झुकलो होतो. 'चल विशी... अरे, लवकर पुढची चाल खेळ... लवकर खेळ!' समालोचक मॉरिस ऑशले व डॅनियल किंग बेंबीच्या देठापासून ओरडत होते. (सुदैवाने मला त्यांचं बोलणं ऐकू येत नव्हतं.) मी माझं प्यादं d6 चौकोनात सरकवत पांढऱ्याच्या वजिरावर हल्ला चढवला आणि त्याच्या वजिराला माघार घ्यायला लावली आणि मग मोहऱ्यांच्या बदल्यात मोहरे घेत त्याला इतकं दमवून टाकलं की, डाव त्याच्या नियंत्रणाबाहेर गेला. मी मिनिटभर शांतपणे विचार करून घेतलेला अंदाज अखेर माझ्यासाठी फायदेशीर ठरला. मी एका चालीसाठी १ मिनिट ४३ सेकंदं घेतली; पण पुढच्या ४६ चालींसाठी केवळ दोन मिनिटांचा वेळ घेत विजय खेचून आणला. त्या डावातून मी जो धडा शिकलो, तो माझ्या अखंड कारकिर्दीत मला कायमच उपयोगी पडला. आपल्या विचारांत सुस्पष्टता आणण्यासाठी दोन मिनिटांचा विश्राम घेणे ही कल्पना निश्चितच वाईट नाही. डाव खेळत असताना दिलेल्या वेळेचा मी मला योग्य वाटेल तसा उपयोग करतो. एखाद्या जागी जर मला सखोल विचार करावासा वाटला तर मी माझ्या अंतःप्रेरणेशी

बांधील राहतो आणि इतर चाली वेगाने खेळतो. अर्थात जेव्हा माझ्याकडे फक्त पाच सेकंदच असतात, तेव्हा ही पद्धत उपयोगी पडत नाही; पण एरवी दर वेळी ती यशस्वी ठरते.

डॉर्टमंड स्पर्धेमध्येही मी पुरेशा तयारीने उतरलो होतो; परंतु टोपोलोव्ह आणि मोरोझोविचकडून हार पत्करल्यावर मी खूपच सावधपणे खेळू लागलो होतो. आणखी एकाही डावात पराभव होऊ नये या उद्देशाने मी निकराचा प्रयत्न करत राहिलो व त्यातच सडकून मार खाल्ला. कमाल दहा गुणांपैकी केवळ तीन गुण मिळवून मी त्या स्पर्धेत अगदी तळाच्या स्थानावर फेकलो गेलो. आपण यापेक्षा खराब खेळू शकणार नाही, असं त्या वेळी मीच स्वतःला म्हटलं.

२००० मधील अखेरच्या सहा महिन्यांत जूनमध्ये फ्रँकफर्ट बुद्धिबळ क्लासिक, नवी दिल्लीची जागतिक विजेतपदाची आणि डिसेंबरमध्ये तेहरान येथे झालेली स्पर्धा या सर्वांत मी विजेता ठरलो होतो तर २००१च्या सुरुवातीला विक आन झी स्पर्धेत मी उपविजेतेपद पटकावलं होतं. मे महिन्याच्या अखेरीस मेक्सिकोमधील मेरिडा येथे झालेली टॉर्निओ मॅजिस्ट्रल स्वियुदाद डे लिऑन स्पर्धाही मी जिंकली होती; पण डॉर्टमंडच्या स्पर्धेत मात्र मी माझ्या आयुष्यातील सर्वांत वाईट निकाल अनुभवला. त्यानंतर डिसेंबर २००१ मध्ये मॉस्कोला १२८ खेळाडूंच्या बाद स्पर्धेत मी उपांत्य फेरीच्या चौथ्या डावात इव्हानचुककडून पराभव स्वीकारत माझं विश्वविजेतेपदही गमावून बसलो.

मी एवढ्या खोल खड्ड्यात का येऊन पडलो होतो याची कारणं न समजण्यासारखी नक्कीच नव्हती. मी अनेक स्पर्धा जिंकत होतो. माझ्या यशाला ओहोटी लागली नसली तरी माझ्या खेळात ज्या त्रुटी निर्माण झाल्या होत्या, त्या मी मिळवलेल्या विजयांमुळे झाकल्या जात होत्या. जेव्हा सगळे निकाल तुमच्या बाजूने लागत असतात, तेव्हा तुम्हाला कशाचीच चिंता वाटेनाशी होते. आपण आपल्या बुद्धिकौशल्यावर जिंकतोय असंच तुम्ही समजत असता; त्यामुळे स्वतःच्या खेळातील चुका शोधून त्या सुधारण्यासाठी प्रयत्न करावेत, असा विचारही तुमच्या मनात येत नाही. तुम्ही यशामध्ये हुरळून गेलेले असता. कदाचित असंही असू शकतं की, स्पर्धेमध्ये बाजी मारण्याइतके तुम्ही सक्षम असता; परंतु तुमच्या डावाची सुरुवात कमकुवत होत असते किंवा तुमचं खेळाच्या इतर बाबींमधील ज्ञान तुटपुंजं असतं; पण मन जेव्हा तणावमुक्त असतं, तेव्हा त्याला धोक्याचे इशारेही ऐकू येत नाहीत; त्यामुळे आपण संकटात सापडलो आहोत, याचं तुम्हाला भान राहिलेलं नसतं. ते धोक्याचे इशारे न ऐकल्यामुळे तुम्हाला तुमच्या उणिवा लक्षात येत नाहीत व हळूहळू तुम्ही खोल खड्ड्यात रुतत जाता आणि यशाची भरती ओसरते, तेव्हा तुम्ही उघडे पडता. अशा वेळी जर तुम्हाला वस्तुनिष्ठपणे विचार

करण्याची सवय असेल तर तुम्ही तुमच्या खेळाचं आत्मविश्लेषण करता आणि संकट येण्यापूर्वीच त्यामध्ये योग्य तो बदल घडवून आणता.

२००२ मधील दुबई जलद बुद्धिबळ ग्रॅंड प्रिक्स स्पर्धेच्या दरम्यान माझी योग्य मार्गावरून पुन्हा वाटचाल सुरू झाली. स्पर्धेची सुरुवात अतिशय खराब झाली होती. कमी वेळात झटपट चाली खेळून, डाव जिंकण्यात खरंतर माझा हातखंडा होता; पण त्या स्पर्धेच्या दुसऱ्या फेरीतच मला धक्कादायक पराभवाला सामोरं जावं लागलं. त्या स्पर्धेसाठी आयोजकांनी एक काहीसा विचित्र नियम केला होता. स्पर्धेच्या अखेरीस प्रत्येक खेळाडूची क्रमवारी ठरवण्यासाठी एखादा खेळाडू सुरुवातीच्या फेरीत हरला तरीही तो स्पर्धेबाहेर न जाता, त्याला अखेरच्या फेरीपर्यंत खेळण्याची संधी मिळणार होती. माझ्यासाठी तो नियम जणू वरदान ठरला. मी माझा पराभव विसरून उरलेल्या स्पर्धेत बिनधास्तपणे खेळायचं ठरवलं. नाहीतरी माझ्यापुरती स्पर्धा संपली होती; त्यामुळे माझ्या मनात हरण्याची भीतीच उरली नव्हती. मनावर निकालाचं दडपण नसल्यामुळे माझ्यामध्ये सहा वर्षांच्या मुलाचा उत्साह संचारला आणि अखेरीस स्पर्धेचा विजेता ठरलेल्या लेकोइतकेच (आठ) विजय माझ्याही नावावर नोंदले गेले. त्या वेळी माझ्या लक्षात आलं की, मला माझ्या वेळापत्रकात बदल करणं खूप गरजेचं होतं, कारण तरच पूर्वीपिक्षा माझ्या विचारात व खेळात खूप फरक पडू शकणार होता – आणि त्यानंतर गेल्या कित्येक वर्षांत कधीही न चुकवलेल्या विक आन झी बुद्धिबळ स्पर्धेत मी प्रथमच २००२ मध्ये सहभागी न होण्याचा निर्णय घेतला. पाठोपाठ त्याच वर्षी मोनाकोमध्ये होणाऱ्या अंबर स्पर्धेपासूनही मी दूर राहिलो.

सुटकेचे आणखीही मार्ग दिसू लागले होते.

२००२ मध्ये प्राग येथील युरो करंडक स्पर्धेत जेव्हा मी भाग घेतला, तेव्हा तेथील आयोजकांनी स्पर्धेच्या संभाव्य विजेत्यांच्या यादीमधून माझं नाव वगळलं होतं; त्यामुळे माझ्या मनावर कुठलंही दडपण नव्हतं. २००३ मध्ये झालेल्या विक आन झी स्पर्धेनंतर १५ महिन्यांनी प्रथमच कास्पारोव्ह, क्रॅमनिक आणि मी एकत्र खेळत होतो. बाद फेरीच्या त्या स्पर्धेत एकूण ३२ खेळाडू उतरले होते. स्पर्धेच्या नियमानुसार प्रत्येक सामन्यात २५ मिनिटांचे दोन डाव खेळवले जाणार होते. शिवाय प्रत्येक चालीसाठी ५ सेकंद अधिक मिळणार होते. दुसऱ्या डावाच्या अखेरीस गुणसंख्या समान झाली तर पुन्हा ५ मिनिटांचे दोन जलद सामने खेळावे लागणार होते आणि त्यात प्रत्येक चालीसाठी २ सेकंद अधिक दिले जाणार होते. तरी गुणसंख्येची कोंडी न फुटल्यास एक निर्णायक डाव खेळवला जाणार होता, ज्यात पांढऱ्या मोहऱ्यांनी खेळणाऱ्याला ५ मिनिटांचा वेळ मिळणार होता (पुढच्या फेरीत जाण्यासाठी त्याला डाव जिंकणं आवश्यक होतं.) तर काळ्याला ४ मिनिट

देण्यात येणार होती. (सामना अनिर्णित राहिला तरी त्याला पुढच्या फेरीत प्रवेश मिळणार होता.) स्पर्धेच्या अंतिम सामन्यातील दोन डावांसाठी पारंपरिक पद्धतीने सात तासांहून अधिक वेळ राखून ठेवला होता. स्पर्धेच्या उपांत्य फेरीत इव्हानचुक हा माझा प्रतिस्पर्धी होता. त्याने उपउपांत्य फेरीतील निर्णायक डावात कास्पारोव्हचा पराभव केला होता. आमचीही गुणसंख्या समान झाल्याने जो निर्णायक सामना खेळवला गेला, त्यात मी इव्हानचुकला हरवून अंतिम फेरीत प्रवेश केला. कार्पोव्हविरुद्धच्या अंतिम सामन्याआधी आम्हाला एका दिवसाची विश्रांती देण्यात आली. अंतिम सामन्याच्या पहिल्या डावात पांढऱ्या मोहऱ्यांनी खेळत मी कार्पोव्हचा पराभव केला आणि काळ्या मोहऱ्यांनी खेळत दुसरा डाव अनिर्णित राखला आणि स्पर्धेचं विजेतेपद मिळवलं.

मला वाटतं, प्रेरणेची किंवा आत्मप्रेरणेची तिच्या स्वतःच्याच एका ठाम लयीत चढ-उतार सुरू असते. आत्मप्रेरणेची जाणीव व्हावी किंवा तिच्यावर नियंत्रण ठेवावं यासाठी आपण जे प्रयत्न करतो, याचा तिच्यावर काहीही परिणाम होत नाही. माझ्या असं लक्षात आलं की, जेव्हा माझ्या मनावर विजेतेपदाचं, विजयाचं किंवा मूल्यांकन राखण्याचं बंधन किंवा दडपण नसतं आणि केवळ नवीन काहीतरी शिकत व त्याचा डावात उपयोग करत खेळाचा आनंद लुटायची इच्छा असते तेव्हाच मी अतिशय चमकदार डाव खेळले आहेत. या प्रेरणेचा शोध घेण्यासाठी सोपा मार्ग उपलब्ध नाही; पण जेव्हा खेळाबद्दल किंवा तुम्ही निवडलेल्या कार्याबद्दल किंवा कारकिर्दीबद्दल तुम्हाला असणाऱ्या नितांत प्रेमासाठी स्वतःला पूर्ण समर्पित करता, तेव्हाच त्या खऱ्या प्रेरणेचा शोध लागण्याची दाट शक्यता निर्माण होते.

बुद्धिबळातील विजय हा मुख्यतः तुमच्या भावनांशी केंद्रित असतो. ज्या ज्या क्षणी तुमचं आपल्या भावनांवरचं नियंत्रण सुटतं, ते क्षणच डावाचा निकाल काय लागणार हे ठरवत असतात. म्हणून डावपेच आखण्यात तरबेज असलेले खेळाडू नेहमी एका बाजूने डाव पुढे नेत असताना आपल्या प्रतिस्पर्ध्याला त्याच्या सुरक्षित कोषातून (कंफर्ट झोन) हळूच बाहेर खेचतात आणि मग तो भरकटत जाऊन कधी चूक करतो याची शांतपणे वाट पाहत राहतात.

जेव्हा मी मूर्खासारख्या अनेक चुका करून एखादा डाव हरतो, तेव्हा मला स्वतःचाच अत्यंत तिरस्कार वाटू लागतो. कालांतराने मी शांत होतो; परंतु त्यानंतर काही आठवड्यांनी किंवा काही महिन्यांनी जेव्हा मला आपण एखाद्या शाळकरी मुलासारख्या केलेल्या त्या चुकांची आठवण होते, तेव्हा मी पुन्हा एकदा अस्वस्थ

होऊन जातो आणि मनात ती आत्मनिर्भर्त्सनेची भावना पुन्हा उचल खाते. २०१३ मध्ये विक आन झी व नॉर्वे बुद्धिबळ स्पर्धांमध्ये वँग हाऊने माझ्यावर लागोपाठ दोनदा मात केली. ते पराभव आजही मनाला तितकेच झोंबतात. त्यानंतर झालेल्या स्पर्धांमधील माझ्या खेळावर, त्या पराजयांचा खूपच परिणाम झाला. ज्या ज्या वेळी मी तशाच प्रकारच्या कोंडीत सापडत असे, तेव्हा आपण पुन्हा चुका करणार आणि पुन्हा हरणार या विचारांनी मी घाबरून जायचो; त्यामुळे माझा खेळ आणि माझ्या मनाचं संतुलन दोन्ही बिघडून जात असे.

लॉन टेनिसच्या खेळामध्ये तुम्ही अनेकदा खेळाडूंना विशेषतः एखादा गुण गमावल्यावर किंवा पंचांकडून प्रतिकूल निर्णय मिळाल्यानंतर आपल्या मनातील चिडचिड व नैराश्य व्यक्त करण्यासाठी रॅकेट आपटताना पाहिलं असेल; पण त्यामुळे ते शांत न होता उलट त्यांच्या मनःस्थितीवर विपरीत परिणाम होतो. फुटबॉलच्याही खेळात एखाद्या राष्ट्रीय संघाने अखेरच्या नव्वदाव्या मिनिटाला मिळालेली सुवर्णसंधी जर हातची गमावली तर खेळाडूंच्या उरात झालेली खोल जखम बराच काळ भळभळत राहते. प्रत्येक खेळाडू त्या जखमेकडे तात्पुरतं दुर्लक्ष करून आपापल्या क्लबतर्फे खेळत राहतात; पण जेव्हा ते पुन्हा राष्ट्रीय संघातून खेळत असताना तशाच आलेल्या संधीचं सोनं करून विजय मिळवतात, तेव्हाच ती जखम भरून निघते. जेव्हा एखादी नवी सुखद आठवण जुन्या दुःखद स्मृतीची जागा घेते, तेव्हा मन भावनिकदृष्ट्या स्वतःला सावरतं.

ज्या वेळी बुद्धिबळाच्या खेळातील माझी कामगिरी अतिशय खराब होत असते, तेव्हा मला जाणवतं की, माझं मन माझ्या खेळातील उणिवा शोधून त्या सुधारण्याचा प्रयत्न तर करतंच; पण एखाद्या नव्या आकर्षक गोष्टीत मला गुंतवून थोड्या काळाकरता का होईना; पण आलेलं नैराश्याचं सावट बाजूला सारतं. एखाद्या डावात माझ्या हातून वाईट खेळ झाल्यानंतर मी तडक जिममध्ये जाऊन ट्रेडमिलवर धावण्याचा व्यायाम करतो. सुरुवातीला माझं मन संतापाने अक्षरशः खदखदत असतं. मी ट्रेडमिलवरून खाली उतरतो, तेव्हा पराभवाच्या वास्तवाची मला जाणीव होते, पराजयाचं शल्य अजून मनात ताजं असतं आणि क्षणभरही मन ते विसरू शकत नाही; पण त्याच वेळी मी घामाने निथळलेला असतो आणि व्यायाम करून दमलेलाही असतो. मग मी स्नान करतो, जेवतो व झोपतो. दुसऱ्या दिवशी सकाळी जाग येते, तेव्हा मनावरचं मळभ दूर झालेलं असतं.

१९८७ मध्ये सेव्हिल येथे कास्पारोव्ह आणि कार्पोव्ह यांच्यात झालेल्या विश्वविजेतेपदाच्या सामन्यातून वस्तुनिष्ठ विचारसरणीचा एक महत्त्वाचा धडा मला शिकायला मिळाला. माझ्या मनावर त्याचा कायमचा ठसा उमटला. त्या स्पर्धेत जगातील सर्वश्रेष्ठ खेळाडू कास्पारोव्ह हा ११-१२ अशा एका गुण

फरकाने पिछाडीवर होता. एवढा मोठा बाका प्रसंग ओढवला असतानाही वैतागून भिंतीवर डोकं आपटत बसण्याऐवजी तो रात्रभर पत्ते खेळत राहिला. संकटातून बाहेर पडण्याचा मार्ग आपल्याला एका रात्रीत सापडणार नाही, हे त्याला उमगलं होतं. एखाद्या चमकदार कल्पनेचा शोध घेत राहण्याऐवजी आपल्या निराश मनाला सावरण्यासाठी अधिक वेळ देणं, त्याला जास्त महत्त्वाचं वाटलं. सामन्यासाठी तुम्ही भलेही उत्तम तयारी केली असेल; पण तुमचं मन जर दुःखी व उद्विग्न असेल तर ऐन वेळी तुम्हाला अनेक गोष्टी आठवणार नाहीत किंवा त्या प्रत्यक्ष कृतीत आणण्याची इच्छाशक्तीच तुम्ही हरवून बसलेले असाल. रात्रीच्या जागरणानंतर कास्पारोव्ह दुसऱ्या दिवशी दुपारी उठला, त्याने आळसावलेल्या अवस्थेमध्ये उशिरा भोजन केलं आणि तो तडक सामनास्थळी जायला निघाला. वाटेत तो स्वतःला समजावत राहिला की, आपण शेवटपर्यंत प्रयत्न करणं सोडायचं नाही; पटावर जास्तीतजास्त मोहरे टिकवून ठेवायचे आणि चांगला खेळ करायचा. कास्पारोव्ह आणि त्याच्या संघाने त्या दिवशी खेळण्याची दिशा, पद्धत वेगवेगळे टप्पे यांच्या बारीक-सारीक तपशिलावर लक्ष केंद्रित न करता प्रत्येक भागाची सुरुवात कशी करायची एवढंच फक्त निश्चित केलं; त्यामुळे कास्पारोव्हच्या निर्मिती क्षमतेला म्हणजेच आयत्या वेळी घ्यायच्या निर्णयांना भरपूर वाव मिळाला आणि त्याला पूर्णपणे अज्ञात असलेल्या गोष्टींमध्ये तो घोडचूक करण्याची शक्यताही अगदी कमी झाली.

मी ही पद्धत अनेकदा अनुसरली आहे. काही वेळा मी स्वतःलाच सांगत राहतो की, सर्व गोष्टींचा सराव करत राहा; पण त्यातील फक्त एकाच बाबतीत आयत्या वेळी कशी शीघ्ररचना (इंप्रोव्हाइज) करता येईल यावर लक्ष केंद्रित कर. यामागे माझा प्रतिस्पर्धी खेळताना कोणती दिशा निवडेल हे हेरून ती रोखणे हा माझा हेतू नसून अचानक उद्भवू शकणाऱ्या आठ-नऊ शक्यतांचा आधीच विचार करून त्यावर मी मार्ग शोधून ठेवत असे. १९९८ मध्ये लोझेन येथे झालेल्या विश्वचषक स्पर्धेच्या सामन्यात मी कार्पोव्हविरुद्ध याच प्रकाराचा प्रयोग केला. स्पर्धेतील सहाव्या डावात तो सामना अनिर्णित ठेवू इच्छितो हे माझ्या लक्षात आलं होतं. मी डावाची सुरुवात नेहमीपेक्षा वेगळ्या अशा ट्रॉम्पोवस्की पद्धतीने केली. ही पद्धत थोडी आक्रमक असून डावाच्या सुरुवातीच्या काही चालींतच पटावर मोहऱ्यांची एक सहसा न दिसून येणारी रचना निर्माण करते. अनपेक्षितपणे झालेल्या आक्रमणामुळे कार्पोव्हला आपल्या खेळाची मर्यादा ओलांडावी लागली आणि त्यातच त्याचा पराभव झाला.

बुद्धिबळ खेळताना आणखी एक महत्त्वाची गोष्ट म्हणजे तुमच्या मनात विचारभावनांची कितीही खळबळ चालू असली तरी तुम्हाला तुमचा चेहरा शांत, गूढ, गंभीर ठेवता आला पाहिजे. ही अतिशय आवश्यक कला आहे.

मी तसा भावना सहज व्यक्त करणारा माणूस नाही; पण जे खेळाडू मला पूर्ण ओळखतात त्यांना मी मनातून घाबरलोय, सुन्न झालोय, आनंदी किंवा दुःखी झालोय हे माझ्या चेहऱ्यावरील सूक्ष्म हावभावांवरूनही चटकन लक्षात येते. अनेक खेळाडू उगाचच काही बहाणे करतात, आपल्याला अतिआत्मविश्वास असल्याचं भासवतात किंवा हातून एखादी छोटी चूक झाली तरी स्वतःवर खूप चिडतात; पण हे सारं करत असताना ते आपल्या मनातील खऱ्या भावना मात्र बेमालूमपणे लपवत असतात. प्रतिस्पर्ध्याची मुद्दाम दिशाभूल करण्याचा तो प्रकार असतो. मी असे अंगविक्षेप करत नाही. शांत व स्थिर राहून मनातील भावना कमीतकमी व्यक्त करण्याचा मी प्रयत्न करतो. मी तणावाखाली आहे हे समजण्याची सर्वांत मोठी खूण म्हणजे अशा वेळी माझी नखं कुरतडण्याची सवय. या बाबतीत माझ्या मित्राने मला एकदा सांगितलं होतं व जे मला पटलंही होतं की, नखं खाणं म्हणजे स्वतःशीच झगडण्यासारखं आहे. जर मी एखादी मोठी चूक केली असेल किंवा यापुढे आपल्या हातून फार मोठा गोंधळ होणार असं मला आतून जाणवलं असेल तर मी वेगाने माझी नखं खाऊन फस्त करतो. मला ठाऊक आहे की, या कृतीमुळे मी प्रतिस्पर्ध्याला जणू माझ्या मनःस्थितीचा सुगावा लागून देतो. गेल्या अनेक वर्षांत मी प्रयत्नपूर्वक माझ्या या सवयीवर खूपच नियंत्रण आणण्याचा प्रयत्न केला; पण तरीही मनावर ताण येताच सहज होणाऱ्या या क्रियेला मी आवर घालू शकलेलो नाही.

या बाबतीत माझ्या प्रतिस्पर्ध्यांची उदाहरणं द्यायची झाली तर क्रॅमनिक जेव्हा जेव्हा खेळताना एखाद्या विचित्र कोंडीत सापडतो, तेव्हा त्या हताश अवस्थेत अचानक आक्रमक पवित्रा घेत आपल्या प्रतिस्पर्ध्यावर हल्ला चढवतो. त्याच क्षणी माझ्या लक्षात येतं की, तो लढाई हरलेला आहे आणि सारं काही आपण आधीच आखलेल्या योजनेप्रमाणे घडत असल्याचं तो उगाचच भासवतोय. त्याच्या शरीराची होणारी चुळबुळ पाहूनही मी त्याच्या मनःस्थितीचा अंदाज करू शकतो; पण त्याला सतत चुळबुळ करण्याची सवयच असल्यामुळे त्याच्या कोणत्या हालचाली या नैसर्गिक आहेत आणि अस्वस्थ किंवा खिन्न झाल्यामुळे तो कशा हालचाली करतो हे तुम्हाला तुमच्या अंतःप्रेरणेतून हेरावं लागतं. कास्पारोव्ह हा असे हावभाव व हालचाली करण्यात तरबेज आहे. चिडणे, डोक्याला आठ्या घालणे, रागीट नजरेने बघणे, रोखून पाहणे अशा क्लृप्त्या तो वापरत असतो. एखाद्या उत्तम नटासारखे त्याला एखाद्या भूमिकेत सहज शिरता येत असल्यामुळे तो चांगला

अभिनय करू शकतो; पण तो स्वतः एक महान खेळाडू असल्यामुळेच त्याचा हा नाटकीपणा यशस्वी होतो व तो आपल्या प्रतिस्पर्ध्याला सहज अस्वस्थ करू शकतो. अर्थात तुम्ही यशस्वी आणि नावाजलेले खेळाडू असाल तरच अशा डावपेचांनी आपल्या प्रतिस्पर्ध्यावर मानसिक दबाब आणू शकता. कार्लसन मात्र इतरांपेक्षा खूपच वेगळा आहे. त्याच्या मनात काय चाललंय हे ओळखणं अवघड असतं. तो खेळत असलेल्या डावामध्ये त्याला जणू काहीच स्वारस्य नाही असं त्याच्याकडे पाहून वाटतं; पण त्याच वेळी चेहऱ्यावर डाव जिंकण्याचा आत्मविश्वासही झळकत असतो. २०१९ मध्ये क्रोएशियात झालेल्या स्पर्धेत मी त्याच्याविरुद्ध Ke3 ही चाल खेळलो आणि मी त्याच्या मनात चाललेले विचार बरोबर हेरले आहेत ना याची खात्री करून घेण्यासाठी त्याच्याकडे निरखून पाहू लागलो. त्या चालीमुळे नाट्यमय बदल घडून अचानक मी डावावर चांगलं नियंत्रण मिळवलं होतं; पण आता तो कोणती चाल खेळेल याची मला खात्री नसल्याने माझ्या नजरेतून सुटलेली एखादी महत्त्वाची गोष्ट त्याच्या ध्यानात आली आहे की काय याचा अंदाज घेण्यासाठी मी त्याच्या हावभाव आणि हालचालींकडे बारीक लक्ष ठेवून होतो. अखेर मी केलेल्या चालीवर तो जेव्हा २५ मिनिटे विचार करत राहिला, तेव्हा मी केलेली चाल त्याला अनपेक्षित होती, हे माझ्या लक्षात आलं. मी मनात म्हटलं की, समजा, जरी आता माझी डावावरची पकड ढिली झाली तरी त्याला विजय मिळवणं फार अवघड जाणार आहे. अखेर तो डाव अनिर्णित ठेवण्यास आम्ही दोघांनीही मान्यता दिली.

अनेकदा असं घडतं की, तुमचा प्रतिस्पर्धी एखादी मोठी चूक करणार आहे, हे तुम्हाला थोडं आधीच जाणवलेलं असतं. हे असं आतून का जाणवतं, याचं तर्कशुद्ध कारण देणं अवघड आहे. मला वाटतं, भोवताली काय घडतंय याबद्दलची तुमची जाणीव खूप तीव्र व तरल झालेली असते व त्यातून तुम्हाला ती अंतःप्रेरणा होते. तुम्ही घरी सराव करताना त्या अवस्थेचं अनुकरण करू शकत नाही. माझ्या प्रतिस्पर्ध्यांची मनोवस्था जाणून घेण्यासाठी मी नेहमी त्यांच्या श्वासोच्छ्वासाच्या लयीचं निरीक्षण करतो. एखादी घोडचूक केल्यानंतरही त्यांचा चेहरा शांत असतो, म्हणून अशा वेळी मी त्यांची श्वासाची थरथरणारी लय ऐकण्याचा प्रयत्न करतो. काही खेळाडूंची डावाच्या दरम्यान चेहऱ्यावरची रेषही हलत नाही; पण एखादी चाल खेळल्यानंतर अचानक ते आपला श्वास रोखून धरतात. त्यांच्या बाबतीत मी या तंत्राचा सर्रास वापर करतो. तो रोखलेला श्वास मला पुढचा शोध घ्यायला प्रवृत्त करतो आणि मला लगेच प्रतिस्पर्ध्याने केलेली चूक लक्षात येते. माझ्यासाठी ती सुसंधी असते. मी त्याच्या राजाचा परतीचा मार्ग बंद करतो.

मी जेव्हा माझ्या आजपर्यंतच्या कारकिर्दीकडे मागे वळून पाहतो, तेव्हा माझ्या

लक्षात येतं की, जरी माझी कुणाशीही संघर्ष करण्याची स्वाभाविक वृत्ती नसली तरी माझ्या आयुष्यात असे काही क्षण आले की, त्या वेळी मी कडवा विरोध करायला हवा होता. १९९७ मध्ये डॉर्टमंडला झालेल्या स्पर्धेत माझ्याविरुद्धच्या एका सामन्यात कार्पोव्ह तब्बल ४० मिनिटे उशिरा आला होता. मला अस्वस्थ करून माझ्यावर मात करण्याचा त्याचा इरादा असावा आणि त्याच वेळी आपली चूक माफ केली जाईल, याची त्याला खात्री असावी. खरंतर जेव्हा तो ठरलेली वेळ उलटून पाच मिनिटं होऊनही पोहोचू शकला नव्हता, तेव्हाच मी होणाऱ्या संभाव्य परिणामांचा विचार केला होता. कार्पोव्हने नियमाचा भंग केलेला असला तरी कणाहीन व पुळचट वृत्तीचे पंच, त्याच्याविरुद्ध कोणतीही कारवाई करणार नाहीत हे मला आधीच ठाऊक होतं आणि तसंच घडलं. कार्पोव्ह आल्यावर नियमांवर बोट ठेवून निर्णय घेण्याऐवजी त्यांनी काय निर्णय घ्यावा, हे माझ्यावर सोपवलं. आपल्याला टॅक्सी मिळू न शकल्यामुळे यायला उशीर झाल्याची सबब कार्पोव्हने सांगितली. मला ती मुळीच पटली नव्हती. माझ्यासमोर दोन पर्याय होते. एक म्हणजे कार्पोव्हने केलेल्या नियमभंगाचा निषेध करून पंचांकडे दाद मागणे किंवा डाव खेळायला अनुमती देणे. मला आठवतं की, मला संघर्ष टाळायचा असल्याने वाया गेलेल्या वेळेचा आपल्यालाच चांगला उपयोग होईल असा मी त्या वेळी वस्तुनिष्ठपणे विचार केला. अर्थात पंचांनी ठाम पवित्रा न घेतल्याबद्दल मी त्यांच्यावर मनातून चिडलो होतो. अखेर मी कार्पोव्हचा वेळ कमी न करता डाव खेळवण्याची पंचांना सूचना केली. माझ्या मते डाव सुरू करण्याआधी तावातावाने वाद घालणं म्हणजे स्वतःची शक्ती वाया घालवण्यासारखं आहे. जी ऊर्जा मी खेळासंबंधी तयार केलेल्या टाचणांची मनातल्या मनात उजळणी करण्यासाठी वापरायची, ती भलतीकडेच खर्च करण्यात काय मतलब?

गेली अनेक वर्षे मी ज्या खेळांडूबरोबर खेळत आलोय, त्या सर्वांपिक्षा माझा स्वभाव खूपच भिन्न आहे असं मला म्हणावंसं वाटतं. त्या प्रसंगी माझ्या जागी क्रॅमनिक असता तर त्याने लहान मुलासारखी चिडचिड केली नसती; पण त्याने आपल्या मनातील नाराजी स्पष्टपणे व्यक्त केली असती. कास्पारोव्ह तर स्वतःला न पटलेले निर्णय कधीही मान्य करत नाही आणि कार्लसननेही कार्पोव्हच्या चुकीला माफ केलं नसतं.

एका प्रकारे जेव्हा काही माणसं मनाविरुद्ध घडलेल्या घटनेच्या वेळी ठामपणे आपली बाजू मांडून समोरच्याला त्याची चूक लक्षात आणून देतात, तेव्हा मला एक प्रकारचा विचित्र आनंद होतो, कारण मला जे जमत नाही ते त्यांनी करून दाखवलेलं असतं. निव्जच्या अशाच निर्भीड व स्पष्टवक्त्या स्वभावामुळे मी प्रभावित झालो होतो. समजा, एखाद्या हॉटेलचं आरक्षण करूनही जर आयत्या

वेळी तिथल्या कर्मचाऱ्याने जर तशी काही नोंद झाली नसल्याचं सांगितलं तर ती त्याला खडे बोल सुनावून आपलं म्हणणं मान्य करायला लावायची किंवा मला व्हिसा मिळवण्यासाठीची प्रक्रिया जलद गतीने व्हावी यासाठी ती उच्चपदस्थ सरकारी अधिकाऱ्यांनाही थेट फोन करून बोलायची. अलीकडेच म्हणजे २०२० मध्ये स्टॅव्हेन्जर, नॉर्वे येथे आयोजित होणाऱ्या जागतिक बुद्धिबळ स्पर्धेत भाग घेण्यास कार्लसनने स्पष्ट नकार दिला. कार्लसन हा नॉर्वेजियन आहे. आपल्याच देशातील चाहते स्पर्धेच्या ठिकाणी मोठ्या प्रमाणात गर्दी करतील आणि त्यांच्या दडपणामुळे मला विश्वविजेतेपद राखणं अवघड जाईल, असं त्याला वाटलं. त्याने घेतलेल्या या धाडसी निर्णयाचं मला आश्चर्य व कौतुकही वाटलं.

विरोध करण्याचे किंवा वाद घालण्याचे प्रसंग हे फक्त आयुष्यात एकदाच येत नसतात. ती न संपणारी शृंखला असते. जर तुमचा स्वभावच तसा असेल तर प्रत्येक वेळी तुम्हाला तुमची बाजू स्पष्ट करावी लागते आणि कायम तिला चिकटून राहावं लागतं. काही लोकांना असं संघर्षमय, तणावपूर्ण व विसंवादाचं वातावरण पोषक ठरतं. मी त्यात कधीच तरबेज नव्हतो. माझं मन जेव्हा शांत, आनंदी असायचं, कुठल्याही बाह्य विचारांमध्ये ते गुरफटलेलं किंवा भरकटलेलं नसायचं तेव्हाच मी सर्वोत्तम यश मिळवलं आहे. म्हणूनच मी साधा-सरळ, भोळसट, शांतताप्रिय स्वभावाचा माणूस आहे असा लोकांचा समज झालाय. 'सद्गुणी गृहस्थ' अशी जी माझी प्रतिमा जनमानसात रुजली आहे, ती मला योग्यच वाटते. कारण मीही कायम, नीट केस विंचरलेला, एकाच रंगाचे शर्ट्स आणि तेही पँटीत व्यवस्थितपणे खोचलेला व वादविवाद टाळणारा इसम आहे. फिफा विश्वचषक फुटबॉल २००६च्या अंतिम सामन्यात जेव्हा माझा अतिशय आवडता फुटबॉलपटू झिनेदिनने पॅप्लोना स्पर्धेतील बैलाप्रमाणे, बेफाम धावत जाऊन इटलीच्या मार्को मिटराझीच्या छातीत ढुशी दिली, तेव्हा मला फारसा धक्का बसला नाही, कारण माझ्या मते त्याची ही कृती त्या विशिष्ट संदर्भात तपासली पाहिजे. एखादा माणूस जर मुद्दाम आपल्याला त्रास होईल असं वर्तन करत असेल तर आपण त्याला अद्दल घडवायला हवी, असं मी नेहमी मनात ठरवायचो; परंतु मी जेव्हा कोणाकडून प्रत्यक्ष चिथावला जायचो, तेव्हा वस्तुनिष्ठपणे विचार केल्यावर माझ्या लक्षात यायचं की, एखाद्याशी वैर धरणं, एखाद्याचा सूड घेणं ही गोष्ट मला जमणार नाही आणि पटणारही नाही. एक गोष्ट मला पक्की ठाऊक आहे की, जेव्हा मी जिंकतो, तेव्हा मी माझ्या खेळातूनच टीकाकारांची तोंडं बंद करतो आणि जेव्हा मी हरतो, तेव्हा खेळाव्यतिरिक्त होणाऱ्या टीकेवर प्रतिक्रिया देण्यात काही अर्थ नसतो. कोणत्याही खेळामध्ये एकदा हार स्वीकारल्यानंतर एखाद्या लहान मुलासारखी चिडचिड करत, आपल्यावर अन्याय झालाय असं

ओरडणं व्यर्थ असतं. अशा वेळी तर मी अगदी कठोरपणे वस्तुनिष्ठ विचारसरणी आचरणात आणतो. पुढच्या फक्त दोनच डावांवर लक्ष केंद्रित करण्यास स्वतःला बजावतो आणि झालेल्या गोष्टी विसरून पुढे सरकतो. पटावरील हार-जीत सोडली तर प्रत्यक्ष आयुष्यामध्ये जेव्हा मी आव्हान व अडचणींनी ग्रस्त होऊन जातो, तेव्हा मात्र माझ्यापाशी या प्रतिकूलतेवर मात करण्यासाठी बुद्धिबळ हाच एक रामबाण उपाय असतो.

जून २०१५ मध्ये झालेल्या नॉर्वे बुद्धिबळ स्पर्धेने मला आईच्या मृत्यूमुळे झालेलं असह्य दुःख हलकं करण्यासाठी अगदी योग्य वेळी मदत केली. २६ मे रोजीची घटना आहे. मी चेन्नईतील माझ्या घरीच होतो. दोन स्पर्धांदरम्यान मिळालेला मोकळा वेळ मला माझ्या कुटुंबीयांसोबत घालवायचा होता. रात्री १ वाजून १८ मिनिटांनी माझा फोन खणखणला. तो फोन माझ्या आई-वडिलांच्या घरून आला होता. माझ्या काळजाचा ठोका चुकला. अरुणा आणि त्या वेळी पाच वर्षांचा असलेला माझा मुलगा अखिल हे माझ्या शेजारीच झोपले होते. मी खोलीतून बाहेर आलो. पलीकडून माझे वडील बोलत होते. आपलं मन शांत व स्थिर ठेवण्याचा ते प्रयत्न करत होते. 'आईला अनेकदा उठवण्याचा प्रयत्न करूनही ती जागी होत नाही, तेव्हा तू लवकरात लवकर इकडे ये,' असं त्यांनी मला सांगितलं. अरुणा तोपर्यंत उठून बाहेर आली होती. काय घडलं असणार, याची आम्हा दोघांनाही तत्क्षणी कल्पना आली. मी माझ्यासाठी टॅक्सी मागवली आणि त्याच वेळी फोन करून वडिलांच्या घरी रुग्णवाहिका पाठवण्याची व्यवस्था केली. माझ्या घरापासून पाच किलोमीटर अंतरावर असलेल्या आई-वडिलांच्या घरी पोहोचायला मला फक्त पाच मिनिटं लागली. रुग्णवाहिकाही त्याच वेळी घरी पोहोचत होती. सहायक डॉक्टरांना घेऊन मी धावत पहिल्या मजल्यावर गेलो. आईचं दोन तासांपूर्वी झोपेतच निधन झालं असल्याचं डॉक्टरांनी सांगितलं. इतका मोठा धक्का मी आयुष्यात प्रथमच अनुभवत होतो आणि तो सहन करण्याची माझी मानसिक तयारी नव्हती.

त्यानंतर परंपरेनुसार तेरा दिवस क्रियाकर्म सुरू होती. माझ्याभोवती अनेक माणसं होती; पण बहुतेक वेळ मी एका सुन्न अवस्थेत होतो. मला माझं दुःख मोकळं करण्याची संधीच मिळाली नाही. सतत भेटायला येणाऱ्या लोकांबरोबर बोलताना मला नुकत्याच झालेल्या त्या घटनेचा ताण जाणवत नसे; पण मनात विचार यायचा की, ही नातलग मंडळी फक्त दुःखाच्या प्रसंगीच का एकत्र येतात, खरंतर त्यांनी नेहमी एकमेकांना भेटत राहायला हवं. योगायोगाने मी नॉर्वेला जायच्या आदल्या दिवशीच सर्व धार्मिक विधी पार पडले. दुसऱ्या दिवशी जेव्हा मी विमानात बसून सीट बेल्ट लावला आणि धावपट्टीवर विमानाने वेग घेतला,

तेव्हा आईच्या मृत्यूमुळे माझ्या आयुष्यामध्ये निर्माण झालेल्या पोकळीची मला प्रकर्षाने जाणीव झाली. आईशी बऱ्याच गोष्टी बोलायच्या राहून गेल्या. गळ्यामध्ये हुंदका दाटून आला आणि दुसऱ्या क्षणी मी विमानातच अक्षरशः ओक्साबोक्शी रडू लागलो.

स्टॅव्हेन्जरला पोहोचून मी माझ्या हॉटेलच्या खोलीत एकटाच शांतपणे बसून राहिलो आणि पुन्हा मला भावना आवरणं अशक्य झालं. मी ढसाढसा रडू लागलो. मला वाटलं होतं की, मी चेन्नईपासून, माझ्या त्या ओळखीच्या रस्त्यांपासून, आईचा सुगंध भरून राहिलेल्या तिच्या खोलीपासून आणि ज्या ज्या गोष्टींमुळे आईची आठवण येईल, अशा सर्वांपासून इतक्या दूर आल्यावर मनात ठणकणारी ती वेदना आपोआप विरून जाईल; पण माझी अपेक्षा फोल ठरली. दररोज मी आईच्या आठवणीने व्याकूळ होऊन जायचो आणि माझ्या डोळ्यांतून घळघळ पाणी वाहत राहायचं. मग मी माझी सगळी बौद्धिक ताकद वापरत प्रत्येक सामना खेळू लागलो; त्यामुळे दिवसअखेर मी पार थकून गेलेलो असायचो. हॉटेलमध्ये परतल्यावर मी बिछान्यावर अंग झोकून द्यायचो आणि दुसऱ्या क्षणी झोपी जायचो. ती स्पर्धा माझ्यासाठी खूपच यशस्वी ठरली. टोपोलोव्हचा खेळ इतका बहरात आला नसता तर मीच पहिला क्रमांक पटकावला असता. संपूर्ण स्पर्धेमध्ये मी एकदाही अडचणीत सापडलो नाही. अखेरच्या फेरीत मी आणि टोपोलोव्हने केवळ अर्ध्या तासात बरोबरी मान्य केली आणि त्याच्याहून अवघ्या अर्ध्या गुणाने पिछाडीवर राहत मी दुसरा क्रमांक मिळवला. स्पर्धेतील त्या यशामुळे अखेर ती भळभळती जखम थोडी तरी भरून आली.

बुद्धिबळाच्या पराभवाव्यतिरिक्त ज्यामुळे मी मनाने पार खचून गेलो होतो, अशी आणखी एक घटना आईच्या मृत्यूच्या ११ वर्ष आधी घडली होती. नोव्हेंबर २००४ मध्ये आमचं मूल गर्भातच दगावल्याची दुर्दैवी वार्ता अरुणाने मला कळवली. लग्नानंतर आठ वर्षांनी आम्हाला मूल होणार होतं. आमची दोन्ही कुटुंबं बाळाच्या आगमनाची आतुरतेने वाट पाहत होती. त्या वेळी मी खेळत असलेली कोर्सिका मास्टर्स स्पर्धा नुकतीच संपली होती. जेव्हा महिन्यापूर्वी फिडे संघटनेने कॅल्व्हिऑकला आयोजित केलेल्या बुद्धिबळ ऑलिंपियाडमध्ये सहभागी होण्यासाठी मी घर सोडलं होतं, तेव्हा आम्हाला बाळ होणार ही गोड बातमी समजल्यामुळे मी अतिशय आनंदात होतो. उत्साहाच्या भरात मी एका अमेरिकन वेबसाइटवर माझं नावही नोंदवलं होतं; त्यामुळे थेट बाळाच्या जन्मापर्यंत अरुणाच्या गर्भावस्थेतील छोटी-मोठी प्रगती मला समजणार होती. खरंतर अरुणाचा गर्भपात मी घर सोडल्यानंतर काही दिवसांतच झाला होता; पण स्पर्धा सुरू असताना माझं लक्ष विचलित होऊ नये म्हणून तिने ती गोष्ट माझ्यापासून लपवून ठेवली होती. मला आठवतं, ती

बातमी समजताच माझे हात गोठल्यासारखे थंडगार पडले होते आणि घसा दाटून आल्यामुळे माझ्या तोंडून शब्दही फुटत नव्हता. यापुढे आपल्याला मूल झालं तर आपल्या आनंदात नक्कीच भर पडेल; पण समजा, नाही होऊ शकलं तरी आपल्या दोघांच्या प्रेमात जराही बाधा येणार नाही, या गोष्टीवर आमचं एकमत झालं. त्या घटनेनंतर सात वर्षांनी आणि आमच्या लग्नाला १५ वर्ष होऊन गेल्यावर एप्रिल २०११ मध्ये आम्हाला मुलगा झाला.

ज्या ज्या वेळी मी चिडलेला, दुःखी झालेला किंवा त्रासलेला असतो त्या वेळी मी मन शांत करण्यासाठी दूरवर चालत जातो. गेल्या कित्येक वर्षांची माझी ही सवय आहे. अशा अवस्थेत चालताना मला आजूबाजूचं भानही नसतं. त्या अवस्थेत समजा, मी शहर, देश किंवा खंड जरी पादाक्रांत केले असले तरी मी घराबाहेर पडून पहिलं वळण घेतलं की नाही याचीही मला शुद्ध नसते.

मला आठवतं, २००३च्या डॉर्टमंड येथील स्पर्धेत मी तैमूर राजादाबोव् व व्हिक्टर बोलोगन यांच्याकडून लागोपाठच्या सामन्यांत पराभूत झालो होतो. त्यानंतर स्वतःवरच तणतणत मी चालायला बाहेर पडलो. अरुणाही माझ्याबरोबर शांतपणे चालत होती; पण माझ्या वेगाने चालण्याचा प्रयत्न करताना तिची तारांबळ उडत होती. 'तुला काहीच बोलायचं नाही?' मी तिच्यावर राग काढत म्हणालो, 'नेहमी तर तू मला खूप सल्ला देत असतेस.' अरुणा तरीही गप्पच राहिली. आपण काहीही बोललो तरी आपल्या नवऱ्याचा राग शांत होणार नाही, हे तिला ठाऊक होतं; पण मी तिला पुनःपुन्हा छेडल्यावर ती म्हणाली, 'उद्याचा दिवस चांगला असेल; मला वाटतं, तू थोडं दीर्घ श्वसन कर.'

आम्हाला रस्ता ओलांडून पलीकडे जायचं होतं; पण मला आठवतं की, मी अधिकच चिडून तिथेच थांबलो. 'म्हणजे तुझ्या मते हा सर्वोत्तम उपाय आहे? बर्लिन पद्धतीने डाव सुरू करण्याविरुद्ध तुझं काय मत आहे, ते मला सांग.' मी असं बोलल्यावर मात्र अरुणाचा संयम संपला आणि त्यात तिची काहीच चूक नव्हती. एक तर तिला कोणतंही मत व्यक्त करायचं नव्हतं; पण त्यासाठी मी तिला भाग पाडत होतो. 'मला जर बर्लिनविरुद्ध कसं खेळायचं हे ठाऊक असतं, तर मी तुझ्याशी लग्न केलं असतं असं वाटतं तुला?' ती ताडकन मला म्हणाली. आम्ही दोघेही एकमेकांकडे रोखून पाहत उभे होतो. आमच्या समोरून वेगाने गाड्या जात होत्या आणि आपण उगाचच एकमेकांवर चिडलोय हे अचानक आम्हाला उमगलं. आम्ही जोरजोरात हसू लागलो. त्याच क्षणी माझ्या डोक्यात साचलेला सगळा राग निघून गेला आणि माझं मन हलकं झालं.

आपल्या आयुष्यात नेहमी घडणाऱ्या लहान-लहान प्रसंगांमध्ये अनेक गोष्टी आपल्या मनाविरुद्ध घडत असतात; पण त्याविषयी निर्माण होणाऱ्या भावना मोकळेपणाने व्यक्त न करता आपण त्या मनात साठवत राहतो आणि हळूहळू त्याचा मोठा डोंगर तयार होतो. मग त्याचा भार सहन करणं आपल्याला अशक्य होऊन जातं. आपण तो राग आतल्या आत दाबून ठेवतो आणि बाहेरून मात्र सारं काही ठीक असल्याचं भासवत असतो; परंतु सत्य हे असतं की, आपण सारे मार्गच बंद केलेले असतात. तुम्ही जर आपल्या भावना बराच काळ मनात दडपून ठेवल्यात तर अखेर प्रक्षुब्धपणे त्याचा स्फोट होतो आणि तोही अशा एका क्षणी होतो की, त्याचे परिणाम पेलण्याची ताकद तुमच्यामध्ये नसते.

इलया स्मिरिन   वि.   विश्वनाथन आनंद (०-१)
(पांढरा)   (काळा)

१९९४ इंटेल बुद्धिबळ ग्रँड प्रिक्स, जलद निर्णायक डाव, न्यू यॉर्क
काळा विजयी

स्मिरिनविरुद्ध चौथ्या चालीनंतर अचानक मी बधिर होऊन गेलो. सामान्यपणे मी त्याच्या घोड्यावर हल्ला चढवणं अपेक्षित होतं; पण तो (f7) हे स्थान बळकावेल अशी मला भीती वाटली. पुढे कोणती चाल खेळायची यावर मी विचार करत राहिलो. वेळ वेगाने पुढे सरकत होता; पण माझ्या बुद्धीला योग्य मार्ग मिळेपर्यंत माझा हात हलायला तयार नव्हता. आज मागे वळून पाहताना जाणवतं की, वेळेचं दडपण असतानाही पुढच्या चाली खेळण्याकरता पुरेसा वेळ घेऊन मी शांतपणे विचार केला. माझा निर्णय उत्तम होता हेच अखेर सिद्ध झालं.

♛

एखाद्या गोष्टीचा नीट स्पष्टपणे विचार करत असताना आपल्या मनातील भावना त्यात अडथळा आणतात. मग तो मनाचा अधीरपणा असो, नैराश्य, संताप, आत्मनिर्भर्त्सना किंवा अवेळी साजरा केलेला आनंद असो. या भावनांनी मन व्यापून गेलं असेल, तर अध्ययन करत असताना आपलं मन विचलित होतं; त्यामुळे आपण योग्य निर्णयही घेऊ शकत नाही आणि आपलं ध्येयही साध्य करू शकत नाही. म्हणून निर्णायक क्षणी गोंधळलेल्या अवस्थेत एखादी चाल खेळण्यापेक्षा मनाला सावरण्यासाठी अवसर देता यावा म्हणून एक पाऊल मागे घेण्याची सवय लावून घेतली पाहिजे.

सैन्याची जमवाजमव करताना

पूर्वतयारी व डावपेचांचा कसा फायदा करून घ्यावा?

मला केन थॉम्पसनची एक मुलाखत आठवते. केन हा आजच्या संगणक कार्यक्षेत्राला नवी दिशा देणाऱ्या युनिक्स ऑपरेटिंग सिस्टिम व बी प्रोग्रॅमिंग भाषेचा जनक. १९९८ मध्ये त्याने ही मुलाखत दिली होती. त्या वेळी संगणक हा आमच्यापेक्षा सरस डावपेच खेळू लागला होता. तरीही रणनीती आखण्यामध्ये माणूस हाच संगणकापेक्षा श्रेष्ठ आहे हे मत सर्वमान्य होतं. याच संबंधात जेव्हा त्याला संगणक हा रणनीती आखण्यात माणसाइतका सक्षम होऊ शकेल का? असा प्रश्न विचारला तेव्हा थॉम्पसन म्हणाला, 'हो नक्कीच! कारण व्यूहात्मक क्षमता म्हणजे दीर्घकालीन डावपेचच असतात.' त्याचं हे विधान काहीसं गूढ वाटलं तरी ते तितकंच कुतूहलजनक होतं आणि गेल्या कित्येक वर्षांच्या अनुभवानंतर ते सत्याच्या खूप जवळ जाणारं आहे, असं मला पक्कं जाणवलं आहे.

बुद्धिबळ खेळातील ९९ टक्के भाग हा डावपेचांनी व्यापलेला असतो. तुम्ही कितीही उत्कृष्ट रणनीती आखली आणि जर छोट्या छोट्या डावपेचांकडे लक्ष दिलं नाहीत तर केवळ चांगली व्यूहात्मक क्षमता तुम्हाला यश मिळवून देऊ शकत नाही. रणनीती खेळात केलेल्या चुकांची भरपाई करू शकत नाही. म्हणून सामना खेळत असताना तुम्ही जर तिची अंमलबजावणी करण्याकडे नीट लक्ष दिलंत तर तुमचा खेळावरील ताबा जराही सुटत नाही. डावपेचांशिवाय आखलेला व्यूह हा पहिल्याच अडथळ्यापाशी निष्प्रभ ठरतो. एखाद्या सामन्यासाठीची रणनीती ठरवताना केवळ मोहऱ्यांची वैशिष्ट्यपूर्ण रचना कशी तयार करायची एवढाच हेतू माझ्या मनात नसतो, तर माझा प्रतिस्पर्धी कोणत्या उद्देशाने चाली खेळण्याची शक्यता आहे, माझं स्वतःचं उद्दिष्ट काय असायला हवं हे ठरवून ते साध्य करण्याच्या दृष्टीने तयारी करणे ही माझी व्यूहात्मक रचनेची कल्पना असते.

रणनीती हा बुद्धिबळ खेळात नेहमी वापरला जाणारा एक सुरेख शब्द असला

तरी व्यूहात्मक क्षमता प्रत्यक्षात वापरणं ही महाकठीण गोष्ट आहे. तुम्ही खेळताना उद्भवणाऱ्या प्रत्येक कूट प्रश्नाला पद्धतशीरपणे सामोरं जायला हवं. त्याच वेळी आपण आखलेल्या मोठ्या रणनीतीचा तो एक भाग आहे, याचंही तुम्हाला भान हवं. म्हणजे तुम्ही आधी अशी एक मोठी चौकट आखायला हवी की, ज्यात डावातील प्रत्येक स्थितीचे बारीकसारीक तपशील सहज सामावले जातील. मग त्यातून तुमच्या खेळात आपोआप एक सुसंगतता निर्माण होईल.

बहुतेक क्रीडा प्रकारांत प्रशिक्षक हे नेहमी मैदानाभोवती फेऱ्या मारत आपल्या खेळाडूंना प्रोत्साहन देताना किंवा प्रसंगी त्यांच्यावर चिडताना, ओरडताना आपल्याला दिसतात. बुद्धिबळपटूंसाठी मात्र कोणालाही न दिसणारी एक सेना सतत कार्यरत असते. ती त्यांना झोपूही न देता, त्यांच्याकडून तासन्तास तयारी करून घेत असते. विश्वविजेत्याला आव्हान देणारा बुद्धिबळपटू निवडण्यासाठी एक कॅन्डिडेट स्पर्धा घेतली जाते. १९९१ मध्ये या स्पर्धेत जेव्हा मी प्रथमच भाग घेतला, तेव्हा ॲलेक्सी ड्रीव्ह हा माझा प्रतिस्पर्धी होता. त्या वेळी मी आमच्या तरुण गटातील माझा स्वीडिश मित्र फर्दिनंद हेलर्स आणि ज्याच्याशी माझी पूर्वी अनेकदा भेट झाली होती असा दुसरा मित्र जॉन व्हेन डर व्हिअल यांची माझे प्रशिक्षक म्हणून नेमणूक केली. दोघेही मित्र असल्याचा मला खूपच फायदा झाला, कारण मी प्रथमच इतक्या शिस्तबद्ध व सुसूत्रपणे स्पर्धेची तयारी करत होतो. स्वीडिश खेळाडूंवर रशियन बुद्धिबळ संस्कृतीचा पगडा नसतो. हेलर्स हा स्वयंशिक्षित बुद्धिबळपटू होता आणि त्याचा खेळाचा अभ्यास विलक्षण होता. तो माझ्याच वयाचा होता आणि डावाची सुरुवात कशी करायची याचा त्याने अत्यंत शिस्तबद्ध व काटेकोरपणे अभ्यास केलेला असल्यामुळे मी माझी तयारी अधिक कार्यक्षमतेने करू शकलो, जी मला एकट्याने करणं शक्य झाल नसतं. व्हेन डर व्हिअलमुळे आमच्या त्या छोट्या गटाला अनुभवसंपन्नता लाभली. तो हॉलंडमध्ये राहायचा आणि आम्हा दोघांपेक्षा वयाने मोठा होता. त्याने अनेक स्पर्धांत भाग घेतला होता तसेच त्याला कार्पोव्हविरुद्धही काही सामने खेळण्याची संधी मिळाली होती; त्यामुळे मला सामन्याची प्रात्यक्षिक दृष्टिकोनातून तयारी करता आली. त्या दोघांनी दिलेल्या उत्तम प्रशिक्षणामुळे मी पुरेशा तयारीनिशी मद्रासमध्ये झालेल्या माझ्या पहिल्या कॅन्डिडेट स्पर्धेत उतरलो आणि विजयी झालो. हेलर्सही त्या सामन्याला उपस्थित होता.

ब्रुसेल्समध्ये होणाऱ्या कॅन्डिडेट स्पर्धेच्या उप-उपांत्य फेरीत जेव्हा माझी गाठ कार्पोव्हशी पडणार असल्याचं निश्चित झालं, तेव्हा त्या सामन्यासाठी माझ्या संघात कोणाला प्रशिक्षक म्हणून निवडावं याचा मी गंभीरपणे विचार करू लागलो. ड्रीव्हविरुद्ध झालेल्या सामन्यामध्ये असलेले माझे प्रशिक्षक दुसऱ्या कामात व्यग्र असल्यामुळे ते माझ्यासाठी उपलब्ध होऊ शकत नव्हते. हेलर्स कायद्याची परीक्षा

देणार होता व ब्व्हेन डर व्हिअलही स्वतःच्या खेळात व्यग्र होता. मलाही कार्पोव्हच्या वैचारिक प्रक्रियेची उत्तम जाण असलेला प्रशिक्षक हवा होता, कारण त्यामुळे माझ्या तयारीचा स्तर निश्चितपणे उंचावला गेला असता. याशिवाय माझ्या आधी असलेल्या संघात आणखी काही बदल करणं मला परवडणारं नव्हतं.

माझ्या एका मित्राने सोव्हिएट खेळाडू मिखाइल गुरेव्हिचचं नाव सुचवलं. १९८७ मध्ये सेव्हिल येथे कास्पारोव्हविरुद्ध कार्पोव्ह यांच्यात विश्वविजेतेपदाच्या लढतीच्या वेळी त्याने कास्पारोव्हला तयारीसाठी मदत केली होती. त्याच वर्षी ब्रुसेल्सला स्थलांतरित झालेला गुरेव्हिचही काम मिळण्याची संधी शोधत होता; त्यामुळे त्याने माझा प्रस्ताव आनंदाने स्वीकारला. त्याच्याशी करार करताना मला जास्त रक्कम द्यावी लागणार असली तरी त्याची बौद्धिक क्षमता आणि कामाचा झपाटा मला ठाऊक होता. कोणाच्याही मदतीशिवाय तो एकाच वेळी अनेक कामं करू शकायचा. आमच्या प्रशिक्षणाच्या पहिल्याच बैठकीत मला ठळकपणे जाणवलेली गोष्ट म्हणजे हाती घेतलेलं काम पूर्ण करेपर्यंत त्याचं लक्ष जराही विचलित होत नसे. माझा सहायक शिक्षक झाल्यावर त्याने सर्वप्रथम मला माझा वॉकमन बाजूला ठेवून द्यायला सांगितला.

गुरेव्हिच हा पक्का व्यावसायिक वृत्तीचा होता. मी ज्या भाड्याच्या घरात राहायचो, तिथून त्याचं घर फारसं दूर नव्हतं. तो अगदी वेळेवर माझ्याकडे यायचा. दिवसभर जराही उसंत न घेता माझ्याबरोबर काम करायचा आणि ठरलेल्या वेळी निघून जायचा. तो अत्यंत हुशार होता आणि त्याच्याबरोबर शिकत असताना डावाची सुरुवात कशी करायची याची त्याने माझ्याकडून इतकी कसून तयारी करून घेतली की, माझ्या खेळातील दर्जा व गुणवत्तेमध्ये खूपच फरक पडला. आम्ही ज्या ज्या वेळी एकत्र काम करायचो, त्या वेळी आम्हाला अनेक भन्नाट कल्पना सुचायच्या आणि मग पुढचे काही महिने मी त्या बौद्धिक खाद्यामध्येच रमलेलो असायचो. आम्ही कार्पोव्हने खेळलेल्या अनेक डावांचा साकल्याने अभ्यास केला. कार्पोव्ह हा नेहमी आपल्या खेळामधून पटावरील स्थिती सतत तणावपूर्ण राहील याची दक्षता राखण्यात तरबेज होता. गुरेव्हिचने मला त्याच्या या क्षमतेचं नीट आकलन करून दिलं. आपल्या प्रतिस्पर्ध्याला मानसिक थकवा येईपर्यंत कार्पोव्ह आपल्या वैशिष्ट्यपूर्ण चालींमधून त्याची बौद्धिक पिळवणूक करायचा व अखेर त्याला चूक करायला भाग पाडायचा. गुरेव्हिचच्या मते आपण आखलेली योजना नीट कार्यान्वित करण्याऐवजी आपल्या प्रतिस्पर्ध्याच्या मनातील हेतूची धूळधाण उडवण्यात कार्पोव्ह आपलं लक्ष अधिक केंद्रित करायचा. त्याची ही पद्धत नाटकी आणि प्रत्यक्षात आणायला कठीण वाटायची; पण मधूनच पटावरचं लक्ष काढून आपल्या प्रतिस्पर्ध्याच्या मनात डोकावण्याची सवय स्वतःला लावणे

याकडे मी उपयुक्त मानसिक व्यायाम म्हणून पाहू लागलो. मग भले त्यातून काही परिणाम साध्य होऊ शकत नसला तरी माझी काहीच तक्रार नव्हती. कार्पोव्हविरुद्धच्या लढतीआधी आपण तेवढे तुल्यबळ नसल्याची भीती आणि गंड माझ्या मनात होता; पण गुरेव्हिचने दिलेल्या मर्मदृष्टीमुळे मी प्रत्यक्ष सामन्याच्या वेळी कार्पोव्हला रोखण्यात खूपच यशस्वी ठरलो. मात्र, त्याच्या जबरदस्त प्रतिकारामुळे मला अनेकदा जिंकण्याची संधी असूनही ती गमवावी लागली. अखेर त्याच्या भक्कम बचावापुढे मला मान तुकवावी लागली.

गुरेव्हिचची अति धूम्रपान करण्याची सवय आमच्यातील करार मोडण्याचं कारण ठरलं. त्या काळी तोसुद्धा विविध स्पर्धांमध्ये भाग घेणारा एक सक्रिय खेळाडू असल्याने त्याचाही ताण त्याच्या मनावर असावा. आम्ही एकत्र काम करत असताना त्याला वारंवार सिगारेट पेटवण्याची तलफ येई, परंतु त्या वासाने आणि धुराने माझं मस्तक भणभणून जाई. तो सिगारेट ओढत असताना मी त्याच्याबरोबर काम करू शकत नव्हतो आणि सिगारेट ओढल्याशिवाय तो काम करू शकत नव्हता. हा प्रश्न मिटणं शक्य नसल्याने आम्ही एकमेकांपासून दूर जायचा निर्णय घेतला.

१९९०च्या सुरुवातीला जेव्हा मी स्पेनमधील मॉरिस व निव्हजच्या घरी राहत होतो, तेव्हा एक दिवस जॉर्जियन ग्रँडमास्टर एलिझबर उबिलावा त्यांना भेटायला आला होता. त्याने काही काळ कार्पोव्हचा प्रशिक्षक म्हणून काम केलं होतं. १९९१ ते १९९३ च्या दरम्यान जेव्हा गुरेव्हिच माझ्याबरोबर होता, तेव्हा मी एकट्यानेच प्रवास करत विविध स्पर्धांमध्ये भाग घेत असे. गुरेव्हिचबरोबरचा करार संपुष्टात आल्यावर मी एक पूर्ण वेळ सहायक शिक्षक नेमावा की, जो स्पर्धेच्या ठिकाणीही माझ्यासोबत असेल, असं निव्हजने मला सुचवलं.

उबिलावा हा त्या वेळी नुकताच माद्रिदला आला होता आणि माझ्यापाशी नसलेला अनुभव त्याच्यापाशी होता. त्याने माझा प्रस्ताव लगेच स्वीकारला आणि १९९४ मध्ये म्हणजे कास्पारोव्हविरुद्ध विश्वविजेतेपदासाठी झालेल्या माझ्या लढतीआधी वर्षभर आमच्या दोघांत कामासंबंधीचा रीतसर करार झाला. उबिलावा नेहमी माझ्या खेळाचं कौतुक करत मला प्रोत्साहन द्यायचा; शिवाय त्याला रूढ पद्धतीत न बसणाऱ्या वेगळ्याच चाली सुचायच्या. त्याच्या या विलक्षण क्षमतेमुळे मी चकित होऊन जायचो, कारण मला अशा कल्पना कधीच सुचत नसत. पटावरच्या प्रत्येक स्थितीमध्ये आपल्याला नव्या दृष्टिकोनातून काही विचार करता येईल का, याचा तो सर्वप्रथम प्रयत्न करत असे. खेळताना माझा कधीही विचित्र किंवा चिक्षिप्त वाटतील अशा चाली करण्याकडे कल नसतो; परंतु अशा चाली रचणाऱ्या बुद्धिबळपटूंच्या खेळाने मात्र मी प्रभावित होतो, कारण अशा गोष्टींचा

पाठपुरावा करण्यासाठी जो संयम लागतो, तो माझ्यापाशी नाही. उबिलावाने दिलेल्या या नव्या संकल्पनेमुळे माझ्या विचारात कल्पकता व सर्जनशीलता आली. त्याआधीच्या माझ्या नेहमीच्या सरावात अशी पद्धत मी कधीच अवलंबिली नव्हती. मी एका ठरावीक पद्धतीनेच सराव करायचो. अर्थात प्रत्यक्ष खेळताना मला नव्या कल्पना आणि वेगळ्या प्रकारच्या चाली सुचायच्या. उबिलावा अधूनमधून मला कार्पोव्हच्या जीवनात घडलेले छोटे-मोठे किस्से सांगायचा आणि त्यातून एवढ्या मोठ्या विजेत्याच्या व्यक्तिमत्त्वातही दोष किंवा वैगुण्य असतात याची मला अप्रत्यक्षपणे जाणीव करून द्यायचा. २००० मध्ये आम्ही एकमेकांचा निरोप घेतला; पण त्याच्या सहवासातील सहा वर्षांत माझ्या खेळाचा दर्जा खूपच उंचावला. मला लाभलेल्या प्रत्येक प्रशिक्षकामुळे मला नवा दृष्टिकोन, नव्या कल्पना व पद्धती समजत गेल्या आणि त्यातून माझा खेळही बहरत गेला.

अशा प्रकारे जोडीने काम करण्याबरोबरच खेळाची जाण वाढवण्यासाठी मी आणखी एका पद्धतीचा उपयोग करून घेतला आणि ती म्हणजे मी सातत्याने माजी विजेत्या बुद्धिबळपटूंनी सांगितलेल्या अनुभवांचं सखोल वाचन केलं. २००१ची गोष्ट, ज्या वेळी यशाने माझ्याकडे पाठ फिरवली होती आणि त्या निराश अवस्थेतून बाहेर पडण्यासाठी मी बुद्धिबळावर लिहिलेली जुनी पुस्तकं विकत घेऊ लागलो. माझे विचार आणि कल्पनांना त्यातून नवी चालना मिळावी हा त्यामागील माझा हेतू होता. मी अलेक्झांडर अलेखिन, इमॅन्युअल लस्कर व जोस रॉल कॅपाब्लान्का या थोर बुद्धिबळपटूंचे संकलित केलेले अनेक डाव नीट अभ्यासू लागलो आणि माझ्या लक्षात आलं की, या जुन्या काळातील बुद्धिबळपटूंनी खेळलेले डाव जणू १९९०च्या दशकात खेळल्याइतके आधुनिक वाटतात. त्या वेळी कॅपाब्लान्का हा इतर खेळाडूंसाठी सर्वांत अवघड प्रतिस्पर्धी समजला जायचा आणि १९२७ मध्ये झालेल्या विश्वविजेतेपदाच्या सामन्यापर्यंत अलेखिन त्याला हरवू शकला नव्हता. अलेखिनने त्या सामन्यासाठीची तयारी करताना कॅपाब्लान्काचे अनेक जुने डाव अतिशय बारकाईने व काटेकोरपणे अभ्यासले. अशी तयारी केल्याशिवाय जर आपण कॅपाब्लान्काशी सामना खेळलो तर तो आपला धुव्वा उडवेल हे त्याला पक्कं ठाऊक होतं. त्या अभ्यासातून अलेखिनला दोन गोष्टी उमगल्या. पहिली म्हणजे, कॅपाब्लान्का हा आपल्या चालींमधून पटावर साधी, स्पष्ट आणि खुली परिस्थिती निर्माण करून प्रतिस्पर्ध्याला जाळ्यात ओढतो. त्याच्या या डावपेचांना न डगमगता सामोरं जाणं अलेखिनसाठी फार महत्त्वाचं होतं. कॅपाब्लान्काच्या खेळाची जी खास वैशिष्ट्यं होती, त्याविरुद्ध बचावात्मक धोरण न स्वीकारता उलट आक्रमक हल्ला चढवण्यासाठी त्याने कसून सराव केला आणि त्याच वेळी त्याने कॅपाब्लान्काच्या खेळातील दुबळ्या जागाही शोधून काढल्या. ज्या सामन्यात

अलेखिनने कॅपाब्लान्कावर मात करून विश्वविजेतेपद मिळवलं तो डाव बुद्धिबळाच्या इतिहासात आजही सर्वोत्तम डावांपैकी एक म्हणून ओळखला जातो. खरंतर कॅपाब्लान्काविरुद्ध सातत्याने पराभूत होणारा अलेखिन एवढ्या मोठ्या स्पर्धेत त्याला हरवू शकेल अशी अपेक्षाही कोणी केली नव्हती, म्हणूनच त्याने मिळवलेला अनपेक्षित विजय सर्वांना थक्क करून गेला.

१९६१च्या विश्वविजेतेपदाच्या स्पर्धेतही अशीच एक घटना घडली. त्या वेळचा विजेता मिखाइल ताल याच्याविरुद्ध लढण्यासाठी मिखाइल बोटविनिकने जय्यत तयारी केली होती. आपण ऐन सामन्याच्या वेळी तालसमोर हतबल ठरू नये म्हणून त्याने अनेक मार्गांचा शोध घेतला. बोटविनिकसाठी मुख्य अडथळा हा मानसिक होता, कारण तालच्या पटावरील चालींचा अंदाज व हिशेब करणं ही काही फारशी अवघड बाब नव्हती. तालची खासियत म्हणजे तो आपल्या प्रतिस्पर्ध्यावर मानसिक दबाव येईल अशा तऱ्हेने चाली रचत असे आणि हळूहळू हा दबाव अधिकाधिक वाढवत नेत असे. सत्य गोष्ट अशी असते की, समोरच्या खेळाडूपाशी जर खूप मोहरे असले तर त्याविरुद्ध बचाव करणं, कोणत्याही बुद्धिबळपटूला आवडत नाही. तसेच एका बाजूला आपण काहीतरी मोठी चूक तर करून बसणार नाही ना या भीतीवर मात करण्याचा प्रयत्न करताना दुसरीकडे पुढे कोणत्या चाली करायच्या, या विचारांच्या ओझ्याने दबून जाण्याचीही कोणा खेळाडूची इच्छा नसते. म्हणून बोटविनिकने स्वतःला अशा प्रकारच्या भोवऱ्यात सापडू न देणं आणि तालच्या धोकादायक आक्रमणाला काटशह देण्यासाठी डावाच्या सुरुवातीलाच वेगळ्या प्रकारच्या चाली खेळणं, ही दोन उद्दिष्टं डोळ्यांसमोर ठेवून त्या प्रकारचे सराव सामने खेळायला सुरुवात केली.

आजच्या तरुण बुद्धिबळपटूंनी जुन्या महान खेळाडूंचे गाजलेले डाव निवडून ते पाहणं किंवा वाचणं हा एवढाच अभ्यास करणं पुरेसं नाही, तर त्या महान खेळाडूंनी ज्या परिस्थितीला सामोरं जाऊन त्या चाली रचल्या ती परिस्थिती डोळ्यांसमोर आणून त्या डावाचा अभ्यास केला तरच त्यांच्या ज्ञानात खरी भर पडेल. तुम्ही जर त्या प्रसंगात किंवा परिस्थितीत स्वतःला नेऊन बसवलंत, तरच तुमचा खरा फायदा होईल. नाहीतर जिचा शेवट आधीच ठाऊक आहे अशी एखादी रहस्यमय कादंबरी आपण वाचतोय, असं तुम्हाला वाटेल. त्या डावाचा नव्याने शोध घ्यायची ओढ आणि उत्सुकता तुम्ही गमावून बसलेला असाल.

जरी खेळाच्या प्रस्थापित सैद्धान्तिक पद्धतींमध्ये झपाट्याने वाढ होत असली तरी प्रत्यक्ष बुद्धिबळ खेळताना मात्र त्या प्रत्येक पद्धतीला उलथवून टाकत आपल्या

प्रतिस्पर्ध्याला त्याच्या सुरक्षित कोशातून बाहेर काढून रणक्षेत्रात खेचणं, हा कोणत्याही बुद्धिबळपटूचा मूळ हेतू असतो. तो साध्य करण्यासाठी तुम्ही कोणती पद्धत वापरता हे सर्वस्वी तुम्ही कोणत्या प्रकारचे खेळाडू आहात, त्यावर अवलंबून असतं.

बुद्धिबळपटू मुख्यत्वे दोन प्रकारचे असतात. पहिल्या प्रकारचे खेळाडू खेळाचा आडव्या अंगाने विचार करतात, तर दुसऱ्या प्रकारचे खेळाचा उभ्या अंगाने अभ्यास करतात. पहिल्या प्रकारच्या खेळाडूंना वटवृक्षाची उपमा देता येईल. त्यांची खेळाची समज ही वटवृक्षासारखी विशाल असते. प्रतिस्पर्ध्यांनी त्यांना चेतवणाऱ्या व डिवचणाऱ्या कितीही चाली खेळल्या तरी त्या प्रत्येक चालीसाठी त्यांच्यापाशी समर्पक उत्तर असतं. खेळातील निरनिराळ्या प्रणालींचा वापर करत ते चाली रचत जातात. म्हणून त्यांचा खेळ विविधांगी असतो. अशा खेळाडूंवर आकस्मिक व घातक हल्ला करणं अवघड असतं, कारण पटाच्या कुठल्या बाजूने त्यांचं प्रत्युत्तर येईल, याची तुम्ही खात्री देऊ शकत नाही. याविरुद्ध खेळाचा उभ्या अंगाने विचार करणारे खेळाडू एखाद्या विशिष्ट व्यूहरचनेकडे पूर्ण लक्ष केंद्रित करतात. ते एकाच उद्देशाने चाली रचतात. परिस्थिती अनुकूल करण्यासाठी ते खोलवर विचार करत व शोध घेत अनेक छटा असलेले तात्कालिक बदल करतात. त्यांची तुलना ताडाच्या झाडाशी करता येईल.

या दोन्ही प्रकारच्या पद्धतीत जसे गुण आहेत, तसेच दोषही आहेत; त्यामुळे त्यातील एक चांगली आणि दुसरी वाईट, असं म्हणता येणार नाही. माझ्या मते बहुतेक बुद्धिबळपटू हे स्वतःला रुचणारी व पटणारी पद्धत निवडतात; पण तरीही प्रत्येकाने आधी दोन्ही पद्धतीने सराव करून पाहायला हवा, कारण त्यातील एक पद्धत तुम्हाला योग्य वाटत असली तरी ती निवडण्यापूर्वी तुम्ही वेगवेगळ्या प्रकारच्या प्रतिस्पर्ध्यांचा व बुद्धिबळातील निरनिराळ्या प्रकारांचाही त्यासाठी नीट विचार करायला हवा. पहिल्या प्रकारच्या म्हणजे खेळाचा आडव्या अंगाने विचार करण्याची पद्धत तुम्हाला खेळण्यातील विविधता व लवचीकपणा शिकवते तर उभ्या अंगाने विचार करण्याची पद्धत तुम्हाला एखाद्या प्रश्नाकडे केवळ उथळपणे न पाहता, त्याचा खोलवर विचार करून तो कसा सोडवावा हे शिकवते. तुम्हाला जर दोन्ही पद्धतींचा समन्वय साधून, त्यांचा समतोल राखता आला तर तोच खरा सुवर्णमध्य असेल. समन्वय साधण्यासाठी या दोन्ही पद्धतींमधून नेमकं काय आणि किती निवडायचं याचं प्रमाण ठरवणं अवघड असेल, कारण ते प्रत्येक खेळाडूवर अवलंबून राहील; पण तरीही ते ५० : ५० इतकं सोयीस्कर मात्र नक्कीच नसेल.

अनेक खेळाडू या दोन्ही पद्धतींचा एकाच वेळी वापर करण्याचा वरवर प्रयत्न करतात. मीही बऱ्याच वेळा तसा केला आहे. तसं करणं हा एक पर्याय म्हणून नक्कीच फायदेशीर नाही. जेव्हा मला एकाच प्रतिस्पर्ध्याविरुद्ध अनेक सामने

खेळायचे असतात, तेव्हा ही पद्धत अवलंबणं मला सोपं जातं; पण एखाद्या मोठ्या स्पर्धेत वेगवेगळ्या स्पर्धकांविरुद्ध खेळताना या दृष्टिकोनातून खेळणं शक्य नसतं. काही बुद्धिबळपटू हे हट्टी व आडमुठे असतात. आपल्या संपूर्ण कारकिर्दीत ते एकाच पद्धतीने खेळत राहतात. त्यांची खेळण्याची दिशा ठरलेली असते; परंतु आजच्या परिस्थितीत अशा तऱ्हेने खेळल्यास अनेक अडचणी उद्भवू शकतात, कारण आजच्या स्पर्धांमध्ये तुम्हाला एकाच वेळी तरुण ग्रँडमास्टरपासून ते अनुभवी खेळाडूपर्यंत सर्वांनाच सामोरं जावं लागतं. अशा वेळेस तुम्हाला सर्वसमावेशक पण डावाशी निगडित अशी तयारी करावी लागते. त्यामध्ये तुम्ही जास्तीतजास्त पाच पर्याय निवडू शकता. मग पुन्हा त्यातून प्रत्यक्ष सामन्यात वापरावे लागण्याची सर्वाधिक शक्यता असलेले फक्त दोनच अंतिम पर्याय निवडून त्यावरच तुम्हाला सर्व लक्ष केंद्रित करावं लागतं; परंतु जर तुमचा प्रतिस्पर्धी चमकदार व चकित करणाऱ्या चाली खेळून, तुमच्यावर वर्चस्व मिळवू पाहणार असेल तर मात्र तुम्हाला एक-दोन पर्यायावर अवलंबून न राहता, खेळाच्या सर्व बाजू विचारात घेऊन त्यातील प्रत्येक बाजूची किमान तयारी करावी लागते; त्यामुळे तुम्ही व्यापक किंवा सखोल अशा दोनपैकी कोणत्याही एका पद्धतीची निवड करू शकता आणि अखेर ज्यामुळे तुमच्या विजयाची शक्यता वाढेल असं वाटतं, तोच मार्ग तुम्ही निवडता.

कोणत्याही क्षेत्रात शिकताना तुमचा स्वभाव जिज्ञासू असायला हवा. बुद्धिबळाचा खेळही त्याला अपवाद नाही. खेळातील ज्या भागाची तुम्हाला माहिती नाही किंवा ज्या पद्धतींचा तुम्ही वापर करत नाही अशा सर्व गोष्टी शिकण्याचा जिज्ञासूपणा तुमच्यामध्ये असायला हवा, कारण त्या वापरण्याची संधी कधी मिळेल याची आधी कल्पना असू शकत नाही. तुम्ही जर जिज्ञासू वृत्तीचे नसाल तर अचानक समोर आलेल्या संधीचा तुम्ही कधीच फायदा उठवू शकणार नाही. म्हणूनच मला वाटतं की, उत्तम बुद्धिबळपटू होण्यासाठी जिज्ञासू स्वभाव असणं अतिशय आवश्यक आहे.

जिज्ञासू वृत्ती तुमच्या मनाला सतत चेतना देत राहते मग त्यामुळे आपोआपच तुमच्या ज्ञानाचा परीघ वाढतो, क्षमता वृद्धिंगत होते, लवचीकपणा व चपळपणा येतो, तुम्ही परिस्थितीशी सहजपणे जुळवून घ्यायला शिकता आणि मग नशिबाचे फासेही तुमच्या बाजूने पडू लागतात. प्रत्येक बुद्धिबळपटूचा याचप्रमाणे हळूहळू विकास होत जातो. एवढंच नाही तर मी असंही म्हणेन की, जो खेळाडू अगदी सुरुवातीपासूनच स्वतःमध्ये हा लवचीकपणा आणण्याचा किंवा सतत स्वतःमध्ये बदल करत राहण्याचा प्रयत्न करत नाही किंवा मुद्दाम तसं प्रशिक्षण घेत नाही, त्याला नंतरच्या काळात खूप समस्यांना सामोरं जावं लागतं. काही वेळ तुम्हाला असे प्रतिस्पर्धी भेटतात की, ते तुमची सारी शक्तिस्थानं सहज निष्क्रिय करून तुम्हाला पेचात टाकतात. अशा वेळी डावाच्या ऐन मध्यात जर तुम्हाला झटकन

तुमचा पवित्रा बदलता आला नाही तर तुम्ही हरण्याची दाट शक्यता असते.

हे केवळ बुद्धिबळाच्या खेळातच घडतं असं नव्हे तर एरवीच्या आयुष्यातही म्हणजे तुमच्या व्यावसायिक कारकिर्दीत किंवा तुम्ही विशेष नैपुण्य मिळवलेल्या कलेच्या बाबतीतही असं घडू शकतं. यामध्ये तुमचा दृष्टिकोन जर संकुचित असेल तर तो आत्मघातकी ठरण्याची शक्यता असते. तुम्ही जे काम करत असता किंवा ज्या कलेत तुम्ही प्रावीण्य मिळवलेलं असतं, तेच काम व कला जर नव्या विकसित तंत्रज्ञानामुळे एखादं स्वयंचलित यंत्र किंवा कृत्रिम बुद्धिमत्ता किंवा दुसऱ्या एखाद्या कंपनीकडून करून घेता येऊ लागलं तर तुमच्यावर बेरोजगारीचं संकट कोसळतंच; पण तुमच्याकडे दुसरं कोणतंही कलाकौशल्य नसल्यामुळे तुम्ही नव्या बदलाशी जुळवून घेऊ शकत नाही. शिवाय तुमच्यापाशी जर तुमचं जुनं काम नव्या पद्धतीने करण्याची क्षमता नसेल तर तुमची समस्या अधिकच गंभीर बनते. बुद्धिबळाचा खेळ हे याचंच छोटं उदाहरण आहे. खेळाची सुरुवात करण्याच्या पद्धती, डावाची एकूण आखणी, डावाचा मधला व अंतिम टप्पा यामध्ये सतत बदल होत असतात. वीस वर्षांपूर्वी तुम्ही जर बुद्धिबळाचा उभ्या अंगाने विचार करणारे खेळाडू असता तर कदाचित तुम्ही निभावून गेले असता; परंतु आजच्या काळात ती गोष्ट अशक्य आहे.

तुमची जिज्ञासू वृत्ती किंवा चौकस बुद्धी तुम्हाला बुद्धिबळाच्या खेळात अनेक बाबतींत उपयोगी पडू शकते. विशेषतः ज्या चाली खेळणं किंवा पटावरील मोहऱ्यांची विशिष्ट स्थिती निर्माण होणं तुम्हाला आवडत नाही, त्यांचा तुम्ही मुद्दाम अभ्यास करू शकता. ज्यामधून खेळामध्ये तणाव निर्माण होत नाही अशा निरुपयोगी चाली किंवा पटावरील स्थिती मला स्वतःला मुळीच आवडत नाही. याउलट कार्लसन मात्र अशा स्थितीचा अतिशय चतुरपणे स्वतःच्या फायद्यासाठी उपयोग करून घेतो. डाव अगदी अनिर्णित अवस्थेत संपण्याची खात्री झालेली असतानाही तो अशी काही गुंतागुंत निर्माण करून शह देऊ लागतो की, त्यासमोर हतबल होऊन त्याचा प्रतिस्पर्धी अखेर शरणागती पत्करतो. २०१३च्या विश्वविजेतेपदाच्या सामन्याच्या वेळी त्याने माझ्याविरुद्ध हीच रणनीती वापरली आणि मला तो किताब गमवावा लागला होता. म्हणून अशा परिस्थितीत तुम्ही स्वतःलाच प्रश्न विचारायला सुरुवात करायला हवी : पटावरील त्या स्थितीत माझ्या हातून नेमक्या का व कशा चुका होतात? त्याच वेळी माझं लक्ष विचलित होऊन मी मोठी चूक का करतो? जेव्हा आपल्या चुकांकडे त्रयस्थपणे पाहून, तुम्ही त्यातून अशा प्रकारे शिकण्याचा प्रयत्न करता, तेव्हा आधी कंटाळवाणी व निराशवाणी वाटणारी स्थितीसुद्धा आनंददायक होऊन जाते, तसेच तुम्ही स्वतःला छोटी आव्हानंही देऊ शकता. उदाहरणार्थ, स्वतःलाच सांगा, 'बघू या आजच्या सराव सत्रात

मी या विशिष्ट तांत्रिक स्थितीत स्वतःचा बचाव करू शकतो का?' या सरावामध्ये तुम्ही आपल्या मनामध्ये खोल उतरण्याचा प्रयत्न करून, तुमच्या मनःस्थितीत होणाऱ्या सूक्ष्म बदलाचं अगदी वस्तुनिष्ठ व प्रामाणिकपणे निरीक्षण करायला हवं. म्हणजेच प्रत्यक्ष सामना खेळताना त्या स्थितीमध्ये तुमच्या मनात जी अस्वस्थता आणि घबराट निर्माण झाली होती तशीच सराव करतानाही व्हायला हवी. तरंच तुम्हाला त्यातून बाहेर पडण्याचा मार्ग मिळू शकेल; पण तुम्हाला जर समस्येच्या मुळापाशी जाता आलं नाही, तर त्या सरावातून तुम्हाला काहीच साध्य करता येणार नाही.

पटावरील चाली व स्थिती याबाबत केवळ मूल्यविधानं करून स्वस्थ बसण्यापेक्षा त्यापलीकडे जाऊन जर तुम्ही सामन्याच्या आधी करायची तयारी व सरावासाठी अधिक खोलवर कष्ट घेतलेत तर तुमच्यामध्ये आत्मविश्वासही निर्माण होतो आणि तुमच्या यशाची शक्यताही अनेक पटींनी वाढते. आपण नेहमी जिंकण्याच्याच उद्देशाने सामना खेळत असतो; पण त्यासाठी आपण जी प्रक्रिया आणि पद्धत अनुसरत असतो, ज्या सुधारणा करण्याचा प्रयत्न करत असतो, सामना संपेपर्यंत त्यामध्ये जे सातत्य राखण्याची पराकाष्ठा करतो, ज्या तऱ्हेने डावाच्या मध्यभागात खेळ करतो या सर्वांतूनच आपल्यातील बुद्धिबळपटू घडत जातो आणि आपोआपच तुमच्या खेळाचा निकालही ठरवला जातो.

उदाहरणार्थ, मी विविध पैलूंवर सखोल विचार करत एक प्रदीर्घ व सुरेख खेळी रचल्यानंतर त्यातील चुका शोधण्यासाठी नेहमीच तिच्या पहिल्या चालीपासून सुरुवात करतो. मला संपूर्ण खेळी तपासून पाहायची गरज वाटत नाही, कारण मला फक्त माझ्या विचारात काही त्रुटी राहून गेल्या आहेत की नाही, हेच बघायचे असते. खेळी जितकी दीर्घ, तितक्याच चुका होण्याची शक्यताही जास्त. ही खेळी अधिक नेटकी व आकर्षक करण्याच्या नादात अगदी प्राथमिक गोष्टींकडे माझं दुर्लक्ष झालेलं असतं. व्यूहरचना आणि चुकांची तपासणी या दोन विचारप्रणाली मी अगदी काटेकोरपणे एकमेकांपासून अलग ठेवण्याची काळजी घेतो. माझ्या दृष्टीने अशी काळजी घेणं अत्यंत आवश्यक असतं, कारण चुका तपासताना मी केवळ माझ्याकडून कोणत्या गोष्टी राहून गेल्या, एवढंच बघत नाही तर यापूर्वी खेळल्या गेलेल्या डावांमधील अशाच स्थितीत सर्वसाधारणपणे मी किंवा इतर बुद्धिबळपटूंनी कोणत्या बाबी विचारात न घेण्याची चूक केली होती याचा मी शोध घेतो. तसंच माझ्या त्या ढोबळ चुकांना कारणीभूत ठरलेले विचारातील (नेहमीचे) अडसरही जाणून घेण्याचा मी प्रयत्न करतो.

माझं आणखी एक निरीक्षण म्हणजे पटावर जेव्हा दोन्ही बाजूंनी कोंडी झालेली

असते, तेव्हा पटाच्या दुसऱ्या टोकावर अडकून बसलेलं प्यादं किंवा घोड्यासारखी एखादी सोंगटी अचानक सक्रिय होते आणि अखेरीस तीच सामन्याच्या निर्णयाला कारणीभूत ठरते. त्या शेवटच्या मोहऱ्याने केलेल्या चाली अतिशय सुंदर असतात आणि एका अर्थाने त्या सोंगटीच्या अस्तित्वालाही न्याय मिळवून देणाऱ्या ठरतात. १९९३ मध्ये ग्रॉनिंगन येथे झालेल्या पीसीए पात्रता फेरीच्या सामन्यात अलेक्झांडर बेलिआव्हस्की माझा प्रतिस्पर्धी होता. डाव सुरू असताना माझ्या असं लक्षात आलं की, मी सामन्याची पूर्वतयारी ज्या पद्धतीने केली होती, त्याहून एका वेगळ्याच दिशेने डाव पुढे न्यायचा पर्याय मला समोर दिसतो आहे. माझ्या कारकिर्दीत डाव सुरू असताना अशा प्रकारचे पर्याय अनेकदा उपलब्ध झाले होते; पण दर वेळी मी सुज्ञपणे त्या पर्यायांकडे पाठ फिरवून, आधी ठरवलेल्या दिशेनेच खेळ केलेला आहे. बेलिआव्हस्कीविरुद्धच्या सामन्यात मात्र कदाचित तारुण्याच्या जोशात मी अचानक समोर आलेला नवा पर्याय स्वीकारला आणि तो मला यश देऊन गेला. त्या चालीमुळे काळ्या मोहऱ्यांनी खेळणारा अलेक्झांडर चांगलाच अडचणीत सापडला. खरं म्हणजे मी तशी परिस्थिती निर्माण व्हावी या हेतूने पूर्वीच्या चाली नक्कीच खेळलो नव्हतो. म्हणजे एका अर्थाने माझ्या जिज्ञासू वृत्तीने मला धोका पत्करायला भाग पाडलं होतं. अशा प्रकारचा अनुभव तुम्हाला एरवीच्या आयुष्यातही आला असेल. तुमच्यापाशी अनेक प्रकारची साधनं असतात की, ज्याचा तुम्ही कधीही वापर केलेला नसतो; पण एखाद्या कठीण प्रसंगात तीच साधनं तुम्हाला तारून नेतात. म्हणून आपल्यापाशी असलेली साधनं, क्षमता, कलाकौशल्य यांचं सखोल भान आपल्याला असायला हवं; मग भले तुम्ही त्यांचा सक्रिय वापर करत असा किंवा नसा.

एखाद्या स्पर्धेतील सामन्यांमध्ये विविध डावांत वापरण्यासाठी मी तीन प्रकारच्या सुरुवातीच्या चालींची तयारी करून ठेवलेली असते; पण अनेकदा संपूर्ण स्पर्धेत मी त्यातील दोनच पद्धतींचा वापर करतो. पहिल्या डावात मी ठरवल्याप्रमाणे एका पद्धतीने सुरुवात करून मला हवा तसा बचाव करतो, दुसऱ्या डावात मी पुन्हा तीच पद्धत वापरतो आणि जेव्हा माझ्या लक्षात येतं की, माझ्या प्रतिस्पर्ध्याने त्या सुरुवातीच्या पद्धतीवर आता पकड मिळवली आहे आणि त्याला शह देण्यासाठी नव्या योजना आखल्या आहेत, त्या वेळी तिसऱ्या डावात मी तयार केलेल्या दुसऱ्या पद्धतीचा वापर करतो.

काही प्रसंगी तुम्हाला १०० टक्के खात्री नसतानाही धोका पत्करून, काही चाली खेळाव्या लागतात. या बाबतीत मला दोन्ही प्रकारचे अनुभव आले आहेत. म्हणजे काही वेळा मी अगदी आयत्या वेळी एखादी चाल खेळण्याचा निर्णय घेतला आहे आणि तो स्वप्नवत यशस्वी ठरला आहे, तर इतर वेळी मी ज्यावर

बऱ्यापैकी सखोल विचार केला आहे अशी चाल खेळूनही त्यात तोंडघशी पडलो आहे. यातील सर्वात उत्तम पद्धत म्हणजे तुमच्यापाशी तुमच्या प्रतिस्पर्ध्याला भयचकित करेल असा राखीव दारूगोळा असायला हवा. त्या अस्त्राची तुम्हाला इत्यंभूत नसली तरी जुजबी माहिती मात्र असायला हवी आणि आपल्या प्रतिस्पर्ध्याच्या क्षमतेचा अंदाज घेत, तो धोका पत्करायची हिंमतही हवी. मुख्य म्हणजे आपल्याला त्या शस्त्राचे पूर्ण ज्ञान नसूनही आपण ते वापरणार आहोत, यासाठी लागणारी मानसिक तयारी तुम्ही केलेली असायला हवी. म्हणजे आपण अंधारात तीर मारत आहोत अशी भीती तुमच्या मनात राहणार नाही. एक लक्षात ठेवा, तुम्हाला प्रतिस्पर्ध्याला चकित करायचं आहे, स्वतःलाच चकित करून घ्यायचं नाही.

थोडक्यात, तुम्ही जेव्हा पटावर प्रत्यक्षात ती आक्रमक चाल खेळणार आहात, त्याची थोडी का होईना पण आधी तयारी केलेली असायला हवी. थोडीफार पूर्वतयारी असली की, एक प्रकारचा आत्मविश्वास वाटतो व त्या जोरावर तुम्ही स्वतःकडे यश खेचून आणू शकता. माझ्यावरही अशा प्रकारे चकित व्हायची पाळी काही वेळा आली आहे. याचं उत्तम उदाहरण म्हणजे १९९५ विश्वविजेतेपद स्पर्धेच्या सामन्यात कास्पारोव्हने माझ्याविरुद्ध खेळलेली 'ड्रॅगन'ची चाल! सिसिलियन पद्धतीत थोडा फरक करून ड्रॅगन ही चाल बनवली गेली. पटावरील काळ्या राजाच्या आजूबाजूला असलेल्या प्याद्यांमुळे जी आकृती तयार होते, ती उत्तरेकडील आकाशात 'ड्रॅको' या सर्पाकृती तारकासमूहांसारखी दिसते, म्हणून तिला ड्रॅगन म्हटलं गेलं. या स्थितीत पटावरील उंट h6-a1 या स्थितीत एकमेकांशी कणरिषेत तिरके उभे असतात. कास्पारोव्हने स्पर्धेच्या ११व्या डावात ड्रॅगन चाल वापरून मला बेसावधपणे जाळ्यात पकडलं. गोंधळलेल्या मनःस्थितीत माझ्या हातून एक मोठी चूक झाली व मला डाव गमवावा लागला. १३व्या डावात त्याने पुन्हा तीच चाल खेळली. खरंतर तोपर्यंत मला त्या कोंडीतून कसं बाहेर पडायचं याचा बऱ्यापैकी अंदाज आला होता; पण तरीही पुन्हा एकदा मी गडबडून गेलो आणि चुका केल्याने पराभूत झालो; त्यामुळे मला शक्य असूनही बचाव करता न आल्याने कास्पारोव्हने दोन वेळा वापरलेली ड्रॅगन चाल हा स्पर्धेतील हुकमी एक्का ठरला. त्या चालीच्या गुणवत्तेपेक्षाही मला चकित करून माझ्यावर मानसिक दबाव आणण्यात कास्पारोव्ह पुरता यशस्वी झाला.

बुद्धिबळामध्ये दर वेळी हल्ला करण्यालाच महत्त्व असते, असं नव्हे. प्रत्यक्ष हल्ला करण्यापेक्षा हल्ल्याची अप्रत्यक्ष धमकी देणं किंवा तसं वातावरण निर्माण करणंसुद्धा अनेकदा अधिक परिणामकारक ठरतं. बुद्धिबळाच्या तंत्राप्रमाणे मी योग्य परिस्थिती येईपर्यंत माझे खास डावपेच मुद्दाम राखून ठेवतो. प्रतिस्पर्ध्याच्या मनात अस्वस्थता निर्माण करणं, हा खरा यामागचा मुख्य हेतू असतो. म्हणजे मुद्दाम आपला

एखादा मोहरा अचानक विरुद्ध दिशेला फिरवून प्रतिस्पर्ध्याच्या राजाच्या जवळ आणला की, त्याच्या मनात संभ्रम निर्माण होतो, कारण एखाद्या माहीत झालेल्या संकटापासून बचाव करणं सोपं असतं; परंतु मनात निष्कारण संशय किंवा संभ्रम निर्माण झाला तर त्यावर मात करणं खूप अवघड असतं. आपल्यावर कुठून व कसा हल्ला होणार आहे याचा विचार करताना त्याचं पटावरचं लक्ष विचलित होतं.

काहीजण बुद्धिबळातील विशिष्ट चाली किंवा कल्पनांमध्ये परिपूर्ण होण्यासाठी सखोल अभ्यास करत त्यांच्या पार तळाशी जाण्याचा प्रयत्न करतात. अभ्यास करण्याची ही पद्धत निश्चितच चांगली असली तरी प्रत्यक्ष डाव खेळताना ती काही वेळा अडचणीची किंवा अडसर ठरू शकते. विशेषतः जेव्हा तुमचा सामना प्रायोगिक पद्धतीने बुद्धिबळ खेळणाऱ्या एखाद्या प्रतिस्पर्ध्याशी होतो, तेव्हा तुम्हाला याचा प्रत्यय येतो. अशा खेळाडूने केलेली कोणती चाल योग्य व प्रामाणिकपणे केली आहे आणि कोणती चाल फसवी आहे याचा तुम्हाला अचूक अंदाज घेता यायला हवा. डाव सुरू असताना एका विशिष्ट क्षणी तुम्हाला आतून आवाज येतो आणि तो सांगतो की, आता तू बुद्धीला पटणारी चाल खेळू नकोस, मी सांगतो ती चाल खेळ. त्या क्षणी तुम्ही त्या आवाजाला प्रतिसाद द्यायला हवा. बुद्धिबळाच्या खेळातून मिळालेली ही शिकवणूक तुम्हाला जीवनाच्या अनेक क्षेत्रांतही वापरता येते. आत्मविकासासाठी परिपूर्णतेचा ध्यास घेणं आवश्यक आहे; पण प्रत्यक्ष व्यवहारात मात्र जेव्हा तुम्हाला नेमून दिलेल्या कामाची मुदत संपत आली असेल किंवा अचानक एखादी आणीबाणीची परिस्थिती उद्भवलेली असेल तर अशा वेळी परिपूर्णतेचा ध्यास बाजूला ठेवून तुम्ही तातडीने काही निर्णय घ्यायला हवेत, कारण तुमचं एक मन जरी तुम्हाला परिपूर्ण निर्णय घ्यायला सांगत असलं तरी तसा निर्णय घेण्याएवढा पुरेसा वेळ आणि साधनं तुमच्यापाशी नाहीत याची जाणीव तुम्हाला तुमचा आतला तर्कनिष्ठ आवाज करून देत असतो.

मी सामन्याच्या आधी छोट्या छोट्या सत्रांत बुद्धिबळातील काही विशिष्ट गोष्टींचा अभ्यास व सराव करतो आणि तो मला मी एरवी करत असलेल्या दीर्घकालीन सरावाइतकाच परिणामकारक वाटतो. विशेषतः जेव्हा मला माझं लक्ष जराही डळमळीत होऊ न देता एखादी विशिष्ट समस्या सोडवण्यावर केंद्रित करायचं असतं, तेव्हा मला ही छोटी सत्रं अधिक उपयोगी ठरतात. जेव्हा तुमचा दीर्घकालीन प्रशिक्षण सराव सुरू असतो, तेव्हा त्या काळात कधी ना कधी तुमचं मन वेगळ्या ठिकाणी भरकटत जाण्याची शक्यता असते. तुम्हाला शारीरिक व मानसिक थकवा येऊ शकतो आणि त्याचा शेवट तुमचा वेळ व साधनं वाया घालवण्यात होतो. त्याउलट छोटी सत्रं ही एखाद्या अल्पकालीन बैठकीसारखी किंवा शनिवारी अर्धवेळ केलेल्या कामासारखी असतात, कारण त्या कमी वेळात

तुमच्या मनात इतर कसलेही विचार न येता तुमचं सारं लक्ष आपल्या कामावर केंद्रित असतं; त्यामुळे तुम्ही जेव्हा पूर्ण रस घेऊन ते काम करता, तेव्हा कमी वेळेचा जास्तीतजास्त उपयोग करून घेता. ज्या कामात तुम्हाला सर्वांत जास्त रस व उत्साह वाटतो, ते काम हाती घेणं हा एकाग्रता साधण्यासाठीचा उत्तम व्यायाम आहे. तसंच एखादं अप्रिय काम लहान लहान टप्प्यांत पूर्ण करण्यासाठीही तुम्ही अशा छोट्या सत्रांचा उत्तम उपयोग करून घेऊ शकता.

प्रत्यक्ष बुद्धिबळाचा सामना खेळत असताना तुमचं सारं चित्त डावावर एकाग्र होणं अत्यावश्यक असतं; पण त्याच वेळी संपूर्ण वेळ पटावर लक्ष केंद्रित न करणंही तितकंच महत्त्वाचं असतं. अर्थात, त्यासाठी तुमच्यापाशी थोडा मोकळा वेळही असायला हवा. त्या थोड्या वेळात पूर्ण विश्रांती घेऊन तुम्ही ताजेतवाने होत नवी चाल खेळायला अधिक उत्साहाने सिद्ध होता. सामना खेळताना मी ज्या वेळी अडचणीत सापडलेलो असतो, तेव्हा मी मुद्दाम माझ्या मनाला दुसऱ्या कोणत्या तरी विषयात भरकटू देतो. माझ्या आवडत्या मॉंटी पायथॉनच्या होली ग्रेल व लिंबलेस नाइट या विडंबनात्मक चित्रपटातील दृश्यं किंवा यस मिनिस्टरसारख्या विनोदी मालिकेतील प्रसंग आठवतो; त्यामुळे मनावरचा ताण निघून जाऊन मनःस्थितीही सुधारते. काही वेळा माझ्यापाशी अधिक वेळ असतो आणि पुढची चाल माझ्या प्रतिस्पर्ध्याला करायची असते, तेव्हा मी एक छोटा फेरफटका मारून येतो; त्यामुळे पटासमोर बसून समोरचा खेळाडू आता कोणती चाल खेळू शकेल याचा अंदाज बांधत आपला मेंदू शिणवून घेण्यापेक्षा, थोडा वेळ पाय मोकळे केल्याने शरीराला व मेंदूला तरतरी येते. तर एखाद्या वेळी अचानक मला कुठल्या तरी गाण्याची ओळ आठवते. २०१२ मध्ये झालेल्या विश्वविजेतेपदाच्या स्पर्धेत गेलफंडविरुद्ध टाय-ब्रेकचा डाव खेळताना मी पूर्ण वेळ 'पॅट अ् केक' हे अखिलनें म्हटलेलं बालगीत मजेत गुणगुणत होतो.

स्पर्धेच्या तयारीसाठी नियमित सराव आणि अभ्यास हा अत्यंत महत्त्वाचा भाग आहे. हा नित्यक्रम अनाकर्षक असला तरी शिस्त व एकाग्रतेच्या दृष्टीने तो फार आवश्यक असतो. जराही खंड पडू न देता तुम्ही रोज हा सराव करत राहिलात तर अनेक बाबतींतला तुमचा जोम शेवटपर्यंत टिकून राहतो आणि प्रत्यक्ष सामन्याच्या वेळी तुम्ही शांतपणे विचार करू शकता. स्टीव्ह जॉब्स रोज कंपनीत जाताना बंद गळ्याचा टी-शर्ट तर मार्क झुकरबर्ग राखाडी रंगाचा टी-शर्ट घालायचा; त्यामुळे त्या दोघांचा रोज सकाळी त्या एका गोष्टीवर विचार करायचा वेळ वाचायचा आणि आपला उद्योग अधिक विकसित व यशस्वी होण्यासाठी नव्या कल्पना

शोधण्यासाठी त्यांना अधिक वेळ मिळायचा.

प्रत्येक खेळाडूच्या नेहमीच्या सवयीचा काही भाग असतो. काही टेनिसपटू हे विशिष्ट प्रकारची रॅकेट वापरण्याबद्दल आग्रही असतात, कारण त्यांनी ती नीट निरखून, पारखून निवडलेली असते. अनेक क्रिकेटपटू आपल्या बॅटच्या ग्रिपबद्दल खूप चिकित्सक असतात. माझी सवय थोडी वेगळी आहे. ज्या शहरात स्पर्धा आयोजित केलेली असते, तिथे मी काही दिवस आधीच जाऊन पोहोचतो. मी त्या शहराच्या रस्त्यांवरून मनमुराद भटकतो, तिथली उपाहारगृहं शोधतो, तिथे मिळणाऱ्या पदार्थांची चव चाखतो अशा प्रकारे मी त्या शहरामधील वातावरणाशी स्वतःला परिचित करून घेतो; त्यामुळे प्रत्यक्ष सामन्याच्या वेळेपर्यंत मी तिथे अगदी पूर्णपणे स्थिरस्थावर झालेला असतो. मला त्या खोलीमधील कोंदटपणा, माझ्या प्रतिस्पर्ध्याचा वेगाने सुरू असलेला श्वासोच्छ्वास अशा गोष्टींची फिकीरही नसते, इतका मी मनाने शांत असतो. जणू कोणीही मला घाबरवू, बिथरवू शकणार नसतं.

माझ्या दैनंदिन कार्यक्रमात खेळाची रणनीती, तर्कशास्त्र किंवा ज्याला शहाणपणाही म्हणता येणार नाही, अशा काही गोष्टींचा समावेश असतो. माझ्या सद्सद्विवेक बुद्धीवर मात करत झगडून त्या गोष्टींनी माझ्या रोजच्या जीवनात प्रवेश मिळवलाय व आता त्या माझ्या नित्यक्रमाचाच एक भाग बनल्या आहेत. उदाहरणार्थ, सामन्याच्या दिवशी आपण कोणता शर्ट घालावा या बाबतीत मी फारसा चोखंदळ नसलो तरी काही काळाने माझ्या लक्षात येतं की, मी कपाटातील काही विशिष्ट शर्टच पुनःपुन्हा वापरतोय व बाकीच्या शर्टांना हातदेखील लावलेला नाही. माझ्याकडे एक लाल पट्ट्यांचा व सफेद कॉलरचा काळा शर्ट आहे. मला मौल्यवान खेळाडूचा पुरस्कार मिळवण्यात या शर्टचा फार मोठा हात आहे. २०१४ मध्ये मी खंती मानसिक्स येथे झालेल्या कॅन्डिडेट्स स्पर्धेत भाग घेतला होता, तेव्हा अरोनियन व टोपोलोव्हचा पराभव करताना आणि सर्जी करिआकेबरोबर डाव अनिर्णित राखताना मी तोच काळा शर्ट घातला होता. 'अरे, हा तर जादुई शर्ट आहे!' असा पहिला विचार त्या वेळी माझ्या मनात आला. योगायोगाने एक वर्ष आधी विक आन झीमध्ये झालेल्या स्पर्धेतही तोच शर्ट घालून मी ज्या सामन्यात अरोनियनचा पराभव केला होता, तो आजपर्यंत मी खेळलेल्या सर्वोत्कृष्ट डावांपैकी एक होता असं मी मानतो. अर्थात एक गोष्ट मी नाकारत नाही की, चांगल्या आठवणीच नेहमी आपल्या लक्षात राहतात. आपण म्हणतो की, 'हा शर्ट माझ्यासाठी नेहमी भाग्यवान ठरलाय.' पण त्याच वेळी तोच शर्ट वापरून हरलेले सामने मात्र मी विसरून गेलेलो असतो. २०१७च्या रियाधमध्ये झालेल्या विश्व जलद बुद्धिबळ स्पर्धेत मी विशिष्ट कपडेच वापरायचा विचार सोडून दिला आणि घरून येताना जेवढे शर्ट आणले होते, ते सर्वच्या सर्व स्पर्धेदरम्यान वापरले आणि काही

काळाने माझ्या निकालात सुधारणा दिसू लागली.

काही छोट्या गोष्टींच्या बाबतीत मी जरा वेड्यासारखा हट्ट धरतो, म्हणजे त्या वापरल्याशिवाय मला चैन पडत नाही. माझ्याकडे असलेली काही पेनं मी सामन्याच्या दरम्यान टिपणं काढण्यासाठी सुरुवातीला एक-दोनदा वापरली आणि मग मी तीच पेनं पुनःपुन्हा वापरू लागलो. नंतर तर मी पांढऱ्या मोहऱ्यांनी खेळत असताना एक विशिष्ट पेन आणि काळ्या मोहऱ्यांनी खेळताना दुसरं एक ठरावीक पेन माझ्यासोबत बाळगू लागलो. कधी नाष्ट्यासाठी बसलो असताना माझ्या मनात विचार यायचा की, आज मी आम्लेट खाल्लं नाही, तर त्या दिवशीचा सामना हरणार किंवा नेहमीपेक्षा जास्त खाल्लं तर एक गुण गमावणार. खरं म्हणजे अशा गोष्टींचा सामन्यावर परिणाम होतो असा विचार करणं हाच मुळात मूर्खपणा आहे; पण तरीही सामना सुरू होण्याआधी प्रत्येक गोष्ट आपल्या मनासारखी व्हावी अशी माझी तीव्र इच्छा असते. मला वाटतं, ज्या ज्या प्रसंगात परिणामांना किंवा लागणाऱ्या निकालाला अतिशय महत्त्व असतं, तेव्हा माणसाचं मन बेचैन होतं व त्याचे विचार आणि वर्तन तर्कहीन होऊ लागतं; त्यामुळे प्रत्यक्ष कारण व परिणामापेक्षा त्याविषयी वाटणाऱ्या काळजी आणि भीतीपोटीच त्याचं मन सैरभैर होऊन जातं.

दोन सामन्यांच्या मधल्या काळात माझ्यापाशी निश्चित असं काही काम नसलं आणि वेळ घालवण्यासाठी उगाचच काहीतरी करत राहावं लागलं, तर त्याचा माझ्या पुढच्या सामन्यावर नेहमीच विपरीत परिणाम होतो. असं अनेकदा घडलं आहे. २०१५ मध्ये बर्लिनला झालेल्या जलद बुद्धिबळ स्पर्धेत मी अखेरीस पंचविसाव्या व ब्लिट्झ स्पर्धेत सव्विसाव्या स्थानावर फेकला गेलो होतो. २०१६ मध्ये दोहा येथे आयोजित जलद बुद्धिबळ स्पर्धेच्या अखेरीसही मला सोळाव्या क्रमांकावर समाधान मानावं लागलं होतं. त्या दोन्ही स्पर्धांच्या वेळी खेळाडूंच्या जोड्या ठरवण्यास खूप वेळ लागत होता आणि तिथल्या छोट्या हॉलमध्ये खूपच गर्दी होती; त्यामुळे दोन डावांच्या मधल्या काळात मला एखाद्या कोपऱ्यात ताटकळत उभ राहावं लागत होतं. असा निर्थक वेळ घालवावा लागला की, तुमचा मेंदू बधिर होऊन जातो. त्यावर उपाय म्हणून मी २०१७ मध्ये रियाधला झालेल्या स्पर्धेत स्वतःपाशी एक लॅपटॉप ठेवला होता. मोकळ्या वेळात मी त्यावर कोडी सोडवायचो किंवा काहीतरी पाहत राहायचो. परिणामी, त्या स्पर्धेत मी विजेता ठरलो. रियाधच्या स्पर्धेचं आयोजनही उत्कृष्टपणे करण्यात आलं होतं. दोन डावांच्या मधल्या वेळात मला बसण्यासाठी खास खुर्ची दिलेली होती. इतर स्पर्धांमध्ये असा पर्याय नसायचा. स्पर्धेच्या तयारीसाठी नित्यक्रम ठरवताना, तुम्हाला नेमकं काय साध्य करायचंय आणि एखाद्या निशिष्ट परिस्थितीत ते करणं कसं शक्य आहे याचा विचार करून, त्यातला सुवर्णमध्य काढता यायला हवा.

विश्वनाथन आनंद वि. अलेक्झांडर बेलिआव्हस्की (१-०)
(पांढरा) (काळ्या)

१९९३ पीसीए पात्रता स्पर्धा, ग्रॉनिंगन
पांढरा विजयी

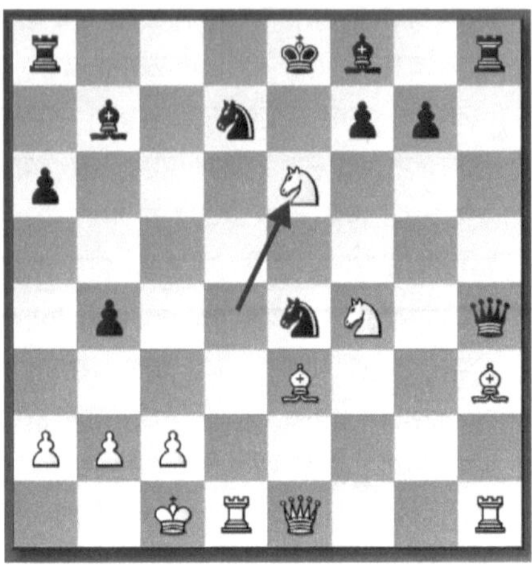

कदाचित तारुण्यामधील दुर्दम्य आशावादामुळे असेल; पण मी अशी एक दिशा ठरवून बेलिआव्हस्कीवर हल्ला चढवला की, ज्या दिशेने त्यानेच माझ्यावर आक्रमण करण्याची पूर्ण तयारी केली होती. माझी ती कल्पना कमालीची यशस्वी ठरली. काळ्याला अतिशय अडचणीत आणणारी चाल मला अचानक सुचली आणि मी ती माझ्या विशिष्ट पद्धतीने अमलात आणली. सुरुवातीला मी त्याच्या मोहऱ्यांना हळूहळू वेढा घातला आणि मग जेव्हा माघार घेण्याची वेळ टळून गेली, तेव्हा सर्व शक्तिनिशी मी त्यांना थेट भिडलो.

तुम्ही आखलेली रणनीती परिणामकारक ठरण्यासाठी तुमचे सर्व डावपेच यशस्वी व्हायला हवेत आणि त्याकरता खेळाच्या प्रत्येक अंगाची चोख तयारी करणं हीच त्या यशाची गुरुकिल्ली आहे. तुम्ही आपला दृष्टिकोन एकांगी ठेवू शकत नाही. तुम्ही खेळाचा बाह्य दृष्टिकोनातून विचार करा, शिकण्याच्या विविध मार्गांचा खुल्या मनाने वापर करा, पटावर निर्माण होऊ शकणाऱ्या अवघड व अनोळखी स्थितीची कल्पना करून त्या समस्येचा सराव करताना थेट भिडण्याचा प्रयत्न करा किंवा असा एक शिस्तबद्ध दिनक्रम ठरवा की, ज्यामधून तणावाच्या परिस्थितीतही तुम्ही शांत राहायला शिकाल – अखेर तुमच्या यशाला या सर्व गोष्टी एकत्रितपणे कारणीभूत ठरतील.

न्यू यॉर्क, न्यू यॉर्क

विजेता घडत जाताना

१९९८चा जानेवारी महिना. विक आन झीमधील वार्षिक स्पर्धेसाठी आम्ही सर्वजण आमच्या हॉटेलच्या भोजनकक्षात जमलो होतो. आम्ही बसलो होतो त्याच्या पुढच्या टेबलावर कार्पोव्ह एका पत्रकाराच्या प्रश्नांना उत्तरं देत होता. त्याचं बोलणं आम्हाला स्पष्ट ऐकू येत होतं. एका आठवड्यापूर्वी लोझेनला झालेल्या विश्वचषक स्पर्धेत आम्ही एकमेकांविरुद्ध लढलो होतो आणि त्यात मला हरवून कार्पोव्ह विश्वविजेता ठरला होता. त्याच अनुषंगाने त्या पत्रकाराने त्याला मी भावी विश्वविजेता होण्याची किती शक्यता आहे, असा प्रश्न विचारला. त्यावर कार्पोव्ह हसत म्हणाला, 'माझ्या मते विशी हा एक गुणी मुलगा आहे; पण मोठी स्पर्धा जिंकण्यासाठी लागणारी कणखर वृत्ती त्याच्यापाशी नाही.'

अरुणा माझ्याशेजारी बसली होती. कार्पोव्हने माझ्यावर केलेली टीका तिला मुळीच रुचली नाही. समोर ठेवलेल्या बाऊलमधील फळांमध्ये हातातील काटा जोरात खूपसत तिने आपला राग व्यक्त केला आणि त्यानंतर जेवण संपेपर्यंत आम्ही दोघं एकमेकांशी एक शब्दही बोललो नाही. कार्पोव्हने माझ्या मर्मावर बोट ठेवलं होतं. मोठा विजय मिळवण्याची ईर्षा आणि आत्मविश्वास नसलेला एक गुणी खेळाडू ही माझी प्रतिमा मनाला खचितच क्लेश देणारी होती.

सप्टेंबर १९९५ मध्ये न्यू यॉर्कमधील वर्ल्ड ट्रेड सेंटर येथे प्रोफेशनल चेस असोसिएशन (पीसीए) तर्फे आयोजित करण्यात आलेल्या विश्वविजेतेपदाच्या स्पर्धेसाठी मी कास्पारोव्हविरुद्ध जो सामना खेळलो, त्यानंतर मला हे लेबल कायमचं चिकटलं होतं.

तो सामना अनेक कारणांसाठी माझ्या कायमचा स्मरणात राहिला आहे. पहिलं म्हणजे जो सामना आधी जर्मनीतील कलोन शहरात होणार होता, तो अचानक बदलून न्यू यॉर्कमधील गगनचुंबी इमारतातील १०७व्या मजल्यावर

खेळवण्याचं ठरवलं गेलं. मला हा बदल फार उशिरा समजला. तोपर्यंत मी कलोनमधील एका हॉटेलात स्वतःसाठी आणि माझ्या चार सहायकांसाठी खोल्यांचं आरक्षणही केलं होतं. उबिलावा हा माझा तेव्हा प्रशिक्षक होता. माझ्या सहायकांमध्ये पॅट्रिक वुल्फ होता आणि १९९३च्या स्पर्धेत कास्पारोव्हशी लढत देणाऱ्या नायजेल शॉर्टच्या सहायकाची भूमिका बजावणाऱ्या जॉन स्पिलमनची मी निवड केली होती. माझ्या संघातील चौथा सहायक हा आर्तुर युसोपोव होता. कास्पारोव्हविरुद्ध खेळण्यासाठी आधी झालेल्या कॅन्डिडेट स्पर्धेच्या अंतिम फेरीमध्ये मी गॅटा कामस्कीचा पराभव केला होता. त्या सामन्यासाठीसुद्धा युसोपोवच माझा सहायक प्रशिक्षक होता. विश्वविजेतेपदाच्या सामन्यात भाग घेण्याची मला प्रथमच संधी मिळत होती आणि त्यामध्ये यश मिळवण्याच्या आकांक्षेने मी पछाडून गेलो होतो. त्यासाठी या चौघांना बरोबर घेऊन मी माझ्या माद्रिदच्या घरी तीन महिन्यांचं दीर्घ शिबिर आयोजित केलं होतं.

त्यानंतर सप्टेंबरमध्ये होणाऱ्या स्पर्धेच्या दोन महिने आधी १.५ दशलक्ष डॉलर्स असलेल्या बक्षिसाची रक्कम १० टक्क्यांनी घटवण्यात आली. पीसीएच्या संस्थात्मक खर्चाची सोय करण्यासाठी ती रक्कम कमी करण्यात आली होती. एकूण बक्षिसाच्या रकमेपैकी दोन तृतीयांश रक्कम विजेत्याला मिळेल अशी अट घालण्यात आली होती. जर सामना अनिर्णित अवस्थेत संपला तर पूर्वविजेता असलेल्या कास्पारोव्हलाच पुन्हा एकदा विश्वविजेता ठरवण्यात येईल व बक्षिसाची रक्कम आम्हा दोघांमध्ये समान वाटण्यात येईल. कास्पारोव्हला अनुकूल ठरतील अशा पद्धतीनेच सारे नियम तयार केले होते. त्या बाबतीत माझ्याशी कोणी सल्लामसलतही केली नव्हती. जणू काही मी या जगातला नव्हतोच; कुठल्या तरी दूरस्थ ग्रहावरून केवळ सामना खेळण्यासाठी थेट पृथ्वीवर उतरणार होतो.

एवढ्या मोठ्या स्तरावरील स्पर्धेचा आणि तेथील एकूण वातावरणाचा काहीच अनुभव नसल्याने कास्पारोव्हसमोर मी अगदीच नवखा होतो. त्या वेळी मी फक्त २६ वर्षांचा होतो आणि माझ्यापाशी केवळ कॅन्डिडेट्स (पात्रता फेरी) सामन्यात खेळल्याचा अनुभव होता किंवा विजेतेपदाचा किताब मिळवण्यासाठी खेळला जाणारा सामना किती कठोर, निर्घृण व थरारक असतो याची मला पुसटशीदेखील कल्पना नव्हती. त्याउलट कास्पारोव्हने आपला श्रेष्ठ दर्जा आधीच सिद्ध केला होता. त्याने बुद्धिबळ खेळाचा सर्व अंगांनी उत्तम अभ्यास व तयारी केली होती. मिखाइल बॉटविन्निक आणि बोरिस स्पाकीसारख्या महान रशियन बुद्धिबळपटूंच्या संगतीत त्याचा खेळ बहरत गेला होता. अशा मोठ्या खेळाडूंशी सामने खेळता आल्याने खेळाविषयी त्याची जी एक जाण आणि जो दृष्टिकोन तयार झाला होता, तो माझ्यापाशी निश्चितच नव्हता. त्याने तोपर्यंत पाच वेळा विश्वविजेतेपद मिळवले

होते आणि तो जागतिक बुद्धिबळपटूंमध्ये पहिल्या स्थानावर होता. तो अनेक सामने खेळला होता आणि त्याच्यापाशी असलेल्या त्या प्रचंड अनुभवासमोर मी अगदीच थिटा होतो.

या सर्व पार्श्वभूमीमुळे कास्परोव्ह पुन्हा एकदा विश्वविजेतेपद मिळवणार याची सर्वांनाच खात्री होती. तो प्रत्येक बाबतीत माझ्याहून खूप सरस होता. सामन्याच्या पहिल्या क्षणापासून तो माझ्यावर जोरदार आक्रमण करणार, हे मी गृहीत धरलं होतं; त्यामुळे मी शॉर्टच्या मार्गावरून न चालण्याकडे माझं सर्व लक्ष केंद्रित केलं होतं, कारण शॉर्टला स्पर्धेच्या सुरुवातीच्या काही सामन्यांतच कास्परोव्हकडून सलग पराभव स्वीकारावे लागल्यामुळे पुन्हा उसळी घेण्याची संधीच मिळाली नव्हती. (१९९३ मध्ये पहिल्या चार डावांमध्ये शॉर्टला तीन वेळा हार पत्करावी लागली होती आणि अखेर कास्परोव्हने १२.५-७.५ अशा गुणफरकाने विश्वविजेतेपद पटकावले होते.) मी कास्परोव्हला प्रदीर्घ लढत द्यायची, असं मनाशी पक्कं ठरवलं होतं; त्यामुळे सुरुवातीच्या काही डावांमध्ये मी कोणताही आततायीपणा न करता सावध पवित्रा घेणार होतो.

मला असं जाणवत होतं की, कास्परोव्हने माझ्या खेळाची अतिशय गंभीरपणे दखल घेतलेली आहे. याचं कारण म्हणजे बहुधा त्याला माझ्या खेळण्याच्या पद्धतीचं नीट आकलन झालेलं नव्हतं आणि मी बचाव करतोय की आक्रमण करतोय की धोका टाळतोय, हेच त्याला उलगडत नव्हतं. शिवाय आपण आत्मसंतुष्ट राहिल्यामुळे विश्वविजेतेपद गमावून तर बसणार नाही ना, याची त्याला सर्वांत अधिक भीती वाटत होती. कास्परोव्हकडे मुळात आत्मविश्वास खच्चून भरलेला असला तरी त्याचं रूपांतर अतिआत्मविश्वासात होणार नाही याची तो काळजी घेत असे आणि माझ्या बाबतीत तर तो अधिक सावधपणे खेळत होता. १९९१ मध्ये झालेल्या पहिल्याच लढतीत तो माझ्याकडून पराभूत झाला होता; पण त्यानंतर १९९२च्या स्पर्धेत डॉर्टमंडमध्ये, १९९३ मध्ये लिनारेसच्या सामन्यात आणि १९९४ मध्ये ताज मेमोरियल येथे झालेल्या स्पर्धेत त्याने माझ्यावर सलग विजय मिळवले होते.

एवढ्या मोठ्या स्तरावरील त्या सामन्यात माझ्या हातून घडू नयेत अशा इतक्या मोठ्या चुका झाल्या की, त्याची एक लांबलचक यादीच तयार करता येईल. स्पर्धा सुरू होण्याआधी प्रत्येक छोटी-मोठी गोष्ट मला स्वतःलाच करावी लागली. माझ्या सहायक प्रशिक्षकांचे मानधन ठरवण्याच्या बाबतीत मीच त्यांच्याशी चर्चा व वाटाघाटी केल्या; विमानाची तिकिटे व हॉटेल याचं आरक्षणही मलाच करावं लागलं. मला प्रोत्साहन व नैतिक पाठिंबा मिळावा म्हणून मी माझ्या खास मित्रांना स्पर्धास्थळी यायचं निमंत्रण दिलं. स्पर्धेच्या आधी वर्षभर मी निव्हज व

मॉरिसच्या घरातून बाहेर पडून तिथून एक किलोमीटर अंतरावर असलेल्या माझ्या स्वतःच्या घरात राहायला जायचा निर्णय घेतला. भोवती मित्रमंडळी असली की, आपल्या मनावरचा ताण कमी होईल असा माझा अंदाज होता; परंतु इतक्या उच्च स्तरावर आणि अत्यंत गंभीर व तणावपूर्ण वातावरणात खेळलेल्या त्या सामन्यासाठी माझी ती कल्पना अगदी मूर्खपणाची ठरली. स्पर्धा सुरू होण्यापूर्वी माझे आई-वडील न्यू यॉर्कला पोहोचले आणि मी सामन्यासाठी रीतसर करारही केलेला नाही हे लक्षात येताच माझ्या वडिलांनी ती जबाबदारी स्वीकारून पीसीएच्या अधिकाऱ्यांशी बोलणी सुरू केली. माझ्या वडिलांना अशी कागदपत्रे तयार करण्याचा काहीच अनुभव नव्हता किंवा बुद्धिबळ जगतातील कामकाजाबद्दल जराही माहिती नव्हती; परंतु तरीही त्यांच्या प्रयत्नांनी बनलेल्या त्या करारातील अटी व शर्ती माझ्यासाठी खूपच फायदेशीर ठरणार होत्या, कारण त्यातील अटींचे उल्लंघन झाले असते तर मला त्याविरुद्ध कायदेशीर न्याय मिळू शकणार होता.

सामना सुरू होण्याच्या काही वेळ आधी समजलेल्या एका बातमीमुळे मला आश्चर्याचा धक्का बसला आणि मी काहीसा दुखावलाही गेलो. मी ऐकलं की, कास्पारोव्हच्या संघात क्रॅमनिकही होता. १९८९च्या मॉस्कोमधील स्पर्धेत माझी क्रॅमनिकशी प्रथम भेट झाली होती. अतिशय उंच, माझ्यापेक्षा साधारण सहा वर्षांनी लहान, अर्धी विजार व टी-शर्ट आणि हातात अलगद पकडलेली सिगारेट. त्याची ही प्रतिमा मनात ठेवून मी त्या वेळी स्पर्धेच्या तयारीत गुंतून गेलो. १९९२ मध्ये डॉर्टमंडला झालेल्या स्पर्धेचं विजेतेपद मिळवून तो अचानक प्रसिद्धीच्या झोतात आला. बुद्धिबळ वर्तुळात त्याच्याबद्दल जोरात चर्चा सुरू झाली आणि जो तो त्याच्यावर स्तुतिसुमनं उधळू लागला. क्रॅमनिकएवढा बुद्धिमान तरुण खेळाडू आपण यापूर्वी पाहिला नव्हता व त्याच्यामध्ये भावी विश्वविजेता होण्याची क्षमता आहे असं कास्पारोव्हने जाहीरपणे बोलून दाखवलं. त्यानंतर क्रॅमनिक व मी सातत्याने विविध स्पर्धांमध्ये एकमेकांविरुद्ध खेळू लागलो आणि आमच्यात एक प्रकारची निरुपद्रवी स्पर्धा निर्माण झाली, कारण आपल्याला अजून तरी एकमेकांपासून तसा धोका नाही, हे आम्ही दोघंही मनातून जाणून होतो. त्याचा स्वभाव उमदा, खेळकर होता. त्याच्या विनोदाला उपरोधिक धार होती. तो अतिशय शांत व थंडपणे खळबळजनक विधानं करायचा. आम्ही दोघंही कास्पारोव्हचे कट्टर प्रतिस्पर्धी आहोत असाच माझा समज असल्याने क्रॅमनिक माझ्याविरुद्ध असलेल्या संघात सहभागी होईल असा विचारही माझ्या मनात कधी आला नव्हता; पण त्या धक्क्यातून मी चटकन स्वतःला सावरलं आणि क्रॅमनिकच्या निर्णयाने आपल्याला दुःखी किंवा अपमानित होण्याचा काहीच हक्क नाही याची जाणीव होऊन मी तो विषय मनातून काढून टाकला.

आता एका गोष्टीची मला गंमत वाटते की, माझा अत्यंत आवडता गायक फ्रँक सिनात्राच्या एका गाण्यात ज्या शहराचा उल्लेख होता, त्याच न्यू यॉर्कने मला आपल्या गावात एवढी मोठी स्पर्धा खेळण्याचं आमंत्रण दिलं आणि त्याचबरोबर आयुष्यभर लक्षात राहील असा एक कायमचा धडाही शिकवला.

कास्पारोव्ह आणि मी पाच आठवड्यांच्या कालावधीत दर आठवड्याला चार याप्रमाणे एकूण वीस सामने खेळणार होतो. यातील एकही सामना कोणत्याही कारणास्तव मध्येच स्थगित करण्यात येणार नव्हता किंवा तो पुढे सुरू ठेवण्यासाठी कोणताही विश्रांतीचा दिवस राखून ठेवण्यात आलेला नव्हता. आकाशात १३१० फुटांवरून दिसणारं मॅनहॅटनचं दृश्य विहंगम आणि श्वास रोखून ठेवणारं होतं. सामना प्रत्यक्ष पाहण्यासाठी नेहमी असलेल्या १५ डॉलर शुल्काच्या पाचपट पैसे मोजावे लागणार होते. आमच्यात आणि प्रेक्षकांत असलेली भिंत पूर्णपणे ध्वनिरहित नसल्यामुळे लोकांची बडबड, पावलांचे आवाज किंवा क्वचित प्रसंगी आम्ही केलेल्या चालींवर मॉरिस ऑशले व डॅनियल किंग या समालोचकांनी व्यक्त केलेल्या प्रतिक्रियाही आमच्या कानावर पडायच्या.

आमचे पहिले आठ डाव अनिर्णित अवस्थेत संपले. विश्वविजेतेपद स्पर्धेमध्ये तेव्हा हा एक नवा विक्रम नोंदवला गेला. आठव्या सामन्यानंतर झालेल्या पत्रकार परिषदेतील प्रश्नाला उत्तर देताना मी बिनधास्तपणे म्हटलं की, 'सामने अनिर्णित होणं ही काही करमणुकीची बाब नव्हे.' माझ्या या उत्तरावर पत्रकार खूश झालेले दिसले. त्यानंतर ती कोंडी फोडण्यात मीच सर्वप्रथम यशस्वी झालो. नवव्या डावात कास्पारोव्हवर विजय मिळवून मी स्पर्धेत ५-४ अशी आघाडी घेतली. त्या वेळी मी आमचे पंच कॅरोल जेरेकी यांना गमतीने म्हणालो, 'मी तर वाघाच्या मिशाच उपटल्या.' कास्पारोव्हने नवव्या डावात अपेक्षितपणे नायडॉर्फ सिसिलियन पद्धतीने (म्हणजे पांढऱ्याने 1.e4 या चालीने सुरुवात केल्यावर त्याला प्रत्युत्तर म्हणून काळा आपलं प्यादं दोन घरं पुढे सरकवत d4 या चौकोनात नेऊन ठेवतो; त्यामुळे पटाच्या मध्यभागावर आक्रमण करण्यापासून पांढऱ्याला रोखलं जातं.) पाचव्यांदा सुरुवात केली. मी त्याच्या घोड्याच्या बदल्यात माझा हत्ती मारण्याचं आव्हानं दिलं. आठ मिनिटं चिंतन करून अखेर त्याने माझा हत्ती मारला. माझी पांढरी प्यादी झुंडीनं खोलवर घुसत गेली. त्याचे आक्रमणाचे प्रयत्न व्यर्थ ठरले आणि 34व्या चालीअखेर त्याने आपला पराभव मान्य केला.

कास्पारोव्ह जेव्हा दहावा डाव खेळण्यासाठी आला, तेव्हा तो वाटमारी करणाऱ्या एखाद्या डाकू, लुटेऱ्यासारखा क्रूर व क्रुद्ध दिसत होता. चाल खेळताना तो हातातील सोंगट्या दाणकन पटावर आपटायचा आणि चाल करून झाल्यावर ताडकन खुर्चीतून उठून उभा राहायचा आणि काही वेळ मागचा दरवाजा जोरात

आपटून बाहेर निघून जायचा. माझं लक्ष विचलित करून, मला अस्वस्थ व बेचैन करण्यासाठी त्याचे हे सहेतूक प्रयत्न सुरू होते. मला ते अतिशय गलिच्छ व किळसवाणे वाटले.

१०व्या आणि ११व्या या दोन्ही डावांत मी सुरुवातीलाच लढत गमावून बसलो होतो. १०व्या डावात मी केलेल्या चुकीबद्दल मला अजूनही पश्चात्ताप होतो. मागील काही डावांत माझ्या स्पॅनिश पद्धतीच्या सुरुवातीच्या चालींचा भेद करण्यात कास्पारोव्ह हळूहळू यशस्वी होतो आहे हे माझ्या लक्षात येऊनही मी दहाव्या डावात सेंटर काउंटर म्हणजेच स्कॅडिनेव्हिअन पद्धतीने डावाची सुरुवात करायला हवी होती; परंतु ६व्या डावात एकदा वापर करूनही पुन्हा १०व्या डावात स्पॅनिश पद्धतीनेच डाव सुरू करण्याचा माझा निर्णय अगदीच भोळसटपणाचा होता. १५व्या चालीला कास्पारोव्हने त्याचा घोडा b3 या चौकोनावर आणून ठेवला आणि त्याच्या या आक्रमक पवित्र्यावर विचार करण्यात मी माझ्यापाशी ४० चालींकरिता असलेल्या एकूण १२० मिनिटांपैकी ४५ मिनिटे व्यर्थ दवडली; त्यामुळे उरलेल्या अवधीत मला २५ चाली खेळणं भाग पडलं. त्याने आपल्या पांढऱ्या प्याद्यांनी केलेल्या आक्रमणातून माझ्या राजाला शह बसणार हे स्पष्ट झालं आणि मी ३८व्या चालीला हार स्वीकारली. मी केलेली सर्वांत मोठी चूक म्हणजे मी डावाची अनपेक्षित सुरुवात न करता आधी वापरलेली पद्धतच पुन्हा वापरून कास्पारोव्हने केलेला अंदाज खरा ठरवण्यात त्याला जणू मदतच केली आणि माझ्या त्या स्पॅनिश पद्धतीला कशी टक्कर द्यायची याची रणनीती त्याने आधीच आखली होती. एक प्रकारे मी माझ्या मेंदूला आधीच सूचना दिल्या होत्या आणि त्यामुळे स्वयंचलित पद्धतीने तो डाव खेळला गेला, कारण त्यामध्ये काहीही अडचण निर्माण झाली तरी ती आपोआप सोडवली जाईल अशा भ्रमात मी राहिलो होतो.

यामुळे ज्यासाठी मी बिलकूल तयारी केली नव्हती अशा एका कठीण प्रसंगाला मला अचानक सामोरं जावं लागलं. ११व्या डावात मी पांढऱ्या प्याद्याने 1-e4 अशी सुरुवात करताच कास्पारोव्हने सिसिलियन बचावात ड्रॅगन पद्धतीचा फरक करून प्रत्युत्तर दिलं. त्याने त्यापूर्वी कोणत्याही मोठ्या स्तरावरील सामन्यात ही पद्धत कधीच वापरली नव्हती. त्यानंतर युगोस्लाव्ह पद्धतीने आक्रमण केलं. ते एक दुधारी शस्त्र होतं; त्यामुळे पांढऱ्याला वजिराच्या बाजूने कॅसलिंग करावं लागतं व काळ्याला राजाच्या बाजूने कॅसलिंग करणं भाग पडतं आणि त्यातून एकमेकांच्या राजावर आक्रमण करण्याचा एक आव्हानात्मक पण तितकाच धोकादायक पर्याय खुला होतो. १९व्या चालीनंतर कास्पारोव्हने माझ्यासमोर डाव बरोबरीत सोडवण्याचा प्रस्ताव मांडला; पण मी तो नाकारला आणि माझ्या घोड्याच्या

बदल्यात त्याचा हत्ती बळकावण्याचा प्रयत्न करताना मूर्खासारखं स्वतःला उघडं पाडलं. अखेर त्या डावानंतर मी (६-५) अशा एका संपूर्ण गुणाने पिछाडीवर गेलो होतो. माझ्या लक्षात आलं की, दोन वर्षांपूर्वी शॉर्टला जे पाठोपाठ धक्के बसले होते, तेच माझ्याही वाट्याला आले होते. सगळं वातावरण बदलून गेलं. असं वाटायला लागलं की, सामना खेळायला जाणारा मी नसून कोणीतरी वेगळाच आहे. तो जातो, निकृष्टपणे खेळतो, हरतो आणि परत येतो. मग बरेच दिवस याच उदास विचारांचा माझ्या मनावर प्रभाव राहिला. माझं कशावरही नियंत्रण राहिलं नव्हतं. मी जणू पाण्यामध्ये गटांगळ्या खात होतो आणि आधारासाठी आजूबाजूला काहीच नव्हतं.

१४व्या डावात माझ्या नशिबाचे फासे अगदीच विचित्र पडले. मी सेंटर काउंटर पद्धतीने डावाची सुरुवात केली. कास्पारोव्हने डाव बरोबरीत सोडवण्याचा प्रस्ताव नाकारला आणि डावाच्या मधल्या काळात मी माझा घोडा e5 चौकोनात सरकवून त्याच्याभोवती गुंतागुंतीची परिस्थिती निर्माण केली; परंतु इतक्या अडचणीच्या स्थितीतूनही कास्पारोव्हने आपला घोडा g4 व e5 या चौकानात तर प्यादं a6च्या चौकोनात सरकवत माझ्यावर जोरदार हल्ला चढवला. त्याच्या मनावरील दडपण दूर होत चाललंय हे मला स्पष्टपणे जाणवू लागलं. जणू शेकोटीची ऊब घेत तो शांतपणे दुरून हिमवादळ पाहत होता. अखेर माझ्यापाशी असलेल्या अपुऱ्या वेळेत मी उरलेल्या चाली करू शकलो नाही. त्यानंतर चार डावांनी १०.५-७.५ अशा गुणफरकाने कास्पारोव्हने स्पर्धेच्या विजेतेपदावर शिक्कामोर्तब केलं.

त्या स्पर्धेनंतर काही आठवड्यांनी पॅरिसमध्ये माझी क्रेमनिकशी भेट झाली. माझ्याकडे पाहत त्याने विचित्र प्रकारे खांदे उडवले. जणू तो मला सांगत होता की, माझ्याविरुद्ध असलेल्या संघामध्ये सहभागी व्हायची त्याची मनापासून इच्छ नव्हती; पण कास्पारोव्हसारख्या महान खेळाडूसोबत काम करण्याची मिळालेली संधीही त्याला गमवायची नव्हती. मग आम्ही दोघांनीही घडलेल्या गोष्टी विसरून जायचं ठरवलं.

खरं सांगायचं तर इतक्या मोठ्या आणि महत्त्वाच्या स्पर्धेत खेळण्यासाठी माझी पूर्ण तयारीच झाली नव्हती. आजच्या आणि त्या काळच्या संगणकांच्या कार्यपद्धतीमध्ये कमालीची तफावत होती. आपलं बुद्धिबळाचं ज्ञान किती अपुरं आहे, हे त्या स्पर्धेने माझ्या लक्षात आणून दिलं. मागे वळून पाहताना जाणवतं की, त्या वेळी संपूर्ण स्पर्धेसाठी मी एकूण जेवढी तयारी व सराव केला होता, तितका आज मी केवळ एका दिवसात करू शकतो.

कास्पारोव्हविरुद्ध खेळलेल्या स्पर्धेच्या तुलनेत जेव्हा मी २०१३ च्या विश्वविजेतेपदाच्या सामन्यात कार्लसनशी लढत दिली, तेव्हा मला एक गोष्ट

प्रकर्षाने जाणवली की, पूर्वीच्या खेळामध्

ये अनुभवाला खूप महत्त्व दिलं जायचं; परंतु मधल्या काळात ज्या वेगाने आणि ज्या पद्धतीने संगणक विकसित होत गेला, त्याच वेगाने खेळातील अनुभवांची किंमत कमी होत गेली.

♛

१९९६ च्या जून महिन्यात मी अरुणाशी विवाह केला. आम्हा दोघांच्या आई-वडिलांनीच पुढाकार घेऊन आमचं लग्न जुळवलं आणि फ्रेडरिक म्हणतो त्याप्रमाणे सारा विवाहसोहळा योजनाबद्धपणे साजरा झाला. आम्ही त्यापूर्वी एकमेकांना ओळखतही नव्हतो; परंतु नकार देण्यासारखं काहीच कारण न सापडल्याने आम्ही 'होकार' दिला. अरुणा नेहमी म्हणते की, मी त्या काळी ज्या वेगाने बुद्धिबळाच्या पटावर चाली करायचो, त्याच वेगाने मी तिच्याशी लग्न करण्याचा निर्णय घेतला. तिच्या मते एवढी निर्णयक चाल खेळण्याआधी मी खूप विचार करायला हवा होता. मी स्पर्धेच्या निमित्ताने सतत प्रवास करत असे आणि त्या वेळी परदेशातून फोन करण्यापूर्वी तो आधी बुक करावा लागत असे. मी जेव्हा अरुणाला फोन करायचो, तेव्हा ती आपल्या कुटुंबीयांच्या गराड्यात बसलेली असायची; त्यामुळे मी कुठल्या देशात आहे? तिथलं जेवण कसं आहे? तिथली हवा कशी आहे? एवढे मोजकेच प्रश्न ती मला विचारत असे. एकमेकांशी आणखी काय बोलायचं असतं, याची आम्हा दोघांनाही कल्पना नव्हती. आमचं संभाषण साधारण अशा प्रकारे असायचं. 'तू कशी आहेस?' 'मी छान आहे. तिथलं हवामान कसं आहे?' 'इकडे खूपच थंडी आहे. तुमच्याकडे कसं आहे?' 'बापरे! इथे तर खूपचं उकडतंय.' 'बरं तर मग, अच्छा! फोन ठेवतो.'

निव्हज व मॉरिस आमच्या लग्नाला हजर राहण्यासाठी खास मद्रासला आले होते. माझ्या वडिलांचा स्वभाव थोडा थट्टेखोर होता; परंतु थट्टा करताना त्यांचा चेहरा गंभीर असायचा; त्यामुळे अनोळखी माणसांना ते चिडून बोलताहेत असं वाटायचं. एका संध्याकाळी त्यांच्या त्या तशा अवतारात त्यांनी सर्वांसमोर मला एक टोमणा मारला; परंतु त्यांचं ते विधान माझ्यावर आईसारखंच जिवापाड प्रेम करणाऱ्या निव्हजला चांगलंच झोंबलं. वडील म्हणाले, ''मी पैज लावून सांगतो की, विशी कधीही विश्वविजेता होऊ शकणार नाही.'' खरं म्हणजे मी विजेता होऊ नये अशी त्यांची मुळीच इच्छा नव्हती; पण वातावरणात जरा खळबळ निर्माण करावी या मिश्कील हेतूने त्यांनी मुद्दाम ते विधान केलं होतं. मला माझ्या वडिलांचा हा स्वभाव पक्का ठाऊक असल्यामुळे त्यांच्या बोलण्याचा माझ्यावर काहीही परिणाम झाला नाही. आपल्या मुलांना अधूनमधून धारेवर धरायची त्यांची

सवय होती. निक्हजला मात्र त्यांचं हे बोलणं सहन झालं नाही. मी एक दिवस नक्की विश्वविजेतेपद मिळवणार अशी माझ्या त्या दुसऱ्या मायाळू आईची पक्की श्रद्धा होती. तिने खरोखरच वडिलांशी पैज लावली. त्या पैजेचे तपशील मला कळले नसले तरी ती माझ्यासाठी कितीही पैसे मोजायला तयार झाली असणार यात मला जराही शंका नव्हती.

माझ्या लग्नानंतर खेळामध्ये माझी थोडी घसरण सुरू झाली आणि मी बरेच इएलओ गुण गमावून बसलो. त्यावरून आमच्या वर्तुळात माझी अनेकदा थट्टा केली गेली. मात्र, त्याच वर्षीच्या जुलै महिन्यात डॉर्टमंडमध्ये झालेल्या स्पर्धेत मी क्रॅमनिकसह प्रथम क्रमांक मिळवला. स्पर्धेत एकूण आठ खेळाडू सहभागी झाले होते आणि इतरांपेक्षा मी अख्ख्या एका गुणाची बढत मिळवली होती. त्यानंतरचं १९९७ हे वर्ष तर मला अधिकच यशदायी ठरलं. काही काळ मी अखंड विजयाची मालिका अनुभवली. मी अंबर स्पर्धा व बियलमधील क्रेडिट सुसी क्लासिक स्पर्धाही जिंकली, स्पेनमधील वार्षिक डॉस हरमनस स्पर्धेत संयुक्त विजेता ठरलो आणि डार्टमंड स्पार्कसन बुद्धिबळ स्पर्धेत उपविजेतेपद मिळवलं.

लग्नानंतर बुद्धिबळ सोडून माझ्या आयुष्यातील इतर सर्व गोष्टी सांभाळण्याची सूत्रं निक्हजकडून अरुणाच्या हाती आली. त्याची सुरुवात अतिशय संथपणे झाली. प्रथम स्पर्धेच्या संदर्भात येणाऱ्या ई-मेल्सना ती उत्तरं देऊ लागली. नंतर स्पर्धेच्या आयोजकांना थेट तिच्याशी संपर्क साधण्याची विनंती तिने माझ्यामार्फत त्यांना केली; त्यामुळे आगामी स्पर्धांच्या काळातील माझी सारी व्यवस्था करणं तिला सोपं जाऊ लागलं. मी प्रवासाला निघण्यापूर्वी माझी बॅग भरण्यामध्ये मात्र तिला थोड्या अडचणी येऊ लागल्या. इतकी वर्ष एकटं राहण्याची सवय असल्यावर आपली आवड-निवड, आपल्याला रोजच्या गोष्टी कशा प्रकारे हव्या असतात, हे सर्व तपशील दुसऱ्याला समजावून सांगणं म्हणजे एक प्रकारची शिक्षाच वाटू लागते. शिवाय आपल्यापेक्षा आपल्या बायकोची एकंदरीत सर्व काही नीटनेटकेपणे करण्याची पद्धत खूपच वेगळी आणि अधिक चांगली आहे हे लक्षात येऊनही तिचं मोकळेपणाने कौतुक करायला मन चटकन तयार होत नाही. पूर्वी मी वापरलेले, मळके कपडे भराभर सूटकेसमध्ये कोंबायचो. आता त्या जागी स्वच्छ, इस्त्री केलेले कपडे नीट रचून बॅगेत ठेवले जाऊ लागले. त्याच्या शेजारी अनुरूप रंगीत पायमोजे आणि थंडीपासून बचाव करणारे गरम लोकरीचे कपडेही असायचे; शिवाय वेगळ्या डबीत औषधं ठेवलेली असायची व प्रत्येक औषधावर ते कोणत्या आजारावरचं आहे, याचं लेबलही ती चिकटवायची. मी मला प्राणवायूचं नळकांडं सोबत न्यायला लावत नाही याबद्दल मी तिचे मनोमन आभार मानायचो.

लग्नानंतर मला माझी आणखी एक सवय सोडून द्यावी लागली. माझ्या

मोबाइल फोनसाठी वेगवेगळ्या प्रकारचे प्लॅन्स घ्यायचा मला नादच लागला होता. मी जगाच्या ज्या भागात असेन, तिथून दिवसाच्या कुठल्या वेळी कोणत्या प्लॅनप्रमाणे मला कमी खर्चात जास्त वेळ फोन करता येईल हे मी आधी नीट ठरवून त्याप्रमाणे फोन करायचो; पण या सवयीमुळे लग्नानंतर सुरुवातीच्या काळात माझ्या व अरुणाच्या संबंधांत वितुष्ट येण्याची परिस्थिती निर्माण झाली. ज्या ज्या वेळी मद्रासला राहणाऱ्या आपल्या आई-वडिलांना तिला फोन करायचा असे, तेव्हा फोन करण्यासाठी सर्वांत उत्तम प्लॅन कोणता आहे हे मी त्यातील किचकट तपशिलासह तिला सांगत असे. यावरून ती एकदा इतकी चिडली की, तिचा संताप पाहून मी त्या सवयीला कायमचा रामराम ठोकला.

त्यानंतर माझ्यात झालेला मोठा बदल म्हणजे मी माझ्या स्पर्धा व परदेशातील प्रवास यासंबंधी पूर्वी मला कराव्या लागणाऱ्या सर्व छोट्या-मोठ्या गोष्टींमधील लक्ष काढून घेतलं; त्यामुळे एका फार मोठ्या जबाबदारीतून माझी सुटका झाली. खरं म्हणजे प्रवासाला निघण्यापूर्वी बॅगेत कपडे आणि इतर सामान भरणं ही काही फार त्रासदायक गोष्ट नव्हती; पण वेगवेगळ्या आयोजकांबरोबर करार करताना कराव्या लागणाऱ्या वाटाघाटी, विमानाच्या तिकिटाचं आरक्षण करणं, मला हवे असलेले सहायक प्रशिक्षक उपलब्ध आहेत का याची चौकशी करणं, त्यांच्या उत्तराची वाट पाहणं या सर्वांचा माझ्या मनावर उगाचच ताण येत असे. ही जबाबदारी कमी झाल्याचा उत्तम परिणामही लवकरच दिसू लागला. १९९५ मध्ये कास्पारोव्हविरुद्ध खेळलेल्या सामन्याच्या तुलनेत १९९७ मध्ये नेदरलँडमधील ग्रॉनिंगनला मी खेळलेल्या कॅन्डिडेट्स स्पर्धेतील सामन्यांमध्ये माझ्या खेळाच्या दर्जात खूपच सुधारणा झाली होती. रोजच्या लहान-सहान गोष्टींमध्ये जाणारा वेळ वाचल्यामुळे मला स्पर्धेच्या तयारीला अधिक वेळ मिळू लागला होता. अर्थात त्याच काळात मला बुद्धिबळ जगतातील बेशरम पक्षपातीपणा आणि गलिच्छ राजकारण या दोन सैतानांशी मात्र चांगलाच लढा द्यावा लागला.

१९९५ मध्ये झालेल्या विश्वविजेतेपदाच्या स्पर्धेसाठी कॅन्डिडेट स्पर्धेतून कास्पारोव्हचा आव्हानवीर निवडला होता; परंतु १९९७-९८ मध्ये फिडे संघटनेने त्यात बदल करून नवा आव्हानवीर ठरवण्यासाठी बाद फेरीची स्पर्धा आयोजित करण्याचं ठरवलं. कार्पोव्हला विश्वविजेतेपदाच्या स्पर्धेतील अंतिम फेरीत थेट मानांकन देण्यात आलं; त्यामुळे ग्रॉनिंगन स्पर्धेतील विजेता हा कार्पोव्हविरुद्ध खेळण्यासाठी पात्र ठरणार होता; पण त्याला लोझेन येथे जानेवारी १९९८ मध्ये होणाऱ्या स्पर्धेत भाग घेण्यासाठी केवळ तीन दिवसांचा अवधी मिळणार होता.

हा तर धडधडीत अन्याय होता; पण मी स्वतःला समजावलं की, आपण खेळायचा निर्णय घेतलाय ना, मग आता इतर गोष्टी बाजूला सारून फक्त

खेळावर लक्ष केंद्रित करायचं. ग्रॉनिंगनमध्ये असेपर्यंत मी स्वतःवर नियंत्रण ठेवण्यात पूर्णपणे यशस्वी झालो. स्पर्धा दोन भागांत आणि वेगवेगळ्या ठिकाणी असल्याचाही फायदा झाला. कार्पोव्ह ग्रॉनिंगनमध्ये उपस्थित नव्हता आणि त्यामुळे विश्वविजेतेपद स्पर्धेच्या अटी व नियम किती पक्षपाती आहेत यावर आम्ही ग्रॉनिंगनमध्ये असताना फारशी चिंता करत बसलो नाही. बाद पद्धतीच्या स्पर्धेतून आव्हानवीर निवडण्याची कल्पना कास्पारोव्हला नामंजूर होती आणि म्हणून त्याने विश्वविजेतेपदाच्या स्पर्धेत सहभागी व्हायला नकार दिला. सर्वांना समान वागणूक न देता, कार्पोव्हला अकारण विशेष अधिकार दिल्याच्या निषेधार्थ क्रेमनिकनेही या स्पर्धेतून बाहेर पडण्याचा निर्णय घेतला.

ग्रॉनिंगनच्या स्पर्धेतील पहिल्याच सामन्यात मी प्रेड्रॅग निकोलिकवर सहज मात केली. दुसऱ्या फेरीत मी अलेक्झांडर खलिफमनविरुद्ध हरणारच होतो; पण कसाबसा स्वतःचा बचाव करू शकलो. बाद पद्धतीच्या स्पर्धेत असे अनेक गमतीदार निकाल लागू शकतात. म्हणजे कल्पना करा की, गाडी चालवताना आपलं नियंत्रण सुटलंय आणि कोणत्याही क्षणी मोठा अपघात होणार आहे हे सर्व समजत असूनही आपल्याला गाडी थांबवता येत नाही - तशी खलिफमनविरुद्ध खेळताना माझी अवस्था झाली होती. 'बापरे... हा डाव हरलो तर सगळा गाशा गुंडाळून आज संध्याकाळीच घरी परतावं लागेल.' असे विचार मनात येत होते आणि अचानक जणू मला दैव अनुकूल झालं. माझ्या लक्षात आलं की, खलिफमन पार गोंधळून गेलाय. काय करावं हे त्याला सुचत नव्हतं. तो अक्षरशः थिजून गेला होता आणि त्याच अवस्थेत त्याने माझ्यासमोर डाव बरोबरीत सोडवण्याचा प्रस्ताव ठेवला. मी तो आनंदाने स्वीकारला, कारण माझ्या मते त्याच्यापाशी डाव जिंकण्याची संधी होती. मला तो दैवी चमत्कारच वाटला. त्यानंतर झालेल्या टाय-ब्रेकच्या डावात मी त्याचा पराभव केला आणि मी जेव्हा हॉलच्या बाहेर आलो, तेव्हा आपण जणू मृत्यूच्या दाढेतून बाहेर आलोय, असंच मला वाटलं. त्यानंतर मात्र माझं मनोधैर्य कमालीचं उंचावलं आणि स्पर्धेतील उर्वरित सामने मी एका वेगळ्याच जोशात व जोमात खेळलो. पुढच्या तीन फेरीत मी झोल्टन अल्मासी, अलेक्सी शिरोव्ह आणि गेलफंडचा सरळ पराभव केल्याने टाय-ब्रेकची वेळच आली नाही. दुसरी महत्त्वाची गोष्ट म्हणजे मी जसजशी एकेक फेरी जिंकत होतो, तसतशी मला मिळणाऱ्या बक्षिसाची रक्कम दुप्पट होत होती आणि एरवी संपूर्ण वर्षात मी जेवढी कमाई करायचो, तेवढी रक्कम चौथ्या फेरीच्या अखेरीसच माझ्या खात्यात जमा झाली होती; त्यामुळे एकीकडे मला धनलाभाचं सुख मिळत होतं तर दुसरीकडे विश्वविजेतेपदाच्या अंतिम फेरीमध्ये पोहोचण्याच्या माझ्या आशा उंचावल्या जात होत्या.

अंतिम फेरीत माझा मुकाबला ॲडम्सशी झाला. आधीच्या फेऱ्यांमध्ये आम्ही

एकमेकांविरुद्ध चार डाव खेळलो होतो आणि त्या चारही डावांत माझा वरचश्मा होता. डिसेंबरचा संपूर्ण महिना स्पर्धा खेळत असल्याने आम्ही दोघंही पार थकून गेलो होतो. नाताळच्या सणामुळे रस्त्यावर फारच कमी टॅक्सी उपलब्ध होत्या. अंतिम सामन्यासाठी आम्ही दोघं एकाच टॅक्सीतून सामनास्थळी पोहोचलो. ॲडम्स त्या सामन्यामध्ये अतिशय चिकाटीने व चिवटपणे खेळला. यशाचं पारडं कधी माझ्या बाजूला तर कधी त्याच्या बाजूला झुकत होतं. अखेरीस टाय-ब्रेकचा नववा डाव मी जिंकला आणि कार्पोव्हविरुद्ध खेळायला पात्र ठरलो आणि त्याच क्षणी जी गोष्ट मी आत्तापर्यंत टाळण्याचा प्रयत्न करत होतो, ती म्हणजे अंतिम सामन्यासाठी केलेला पक्षपातीपणा आता मात्र माझ्या जिव्हारी झोंबू लागला.

कॅन्डिडेट्स स्पर्धेचा निकाल काय लागणार हे ठाऊक नसल्यामुळे आम्ही लोझेनला जायची आगाऊ तिकिटं काढलेली नव्हती आणि त्या दिवशी आम्हाला उशिरा समजलं की, फिडेनेही ग्रॉनिंगन स्पर्धेच्या विजेत्याची ॲमस्टरडॅमहून लोझेनला जाण्याची काही व्यवस्था केली नव्हती.

हा सर्व प्रकार जितका अतार्किक होता, तितकाच धक्कादायक व दुःखदायक होता; पण एकदा का तुम्ही सामन्यामध्ये सहभागी व्हायची अनुमती दिली असेल तर अशी कारणे देऊन माघार घेऊ शकत नाही. समजा, तुम्ही निषेध व्यक्त करून स्पर्धेबाहेर पडलात तर एक दिवस तुम्हाला लोकांची सहानुभूती मिळेल. तुम्ही आपल्या मताशी अडून राहिलात तर दुसऱ्या दिवसापासून लोक तुमच्याकडे दुर्लक्ष करू लागतील; तिसऱ्या दिवसापासून सर्वजण तुमच्यापासून दूर निघून गेलेले असतील आणि चौथ्या दिवशी जग तुम्हाला विक्षिप्त म्हणू लागेल.

ती नववर्षाची पूर्वसंध्या होती आणि त्यामुळे विमानाची तिकिटं मिळणं मुश्कील झालं होतं. आम्ही या बाबतीत जेव्हा फिडेच्या अधिकाऱ्याकडे तक्रार केली तेव्हा ते म्हणाले, 'तुम्ही एकदा लोझेनला पोहोचलात की, तिथे तुमच्या सर्व गोष्टींची नीट काळजी घेतली जाईल.' त्यांच्या उत्तरावर अरुणा हसली आणि त्यांना म्हणाली की, 'त्यासाठी आम्ही आधी लोझेनला पोहोचायला तर हवं. तिथे गेल्यावर आम्हीदेखील आमची सर्व व्यवस्था करू शकू.' आम्ही खटपट करून विमानाची तिकिटं मिळवली व लोझेन विमानतळावर उतरलो, तर तिथेही आम्हाला आश्चर्याचा आणखी एक धक्का बसला. फिडेने त्यांच्या सर्व अधिकाऱ्यांसाठी हॉटेलची उत्तम व्यवस्था केली होती; पण २१ दिवसांची स्पर्धा जिंकून अंतिम फेरीसाठी पात्र ठरलेला कार्पोव्हचा आव्हानवीर लोझेनमध्ये कुठे राहील, याची मात्र त्यांना जराही पर्वा नव्हती. सामना दोन दिवसांवर येऊन ठेपल्यामुळे अखेर आम्हालाच धावपळ करून आमची सोय करावी लागली.

ॲमस्टरडॅमच्या शिपॉल विमानतळावर असतानाच मी युसुपोव्ह आणि लेकोशी

संपर्क साधला होता. त्या वेळी युसुपोव्ह हंगेरीला, तर लेको जर्मनीमध्ये होता. इतक्या आयत्या वेळी बोलावूनसुद्धा दोघंही लगेच हजर झाले. उबिलावा तर ग्रॉनिंगनपासून माझ्यासोबतच होता. कार्पोव्हविरुद्ध विश्वविजेतेपदासाठीची इतकी मोठी व महत्त्वाची लढत असल्यामुळे माझ्या संघात आणखीही काही तज्ज्ञ व अनुभवी व्यक्तींची गरज होती.

स्पर्धा सुरू झाल्यानंतर ५व्या डावाच्या अखेरीस कार्पोव्हने विजय मिळवत माझ्यावर एका गुणाची आघाडी घेतली. ६व्या व अंतिम डावात मी सारं दडपण दूर सारत ट्रॉम्पोवस्की पद्धतीने म्हणजे वजिरासमोरील प्यादं सरकवत डावाची सुरुवात केली आणि तो डाव जिंकून ३-३ अशी बरोबरी साधली; त्यामुळे त्यानंतर दोन झटपट डावांचा टाय-ब्रेक खेळला गेला; ते दोन्ही डाव मी हरलो. ते म्हणजे क्रॉस कंट्री मॅरेथॉन धावल्यावर पुन्हा १०० मीटर धावण्याच्या स्पर्धेत भाग घ्यायला लावण्यासारखं झालं; त्यामुळे कार्पोव्ह नवा विश्वविजेता ठरला.

तो पराभव माझ्या अगदी जिव्हारी लागला. पूर्वीही काही पराभव असेच माझ्या मनाला खुपले होते. अत्यंत प्रतिकूल व पक्षपाती वातावरणात मी कार्पोव्हला झुंज दिली, विजयाच्या अगदी जवळ येऊनही ती सुवर्णसंधी वाया घालवली.

♛

माझ्या त्या पराजयानंतर काही दिवसांतच आम्ही विक आन झी येथील स्पर्धेसाठी एकत्र जमलेलो असताना मी विश्वविजेतेपद जिंकण्याइतका सक्षम खेळाडू नसल्याचं मत कार्पोव्हनं व्यक्त केलं आणि त्याच वेळी त्याने स्वतःच्या क्षमतांबद्दल मात्र फुशारक्या मारल्या होत्या. खरं म्हणजे त्या स्पर्धेत त्याला सर्वच बाबतींत नको तेवढं झुकतं माप दिलं गेलं होतं. मी एकवीस दिवसांची स्पर्धा खेळून जवळजवळ अर्धमेल्या अवस्थेत लोझेनला पोहोचलो होतो. तो छान विश्रांती घेऊन ताजातवाना होत इकडे-तिकडे भटकत होता. त्या दिवशी सकाळी जेव्हा कार्पोव्हचे ते उद्गार माझ्या कानावर पडले, तेव्हा मी मनात म्हटलं, 'हो, बरोबरच आहे, कारण आपल्याला अंतिम स्पर्धेत थेट मानांकन मिळेल अशी फिडेतील आपल्या मित्रकंपूकडून व्यवस्था करायची आणि मग शांतपणे एखाद्या क्लबमधील तलावाच्या बाजूला खुर्चीमध्ये रेलून आराम करत बसायचा, हा माझा स्वभावही नाही व वृत्तीही नाही.' मी माझ्या खेळात सुधारणा करण्याचा, माझ्या अन्य क्षमता विकसित करण्याचा अधिकाधिक प्रयत्न करत होतोच आणि त्यात कार्पोव्हने मला जाणूनबुजून हीन लेखल्यामुळे मी चांगलाच डिवचला गेलो आणि आता काही झालं तरी विश्वविजेतेपद मिळवायचंच असा मनाशी पक्का निर्धार केला. गेल्या काही वर्षांत मी उत्तम यश मिळवलं होतं, महत्त्वाचे टप्पे गाठले होते; परंतु जोपर्यंत मी माझं ध्येय प्राप्त

करू शकत नव्हतो, तोपर्यंत माझ्या प्रयत्नांचं मोल सिद्ध होऊ शकत नव्हतं.

मी एखाद्या मानसोपचारतज्ज्ञाचा सल्ला घ्यावा असं मला सुचवण्यात आलं. मोठा खेळाडू म्हणून मला मान्यता मिळाली होती; पण अजून विश्वविजेतेपद मिळवायचं होतं. या प्रवासातील अडथळे कसे दूर करता येतील याबद्दल मानसशास्त्रज्ञ योग्य मार्गदर्शन करू शकेल असं काहीजणांचं मत होतं. लोझेनची स्पर्धा संपल्यानंतर लगेचच अरुणाच्या आग्रहास्तव आम्ही क्रीडाक्षेत्रातील एका मानसोपचारतज्ज्ञाची एका सत्रासाठी भेट घेतली. खरं म्हणजे मला ती कल्पना तितकीशी पटली नव्हती. आपल्यावर उपचार करून घेण्यासाठी एखाद्या अनोळखी व्यक्तीला आपली गुपितं सांगणं मला योग्य वाटत नव्हतं; त्यामुळे मी त्यानंतर पुन्हा कोणत्याही मानसोपचारतज्ज्ञाला भेटलो नाही.

काही वेळा आपल्या एखाद्या प्रतिस्पर्ध्याने किंवा आपल्या बरोबरीच्या एखाद्या खेळाडूने मिळवलेल्या चमकदार यशामुळेही नकळत आपल्याला प्रेरणा मिळू शकते. लंडन येथे २००० मध्ये झालेल्या विश्वविजेतेपद स्पर्धेत क्रॅमनिकने कास्परोव्हविरुद्ध मिळवलेल्या विजयामुळे मी खूपच प्रभावित आणि प्रेरित झालो होतो. विशेषतः त्यानं ज्या पद्धतीने कास्परोव्हला पार निष्प्रभ केलं होतं, ते पाहून तर मी चकितच झालो होतो. तसं करणं ही मुळीच सोपी गोष्ट नव्हती आणि त्यापूर्वी ती कोणालाही साधता आली नव्हती. मी केलेली चूक क्रॅमनिकने टाळली होती. मी डाव कसा खेळणार आहे याचा कास्परोव्हला आधीच अंदाज आला होता; पण क्रॅमनिकने मात्र त्याला त्या बाबतीत गाफील ठेवलं. क्रॅमनिकने वापरलेला बर्लिन पद्धतीचा बचाव अभेद्य होताच; पण ९ व्या डावात त्याने नव्या पद्धतीने डावाची सुरुवात केली आणि ११व्या डावात त्याने पुन्हा जुन्या पद्धतीने प्रारंभ केला. माझ्या मते त्याच्या असामान्य बुद्धिमत्ता व कल्पकतेचाच तो दाखला होता. स्पर्धा जिंकल्यानंतर तो थोडा मिजासखोरीने वागला; पण त्यासाठी त्याला पूर्णपणे दोष देता येणार नाही. त्याने आपल्या बोलण्यातून असं सूचित केलं की, जेव्हा माझ्या व कास्परोव्हमध्ये झालेल्या लढतीत तो कास्परोव्हला मदत करत होता, तेव्हा मी काही विशिष्ट रणनीती वापरून खेळतोय असं त्याला कधीच वाटलं नाही. त्याच्या मते मी जणू ठरवलं होतं की, आपण आपल्या नेहमीच्या पद्धतीने खेळायचं आणि डाव जिंकायचा. मला त्याच्या या बोलण्यात आकस किंवा द्वेष दिसला नाही, उलट त्याचे हे शब्द माझ्या कायमचे लक्षात राहिले.

त्याने केलेल्या विधानावर मी जेव्हा गंभीरपणे विचार करू लागलो, तेव्हा मला त्यातील तथ्य जाणवलं. विश्वविजेतेपद जिंकण्याची माझ्यापाशी खरोखरच ईर्षा नव्हती आणि मनोधैर्याचाही अभाव होता. आपण विश्वविजेता व्हावं, या महत्त्वाकांक्षेने मी कित्येक वर्ष पेटून उठलोच नव्हतो. उबिलावाने क्वचित प्रसंगी

माझ्यामध्ये ते स्फुलिंग जागृत करण्याचा प्रयत्न केला होता. तो सांगायचा की, तू केवळ काही मोठ्या स्पर्धा जिंकणारा 'पहिला भारतीय' किंवा 'आशिया खंडातील पहिला' आहेस एवढ्यावर समाधान मानू नकोस; पण मी केवळ जगभर प्रवास करून विविध स्पर्धांमध्ये सहभागी होण्यात, चांगला खेळ करण्यात, कडवी झुंज देण्यात आणि एक दर्जेदार खेळाडू म्हणवून घेण्यातच आनंद व धन्यता मानायचो. १९९५ मध्ये न्यू यॉर्कला खेळल्या गेलेल्या कास्पारोव्हविरुद्धच्या सामन्यानंतर माझा खेळाकडे व स्वतःकडे पाहण्याचा दृष्टिकोन पूर्णपणे बदलला.

अंतिम स्पर्धेत पहिले आठ डाव बरोबरीत राखून, नवव्या डावात विजय मिळवणारा मी पहिला बुद्धिबळपटू ठरलो होतो; पण त्यानंतर मात्र माझा पार धुव्वा उडाला. आपल्या खेळाचा आपल्या प्रतिस्पर्ध्याला कधीही अंदाज येऊ द्यायचा नाही हा एक महत्त्वाचा धडा मी त्या स्पर्धेतून शिकलो. प्रत्येक वेळी डावाची सुरुवात वेगवेगळ्या पद्धतीने न करण्याची फार सामान्य पण तितकीच मोठी चूक एखाद्या नवशिक्या खेळाडूप्रमाणे माझ्या हातून घडली होती. त्या सामन्यात माझ्या सर्व उणिवा व दोष सर्वांसमोर उघड झाले; त्यामुळे १९९५च्या स्पर्धेसाठी मी ज्या गोष्टींचा शोध घेतला नव्हता, त्यांचा मी पुढील सामन्यासाठी माझ्या तयारीचा एक महत्त्वाचा भाग म्हणून जाणीवपूर्वक अभ्यास सुरू केला. मी तयारी करताना डावागणिक वेगवेगळ्या पद्धतीचा वापर करणे, प्रतिस्पर्ध्याला चकित करणे आणि त्याने निर्माण केलेल्या मानसिक दबावामुळे विचलित न होणे या बाबींवर सर्वांत अधिक भर दिला. त्याच वेळी आणखी एक गोष्ट माझ्या लक्षात आली की, खेळाडू कितीही सक्षम व तरबेज असला तरी तो आपोआप विजेता होत नाही. त्यासाठी त्याच्या मनाला विश्वविजेता होण्याची तीव्र आस लागली पाहिजे.

न्यू यॉर्क स्पर्धेनंतर पाच वर्षांच्या कालावधीत लोझेनला कार्पोव्हच्या हातून झालेल्या पराभवासारख्या अनेक चुटपुटत्या व निसटत्या पराजयांना मला सामोरं जावं लागलं; पण त्यानंतर मात्र झालेल्या सर्व नुकसानीची भरपाई करण्याची वेळ आली. २०००ची विश्वविजेतेपदासाठीची स्पर्धा नवी दिल्लीमध्ये आयोजित करण्यात आली. एनआयआयटी ही भारतीय इन्फोटेक कंपनी या स्पर्धेची प्रायोजक होती. तुझ्यासाठी ही सुवर्णसंधी आहे, असं माझं मन आतून मला सांगत होतं.

बाद फेरीच्या स्पर्धेत प्रत्येक प्रतिस्पर्ध्याविरुद्ध दोन सामने खेळायचे होते व ते दोन्ही डाव बरोबरीत सुटल्यास नियंत्रित वेळेमध्ये टाय-ब्रेक खेळावे लागणार होते. उपउपांत्य फेरीत प्रवेश करायला विशेष कष्ट पडले नाहीत; पण त्या फेरीत माझी गाठ पुन्हा खलिफमनशीच पडली. माझ्या वाढदिवसाला (११ डिसेंबर) मला सलग चार ट्रायब्रेकचे डाव खेळावे लागले. त्यातील दुसऱ्या डावात मी इतक्या अडचणीच्या स्थितीत सापडलो की, आता आपण नक्की हरणार असा विचार

माझ्या मनात आला; पण त्यातून मी कसाबसा सरपटत, वळवळत बाहेर आलो. त्या वेळी टोपोलोव्ह प्रेक्षकांमध्ये बसला होता. मी तो डाव जिंकल्यावर टोपोलोव्ह म्हणाला, 'विशीला मद्रासचा वाघ नव्हे; साप म्हणायला हवं!'

मला स्पर्धेबाहेर काढायची उत्तम संधी गमावल्याबद्दल खलिफमन स्वतःवर नक्कीच चिडला असणार; पण त्या निसटत्या विजयामुळे माझा आत्मविश्वास कमालीचा वाढला. डाव संपल्यानंतर जेव्हा मी अरुणा व उबिलावा यांना भेटलो, तेव्हा एका मोठ्या संकटातून सुटल्याचे भाव माझ्या चेहऱ्यावर स्पष्ट दिसत होते. साऱ्या अडचणी आता संपल्या आहेत, याची आम्हा तिघांना जणू खात्री पटली होती. चार डाव बरोबरीत सुटल्यानंतर पाचव्या डावात मी खलिफमनला हरवलं आणि मग उपांत्य फेरीत ॲडम्सचा पराभव करून ती स्पर्धा जिंकली.

अंतिम सामन्यासाठी आम्ही जेव्हा तेहरानला पोहोचलो, तेव्हा माझं पोट बिघडलं असल्याने मला थोडं अस्वस्थ वाटत होतं; पण तरी आपण या वेळी स्पर्धा नक्की जिंकणार असं माझं अंतर्मन मला खात्री देत होतं. अखंड सुरू असलेल्या स्पर्धा आणि सामन्यांमुळे उबिलावा व मी पार थकून गेलो होतो. माझा नवा प्रशिक्षक पाब्लो सॅन सिगंडो कॅरिलो हा आमच्यासोबत प्रवास करत नव्हता; पण तो लवकरात लवकर इराणच्या राजधानीत पोहोचू दे अशी मी मनोमन प्रार्थना करत होतो. आश्चर्य व समाधानाची गोष्ट म्हणजे अरुणाने आधीच नीट व्यवस्था केल्यामुळे आमच्यानंतर तासाभरातच पाब्लो तेहरानमध्ये पोहोचला. त्याचा स्वभाव खूप गमतीदार असल्याने आमची दीर्घ प्रशिक्षण सत्रे हसतखेळत सुरू असायची. आम्हीही चेष्टेने त्याला 'सेन्युअर कार्ट इंगालिस' म्हणायचो. (स्पेनमधील सर्वांत मोठं डिपार्टमेंटल स्टोअर) तो नेहमी उंची सूट्स व उत्तम स्वेटर्स परिधान करत असल्यामुळे आम्ही पाब्लोला त्या नावाने चिडवायचो.

सामना सुरू होण्यापूर्वी स्पेनचा राजदूत आपला देशवासीय शिरोव्हला पाठिंबा व शुभेच्छा देण्यासाठी त्याच्यापाशी आला आणि आपल्या हाताची मूठ वळवत थोड्या मोठ्या आवाजात म्हणाला, 'डा ल बिया' (त्याला चांगला दणका दे.) मी शिरोव्हच्या बाजूलाच बसलो होतो आणि मी उत्तम स्पॅनिश भाषा बोलतो हे बिचाऱ्या राजदूताला ठाऊक नव्हतं. शिरोव्ह हा मूळचा लॅटव्हिअन असला तरी आता त्याच्यापाशी स्पॅनिश पासपोर्ट होता. राजदूताचं बोलणं ऐकून तो गोरामोरा झाला आणि माझ्याकडे निर्देश करत त्याला म्हणाला की, हा स्पेनमध्येच राहतो. त्याला माझ्यापेक्षा स्पेनच्या संस्कृतीचं व भाषेचं अधिक ज्ञान आहे. हे ऐकताच राजदूताचाही चेहरा पडला आणि तो अवघडून गेला; पण नंतर आम्ही दोघंही हास्यविनोदात रंगून गेल्यामुळे ती गोष्ट विसरून गेलो.

शिरोव्हला हरवणं नक्कीच सोपं नव्हतं. त्याचा खेळही त्या वेळी ऐन भरात

होता. त्या वर्षीच्या मार्च महिन्यात त्याने मला लिनारेस व अंबर या दोन्ही स्पर्धांत हरवलं होतं. दोन वर्षांपूर्वी १९९८ मध्ये कास्पारोव्हचा आव्हानवीर निवडण्यासाठी झालेल्या १० सामन्यांच्या स्पर्धेत तो क्रेमनिकहून वरचढ ठरला होता; परंतु अंतिम स्पर्धेसाठी पुरेसा आर्थिक निधी उपलब्ध न झाल्याने ती रद्द करण्यात आली आणि शिरोव्ह त्यानंतर कास्पारोव्हविरुद्ध कधीच खेळू शकला नाही.

तेहरानमध्ये मात्र त्याच्या जुन्या कामगिरीच्या तुलनेत शिरोव्हच्या खेळाचा दर्जा खूपच घसरला. दिल्लीमध्ये बिघडलेल्या पोटाने मला पुष्कळ त्रास दिला असला तरी बुद्धिबळाच्या पटावर मला कोणतीही अडचण आली नाही. पहिला डाव बरोबरीत सुटल्यावर पुढचे सलग तीन डाव जिंकून मी किताब पटकावला. अखेर मी विश्वविजेता झालो.

माझ्या विजयाची वार्ता सांगण्यासाठी जेव्हा मी निक्वजला फोन केला, तेव्हा ती प्रथम खळखळून हसली. तिने माझं चटकन अभिनंदन केलं आणि चार वर्षांपूर्वी लावलेल्या पैजेची आठवण करून देत मला म्हणाली, "तुझ्या वडिलांना सांग, मला माझे पैसे हवे आहेत.''

विश्वनाथन आनंद   वि.   गॅरी कास्पारोव्ह (१ - ०)
(पांढरा)   (काळ्या)
डाव क्रमांक ९, १९९५ पीसीए विश्वविजेतेपद स्पर्धा, न्यू यॉर्क
पांढरा विजयी

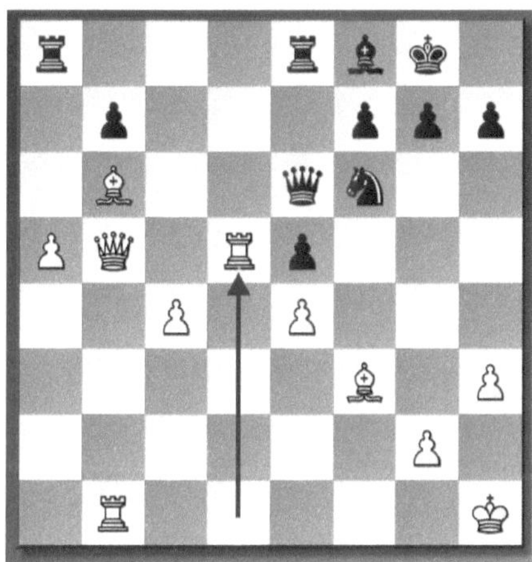

डावाच्या या स्थितीत मी हत्ती d5 या चौकोनावर आणला, तेव्हा माझी खात्री होती की, हत्ती मारला जाणार नाही, कारण त्याला माझ्या प्याद्यांचा मजबूत आधार होता. कास्पारोव्हने हत्ती घेतला नसता तर पुढे नेमकं काय करायचं हे मला सुचत नव्हतं. त्याने थोडा अधिक विचार करून जर माझा हत्ती मारला नसता तर मला आक्रमणाची फारशी संधी मिळणार नव्हती. सुदैवाने त्याने हत्ती घेतला आणि पुढच्या काही चालींतच मी स्पर्धेतील एकमेव विजय नोंदवला.

१९९५ मध्ये न्यू यॉर्कला कास्पारोव्हविरुद्ध झालेल्या सामन्यानंतर माझा खेळाबद्दलचा सारा दृष्टिकोनच बदलला. तोपर्यंत मी केवळ उत्तम बुद्धिबळ खेळण्यात आणि अधूनमधून एखादी स्पर्धा जिंकण्यात समाधान मानायचो; पण त्या सामन्यानंतर आपण विश्वविजेता व्हायचं, असा मी मनात पक्का निर्धार केला. त्या एका सामन्यातून माझ्या खेळातील सारे दोष उघड झाले. मी माझ्या खेळागध्ये चटकन बदल करू शकत नव्हतो. प्रतिस्पर्ध्याला माझ्या खेळाचा सहज अंदाज येऊ शकत होता आणि मी मानसिक दडपण झुगारून देऊ शकत

नव्हतो. त्याच वेळी आणखी एक गोष्ट माझ्या लक्षात आली की, मी कितीही सक्षम व तरबेज खेळाडू असलो तरी केवळ या बळावर मी विजेता होऊ शकत नाही. त्यासाठी विश्वविजेता होण्याची आस माझ्या मनाला लागली पाहिजे. जोपर्यंत मी माझं ध्येय गाठत नाही, तोपर्यंत माझ्या प्रयत्नांचं मोल सिद्ध होणार नाही.

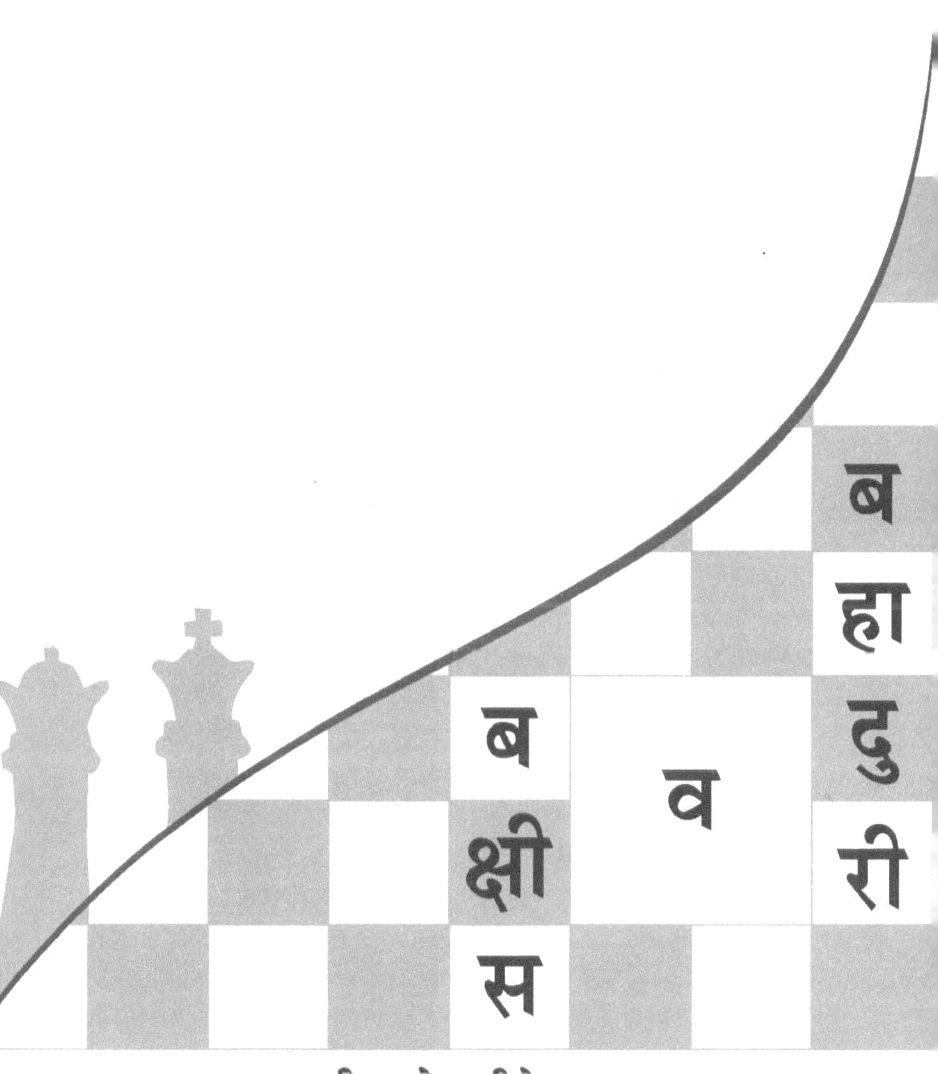

बुद्धीला मेहनतीचे बळ

माझ्याबद्दल फार तर एवढंच म्हणता येईल की, बुद्धिबळाच्या जागतिक पटावर मी एक अपवादात्मक व्यक्ती होतो. मी रशियन नव्हतो. (पाश्चिमात्य देशातलाही नव्हतो) जिथे बुद्धिबळ खेळाचा फारसा गाजावाजा झालेला नाही अशा एका दूरच्या अपरिचित देशाचा मी रहिवासी होतो. रशियन बुद्धिबळपटूंची नावं एका लयीत म्हणता यायची; जणू ते सर्व एकाच कुटुंबातील सदस्य होते. त्या गर्दीत माझ्या नावाचा उच्चारही विचित्र व विसंगत वाटायचा.

बुद्धिबळ हा रशियन लोकांचा राष्ट्रीय छंद होता. बुद्धिबळाची एकसंघ यंत्रणा सरकारच्या ताकदीवर कार्यरत होती. बागेत, आगगाडीत, सिगारेटच्या धुराने वेढलेल्या क्लब्जमध्ये तरुण व वृद्ध माणसं टेबलावर किंवा आपल्या मांडीवर बुद्धिबळाचा पट ठेवून जोरजोरात सोंगट्या हलवत गंभीर चेहऱ्याने बसलेली दिसत. नववधू आपल्या कपड्यांमध्ये न विसरता बुद्धिबळाचा पट ठेवून देत असे. प्रवासातही प्रत्येक टॅक्सीचालक चिडून आपल्याला चेकमेट देतोय असंच वाटायचं. माझं असंही मत बनलं होतं की, आपल्या जनतेने परदेशी लोकांमध्ये मिसळलेलं, त्यांच्याशी मैत्री ठेवलेलं, सरकारला बिलकूल खपत नसे. त्या काळात एखादा रशियन बुद्धिबळपटू सहज म्हणून माझ्याबरोबर मास्कोत फिरताना आढळला तर केजीबीसारखी सरकारी गुप्तचर यंत्रणा आमच्यावर पाळत ठेवत असे.

१९९०च्या आसपास जेव्हा मी बुद्धिबळ क्षेत्रातील वरच्या स्तरात जाऊन पोहोचलो, तेव्हा पेरोस्त्रोइका धोरण स्वीकारून साधारण पाच वर्ष उलटली होती आणि सोव्हिएट युनियन बरखास्त होण्याची वेळ जवळ येऊन ठेपली होती. सुधारणावादी कल्पनांची लाट देशाला व्यापत असताना रशियन बुद्धिबळपटूंच्या दृष्टिकोनातही फरक पडू लागला होता. पूर्वी हे सर्व खेळाडू एक समूह किंवा एक गट म्हणून वावरत असत; परंतु आता ते स्वतःला वेगळे किंवा एकटे समजू

लागले होते. त्यांच्यामध्ये टोकाचं शत्रुत्व निर्माण झालं होतं आणि काही खेळाडू तर त्यांना न आवडणाऱ्या एखाद्या बुद्धिबळपटूविरुद्ध माझा सामना असेल तर ते मला सर्वतोपरी मदत करायला तयार असत. माझ्या आयुष्यातील ती भाबडी, निरागस वर्ष होती असं मी म्हणतो. त्या वेळी मी २१ वर्षांचा कोवळा, स्वप्नाळू तरुण होतो.

मद्रासमधील ताल बुद्धिबळ क्लबमधून मी खेळाला सुरुवात केली. तिथे जलद पद्धतीने खेळल्या जाणाऱ्या डावांची सत्रं अखंड सुरू असत. काही वर्षांनंतर मी जागतिक युवक बुद्धिबळ स्पर्धेचं विजेतेपद पटकावलं. हे मी मिळवलेलं पहिलं मोठं यश. त्यानंतर मला गॅंडमास्टर किताब मिळाला. याच दरम्यान, कधीतरी 'प्रतिभाशाली बुद्धिमान खेळाडू' हे विशेषण माझ्या नावामागे चिकटलं. १९९१ मध्ये टिलबर्गला झालेल्या इंटरपोलीस आंतरराष्ट्रीय स्पर्धेत मी कास्पारोव्ह, कार्पोव्ह, कामस्की आणि कोर्चनॉय अशा बलाढ्य रशियन बुद्धिबळपटूंना नमवून तिसरा क्रमांक मिळवला आणि माझ्या नावामागचं ते विशेषण दूर ढकलून दिलं. त्या वर्षी मद्रासमध्ये ड्रीव्हचा पराभव करून विश्वविजेतेपदाच्या स्पर्धेच्या उपउपपांत्य फेरीत प्रवेश करणारा आशिया खंडातील पहिला खेळाडू हा मान मिळवला; पण उत्तर इटलीत १९९१-९२ मध्ये झालेल्या रेजो इमिलिया ग्रँडमास्टर स्पर्धेत नऊ मातब्बर खेळाडूंवर (सर्व रशियन) मात करून जेव्हा मी ती स्पर्धा जिंकली, तेव्हा तोच माझ्या कारकिर्दीला नवं वळण देणारा क्षण ठरला. त्या वेळी मी कार्पोव्ह व कास्पारोव्ह या दोघांवरही आघाडी मिळवली होती. स्पर्धा संपली, तेव्हा सोव्हिएट युनियन बरखास्त झाली होती आणि सर्वजण मला चेष्टेने सोव्हिएट पर्वाचा अखेरचा विजेता म्हणू लागले.

त्याच वेळी माझ्या लक्षात आलं की, लोक ज्या वेळी तुम्हाला 'प्रतिभाशाली बुद्धिवंत' म्हणू लागतात, तेव्हा ते तुमचं केवळ कौतुक करून तुम्हाला उत्तेजन देत असतात. त्याचा खरा अर्थ म्हणजे त्यांच्या खेळातील वर्चस्वाला तुमच्यापासून मुळीच धोका नसतो किंवा त्यांना मिळणाऱ्या बक्षिसाच्या रकमेचा ओघ तुमच्यामुळे आटण्याचीही भीती त्यांना वाटत नसते; परंतु जेव्हा ते तुमचं मानसिक खच्चीकरण व्हावं म्हणून तुमच्याबद्दल अपमानास्पद भाषा वापरू लागतात, जसं ते मी इटलीमध्ये मिळवलेल्या अनपेक्षित व धक्कादायक विजयानंतर माझ्याबद्दल बोलू लागले, तेव्हा त्यांना तुमच्याबद्दल आदरयुक्त भीती वाटू लागली आहे असं खुशाल समजावं.

बुद्धी व प्रतिभा असल्यावर मेहनत करण्याची गरज नसते किंवा मेहनती माणसाला बुद्धी असून-नसून फरक पडत नाही, हा वाद मला अनाठायी वाटतो. बुद्धी महत्त्वाची की मेहनत महत्त्वाची? हे ठरवण्यात वेळ व्यर्थ का दवडायचा?

माझ्या मते बुद्धी आणि प्रतिभा ही एखाद्या रोपट्यासारखी असते. जेव्हा आपण त्याला मेहनतीचं खतपाणी घालतो, तेव्हा त्याला हळूहळू फांद्या फुटून ते बहरू लागतं; पण त्याची नीट निगा राखली नाही तर ते कोमेजून जातं. मेहनतीमुळे बुद्धी सखोल आणि व्यापक बनते. तिला आपल्यातील अविकसित क्षमतांचा शोध लागतो. बुद्धी व मेहनत या दोन परस्पराविरोधी शक्ती नसून त्या एकमेकींना पूरक व पोषक आहेत.

बुद्धीला कमी लेखणं मला कधीच मान्य होणार नाही. बुद्धी आणि प्रतिभा निश्चितपणे अस्तित्वात असते. ती कपोलकल्पित गोष्ट नव्हे. तुम्हाला कोणत्या विषयात गती व रुची आहे, हे बुद्धीमुळेच तुम्हाला समजतं. कोणती गोष्ट तुम्ही विनासायास करू शकता व भविष्यात तुम्ही कोणत्या क्षेत्रात काम करू शकाल हे तीच तुम्हाला सुचवते. मात्र, तरीही बुद्धी व प्रतिभा म्हणजेच सारं काही नव्हे. ज्ञान आणि विकास कधीही सहज प्राप्त होत नाही. त्यासाठी तुम्हाला तासन्तास परिश्रम घ्यावे लागतात. तशी मेहनत घेऊनही अनेकदा प्रगती झाल्याचं काहीच चिन्ह दिसत नाही; परंतु अचानक एक दिवस त्याचे सुपरिणाम तुम्हाला पाहायला मिळतात आणि तुमच्या प्रयत्नांचं सार्थक होतं. अर्थात मेहनतीशिवाय कुठल्याही गोष्टीचं फळ मिळणं अशक्य आहे. मेहनत म्हणजे केवळ ढोरमेहनत नव्हे, तर आपल्याला काय साध्य करायचं आहे याचा बुद्धिनिष्ठ विचार करणं, स्वतःसाठी एक ध्येय निश्चित करणं, स्वतःमध्ये सुधारणा कशी करता येईल हे ठरवणं आणि आपलं इप्सित साध्य करण्यासाठी या सर्व गोष्टी एकत्रितपणे गुंफणं, म्हणजे खरी मेहनत करणं.

समजा, अगदी सारखी क्षमता असलेल्या मुलांच्या एका गटाने एकच विशिष्ट खेळ एकाच वेळी खेळायला सुरुवात केली आणि खेळात प्रावीण्य मिळवण्यासाठी एकाच पद्धतीची मेहनत घेतली आणि तरीही त्या गटातील प्रत्येक मुलाला मिळालेल्या यशात तफावत असली तर त्याचं सयुक्तिक कारण किंवा स्पष्टीकरण देणं अवघड असेल. फक्त एवढंच म्हणता येईल की, काहीजणांपाशी खेळाच्या काही अंगाबाबतीत इतरांपेक्षा अधिक कौशल्य होतं किंवा जास्त 'नैसर्गिक क्षमता' होती. बुद्धी ही नेहमीच चटकन इतरांचं लक्ष वेधून घेते. जेव्हा काहीजण एखादा विषय अतिशय कमी वेळात झटकन आत्मसात करतात आणि तोच विषय समजून घ्यायला इतरांना खूप वेळ डोकं लढवावं लागतं, तेव्हा दोघांच्या बुद्धीमधील फरक स्पष्टपणे लक्षात येतो. अनेकदा आपण दोन समवयस्क खेळाडू एकच खेळ बरीच वर्ष खेळताना पाहतो आणि त्या दोघांनीही स्वकष्टाने त्या क्रीडा प्रकारात वरचं स्थान मिळवलेलं असतं; पण त्यांच्यापैकी एकाला अगदी विनासायास, सहजपणे यश मिळालेलं असतं, तर दुसऱ्याला आपली प्रगती साधण्यासाठी खूप

झगडावं लागलेलं असतं; पण ज्या क्षणी दुसऱ्याला खेळाची खुबी आणि लय सापडते, त्यानंतर मात्र त्याला कधीच मागे वळून पाहावं लागत नाही. मला वाटतं की, यामध्ये केवळ शिस्तीचाच भाग नसतो तर मुख्य गोष्ट म्हणजे आपल्यातील अविकसित क्षमतांचा तो शोध घेत राहिलेला असतो. माझ्या मते जी व्यक्ती प्रचंड मेहनत घेऊन, योग्य त्या दिशेने वाटचाल करते ती नेहमीच बुद्धिमान पण मेहनत न घेणाऱ्या माणसापेक्षा जीवनात पुढे जाते.

या संदर्भात इतिहासाने आपल्याला बॉबी फिशरच्या हुशारीचा दाखला दिला आहे. लहान बहिणीने एका दुकानातून बुद्धिबळाचा संच विकत आणल्यावर फिशर बुद्धिबळ खेळायला शिकला. १४व्या वर्षी त्याने अमेरिकन बुद्धिबळ स्पर्धा जिंकली आणि त्यानंतर वर्षभरातच तो जगातील सर्वांत तरुण ग्रँडमास्टर झाला. त्याच्यापाशी प्रतिभा होती? हो नक्कीच! तो बुद्धिबळाने पछाडला गेला होता व खेळासंबंधी त्याला काही वेगळंच आकलन होऊ लागलं होतं, जे आजपर्यंत इतर कोणालाही झालं नव्हतं; पण त्याला मिळालेल्या यशाला केवळ त्याला लाभलेली अलौकिक प्रतिभाच कारणीभूत होती का? मला तसं वाटत नाही. बुद्धिबळावर जडलेल्या प्रेमाला यशाच्या उच्च शिखरावर घेऊन जाण्यासाठी त्याने अपार मेहनत घेतली. फिशरने काही स्पर्धांमध्ये भाग न घेता, एकोणिसाव्या शतकातील महान खेळाडूंच्या खेळाचा अभ्यास करण्यासाठी व रशियन भाषा शिकण्यासाठी तो वेळ खर्च केला. रशियन भाषा अवगत झाल्यावर त्याने अनेक रशियन पुस्तकं व मासिकं वाचली. त्या काळातील रशियन नियंत्रित बुद्धिबळाच्या एकूण वातावरणात त्यांची भाषा आणि त्यांच्या बुद्धिबळ पद्धतीतील तत्त्वांवर प्रभुत्व मिळवावं असं फिशरला वाटणं, हेच मला त्याच्या हुशारीचं द्योतक वाटतं. त्यातून फिशरची जिंकण्याची जिद्द व त्यासाठी त्यानं घेतलेले अपरिमित कष्ट दिसून येतात.

मला वाटतं, मी इथे स्वतःबद्दलही सांगायला हवं. खूप लहानपणीच माझी बुद्धिबळ या खेळाशी ओळख झाली आणि बुद्धिबळ खेळण्याची माझ्यापाशी नैसर्गिक क्षमता किंवा कौशल्य होतं. खरं म्हणजे माझ्यापाशी असलेल्या त्या क्षमतेमुळेच मी त्या खेळाकडे आकर्षिला गेलो. मी बुद्धिबळ सहज खेळू शकेन असं मला आतूनच कुठेतरी वाटलं आणि त्या खेळाने चटकन माझं लक्ष वेधून घेतलं. जणू तो खेळ धावत, उड्या मारत माझ्यापाशी आला आणि माझ्या डोक्यात ठाण मांडून बसला. नंतर वाढत्या वयात मी महान गणितज्ञ श्रीनिवास रामानुजन यांच्या चरित्राने खूपच प्रभावित झालो. 'द मॅन हू न्यू इन्फिनिटी' (अनंतत्व माहीत असलेला माणूस) हे त्यांच्यावर लिहिलेले चरित्रात्मक पुस्तक मला एका स्पर्धेत बक्षीस मिळालं व त्यांच्या जीवनकहाणीने मला मंत्रमुग्ध केलं. रामानुजन यांनी अगदी लहान वयात गणिताचं कोणतंही रीतसर शिक्षण न घेता त्या विषयाची

मीमांसा करत, जे नवे निष्कर्ष काढले ते परदेशातील नामांकित विद्यापीठातील भल्या भल्या गणितज्ञानांही सिद्ध करता आले नव्हते. नंतरच्या काळात आपल्या विलक्षण बुद्धिमत्तेने गणित या विषयावर त्यांनी जी सखोल आणि असामान्य छाप पाडली, ती सर्वांनाच ठाऊक आहे. काही बाबतींत आम्हा दोघांमध्ये साधर्म्य होतं. आम्ही दोघंही दक्षिण भारतातील तामिळनाडू राज्यातले. (त्यांचं कुटुंब कुंभकोणमचं तर आमचं त्या वेळच्या मायावरम म्हणजेच आजचं माइलादुतुराई. दोन्ही गावांत फक्त ४० किलोमीटरचं अंतर आहे.) गणिताची पुस्तकं उपलब्ध नसतानाही त्यांनी कंदिलाच्या मिणमिणत्या उजेडात आपली निरीक्षणं वहीत नोंदवून ठेवली. मीही बुद्धिबळाचा खेळ असाच शिकलो. कोणाच्याही मदतीशिवाय आणि विशेषतः जिच्या आसाभोवती बुद्धिबळाचं अध्ययन सुरू असायचं, त्या सोव्हिएट युनियनपासून तर फारच दूर राहून!

मी जेव्हा बुद्धिबळ खेळायला सुरुवात केली, तेव्हा माझ्याबरोबर अनेकजण त्या खेळाकडे आकर्षित झाले होते; पण नंतर ते खेळापासून दूर गेले आणि त्यांनी अन्य क्षेत्रांत यश मिळवलं. याचा अर्थ त्यांनी असं क्षेत्र निवडलं की, ज्याकडे त्यांचा नैसर्गिक कल होता. अफाट बुद्धिमत्ता असलेला जॉश वेट्सकीन वयाच्या सातव्या वर्षीच न्यू यॉर्कच्या वॉशिंग्टन स्क्वेअरमध्ये पैसे कमावण्यासाठी बुद्धिबळ खेळणाऱ्यांना हरवू लागला. नवव्या वर्षी राष्ट्रीय स्पर्धा जिंकून जॉश अमेरिकन लोकांच्या गळ्यातील ताईत बनला. किशोर अवस्थेतील जॉशवर त्याच्याच वडिलांनी एक पुस्तक लिहिलं आणि त्यावरून चित्रपटही बनवण्यात आला; परंतु नंतर जॉशला अचानक बुद्धिबळाचा अक्षरशः वीट आला. प्राणप्रिय असलेल्या खेळाबद्दल अचानक परकेपणा वाटू लागल्यामुळे जॉशला एका गंभीर समस्येला सामोरं जावं लागलं. अखेर बुद्धिबळ खेळायचं सोडून तो इतर विषयांचा शोध घेऊ लागला. तो ध्यानधारणा करू लागला आणि त्याने तत्त्वज्ञान आणि मानसशास्त्राचा अभ्यास करायला सुरुवात केली. बुद्धिबळासारख्या तार्किक व बौद्धिक खेळाला दूर सारत त्याने वयाच्या २१व्या वर्षी 'ताय ची च्यून' या चिनी मार्शल आर्ट या प्रकारात प्राविण्य मिळवून पुन्हा साऱ्या जगाला थक्क केलं आणि त्यात कमालीचं यश मिळवलं. सुरुवातीला बुद्धिबळाकडे आकर्षित होऊन आणि त्यात उत्तम यश मिळवून काही काळाने मात्र अतिप्रशिक्षणाचा ताण न झेपल्याने शारीरिक व मानसिक शीण येऊन खेळाला मध्येच रामराम ठोकलेल्यांची अनेक उदाहरणं सांगता येतील.

माझ्यापाशी उपजत बुद्धी व कौशल्य होतं; पण तरीही १९८३च्या उन्हाळ्यापर्यंत मी फार मोठं यश मिळवू शकलो नव्हतो. त्यानंतर मात्र अचानक माझी विजयाची मालिका सुरू झाली. माझे प्रतिस्पर्धी असलेले सर्व बुद्धिबळपटू आपल्या खेळावर

प्रचंड मेहनत घेत होते; पण त्या वर्षी माझा खेळ ऐन भरात आला होता. तामिळनाडूमध्ये आयोजित केलेल्या दोन मोठ्या स्पर्धा मी जिंकल्या, १६ वर्षांखालील झालेल्या राष्ट्रीय बुद्धिबळ स्पर्धेत मी ९ पैकी ९ सामने जिंकून पहिलं स्थान पटकावलं आणि १६ वर्षांखालील युवकांसाठी होणाऱ्या जागतिक बुद्धिबळ स्पर्धेसाठी पात्र ठरलो. हे सर्व यश त्या एका वर्षात लाभलं होतं.

त्या सर्व काळात माझ्या जलद बुद्धिबळ खेळण्याच्या क्षमतेने सर्वांचंच लक्ष वेधून घेतलं. माझ्यामध्ये ती क्षमता अगदी नैसर्गिक होती आणि बुद्धिबळ क्लबमध्ये होणाऱ्या जलद बुद्धिबळ स्पर्धेत सतत सहभागी झाल्यामुळे ती क्षमता अधिकच मजबूत झाली. बुद्धिबळ हा मुळात विचारपूर्वक खेळायचा खेळ असल्यामुळे एखादा बुद्धिबळपटू जर भराभर चाली करू लागला तर तो इतरांच्या लेखी अविचारी व मूर्ख ठरण्याची शक्यता असते. माझे वडील हे सर्वच बाबतींत अतिशय शिस्तबद्ध व काटेकोर असायचे; पण त्यांनीही मला उत्स्फूर्तपणे खेळायला प्रोत्साहन दिलं. ते मला म्हणाले, 'उनक्कू फास्ट आडनाम ना नी आडू बाबा. मुला, तुला जर जलद खेळायला आवडत असेल, तर तसाच खेळत जा.' मी किशोर वयाचा असतानाच विजेसारखा वेगवान मुलगा हे टोपणनाव मला मिळालं होतं. त्या वेळी मी नेहमी डोक्यावर कॅप घालून खेळायचो आणि मी ती डोळ्यांपर्यंत खाली ओढून घ्यायचो. (मला ती टोपी सक्तीने घालावी लागायची. त्यामागे फॅशन करायचा हेतू मुळीच नव्हता. राष्ट्रीय स्पर्धेमध्ये ठाणे शहराचे बुद्धिबळपटू अरुण वैद्य हे माझे प्रतिस्पर्धी होते आणि त्यांना हाताच्या अंगठ्याजवळच्या बोटात की-चेन पकडून ती सतत गरगर फिरवायची सवय होती. मला मात्र त्यामुळे खेळावर लक्ष एकाग्र करणं अवघड होऊ लागलं. लक्ष विचलित होऊ नये म्हणून मी कॅप घालू लागलो.)

केवळ झटपट चाली करणं हेच माझ्या जलद खेळण्यामागचं एकमेव वैशिष्ट्य नव्हतं. कॅनडियन-रशियन बुद्धिबळपटू एव्हगेनी बरीव्ह हा माझा खूप जुना मित्र. कुमार गटापासून आम्ही एकत्र खेळायचो. त्याच्या मते मला एक असामान्य क्षमता लाभली होती. मला पटावरील सोंगट्यांच्या स्थितीचं केवळ एका नजरेत जे आकलन व्हायचं, तितकी समज इतर कोणत्याही खेळाडूकडे नव्हती; पण त्याचबरोबर एव्हगेनीचं असंही म्हणणं होतं की, माझ्या त्या सुरुवातीच्या आकलनाचा नीट विस्तार करणं किंवा त्यात नव्या कल्पनांची भर घालणं मात्र मला अवघड जात असे. जणू कोणत्या तरी एका क्षणी माझा मेंदू काम करणंच थांबवायचा. हा दोष दूर करण्यासाठी मला खूप मेहनत घ्यावी लागली. एखादी चाल करण्याआधी आपण थोडा अधिक वेळ विचार करायला हवा असं फक्त स्वतःला समजावण्याइतकी ती सोपी गोष्ट नव्हती तर डावाच्या कुठल्या स्थितीमध्ये मी सखोल विचार करणं

आवश्यक आहे, ती विशिष्ट स्थिती समजून घेण्यासाठी आपण कसून सराव करायला हवा हे लक्षात आलं होतं. माझ्या संपूर्ण कारकिर्दीत माझ्या प्रत्येक शिक्षकाने मला सोंगट्यांच्या काही स्थितींबद्दल जास्त विचार करायला तर काही वेळा माझ्या नैसर्गिक कौशल्याचा वापर करायच्या सूचना दिलेल्या आहेत. त्यांच्या सल्ल्यानुसार विचार करू लागल्यावर काही गोष्टी माझ्या लक्षात आल्या. यापूर्वी माझ्याकडून दुर्लक्षित झालेल्या निरनिराळ्या प्रकारच्या चालींचा अभ्यास करणे ही डावावर कोणत्या स्थितीमध्ये वर्चस्व मिळू शकेल हे शोधण्याची एक परिणामकारक पद्धत आहे हे मला समजलं.

बुद्धिबळपटू हे प्रामुख्याने दोन प्रकारचे असतात. पहिले, जे सोव्हिएट पद्धतीने खेळ शिकलेले असतात. त्यांनी बुद्धिबळाचं अगदी पद्धतशीर शिक्षण घेतलेलं असतं आणि त्यांना खेळाच्या मूलभूत तत्त्वांचा आणि स्वतःच्या बुद्धिसामर्थ्यावर खेळातील समस्या सोडवण्याचा सुसूत्रपणे अनुभव मिळवून दिलेला असतो. दुसऱ्या प्रकारचे बुद्धिबळपटू हे रशिया सोडून इतर देशांतील असतात. त्यांच्या देशात बुद्धिबळ खेळण्याची कडवी परंपरा नसते. त्यांना या खेळाचं शिक्षण विस्कळीत पद्धतीने मिळालेलं असतं; त्यामुळे जलद पद्धतीने डाव खेळण्यात किंवा खेळताना नवनवे प्रयोग करताना त्यांना तासन्तास मेहनत करावी लागलेली असते. अर्थात या दोन्ही पद्धती कायम भिन्न राहत नाहीत तर अखेरीस त्यांचं अभिसरण होतं. ज्यांना खेळाचं शास्त्रशुद्ध शिक्षण मिळालेलं नसतं, असे माझ्यासारखे दुसऱ्या पद्धतीचे बुद्धिबळपटू हे हळूहळू खेळाचा सखोलपणे अभ्यास करायला शिकतात, डाव सुरू करण्याच्या विविध पद्धती आत्मसात करू लागतात; परंतु तरीही वाढत्या वयात आम्ही जे रशियन पद्धतीचे शिक्षण घेऊ शकलो नाही त्याची मात्र यामुळे निश्चितच भरपाई होऊ शकत नाही. दुसरीकडे ज्यांनी बुद्धिबळाचं पद्धतशीरपणे शिक्षण घेतलं आहे, त्यांनाही हळूहळू खेळताना गोंधळाची परिस्थिती उद्भवली तर ती स्वस्थपणे कशी हाताळायची, पटावरच्या प्रत्येक स्थितीला आपण शिकवलेल्या पद्धतीप्रमाणेच सामोरं जाऊ शकत नाही हे प्रथम स्वतःला पटवणं आणि मग त्यामध्ये यशस्वी होण्यासाठी उत्स्फूर्तता व अंतःप्रेरणेची साथ कशी घ्यायची आणि हिशेबी धोका पत्करण्याची क्षमता कशी आत्मसात करायची हे शिकून घ्यावं लागतं.

मी दुसऱ्या गटातील खेळाडू असल्यामुळे रशियनांनी सुरुवातीला मला उपटसुंभ, कॉफी हाउस खेळाडू असं म्हणत माझी संभावना केली. याचा अर्थ मी बुद्धिबळाबाबत फारसा गंभीर किंवा व्यावसायिक दृष्टिकोन नसलेला, नवनवे प्रयोग करणारा व फारशी गुणवत्ता नसलेला बुद्धिबळपटू आहे असं त्यांचं मत होतं.

मला माझ्या खेळाच्या पद्धतीमधील उणिवा अनेक वेळा जाणवत असत.

एखादी चाल चटकन खेळण्याचा मोह मी आवरू शकत नसे. ती चाल खेळण्याआधी मिनिटभर अधिक विचार करण्याची संधी स्वतःला न दिल्यामुळे मी प्रतिस्पर्ध्यांच्या जाळ्यात सहज ओढला जायचो; परंतु त्याचबरोबर इतकी वर्ष जलद पद्धतीने बुद्धिबळ खेळल्याचा मला तोटा न होता, उलट फायदाच झाला. शिस्तबद्ध व रीतसर शिक्षण न मिळाल्यामुळे माझ्या खेळण्याच्या पद्धतीत एक प्रकारचा लवचीकपणा आला. खेळताना नेहमीपेक्षा कितीही वेगळ्या समस्यांना सामोरं जावं लागलं तरी त्यामुळे मी कधीही दबून गेलो नाही.

मी दोन्ही प्रकारचे प्रतिभावान खेळाडू पाहिले आहेत. जे आपल्या बुद्धी व कौशल्याला मेहनतीची जोड देतात आणि जे फक्त आपल्या प्रतिभेच्या जोरावर उत्तुंग यश मिळवण्याची स्वप्नं पाहतात. प्रत्येक क्रीडा प्रकारात असे खेळाडू पाहायला मिळतात की, ज्यांच्या विलक्षण प्रतिभेवर लोक सुरुवातीपासूनच फिदा झालेले असतात; परंतु पुढच्या काळात त्या खेळाडूंची फारशी प्रगती झालेली दिसत नाही. याचं कारण कदाचित त्यांनी आपल्याला लाभलेल्या नैसर्गिक क्षमतांचा योग्य दिशेने विकास केला नसेल किंवा त्यांनी कारकिर्दीच्या सुरुवातीला जो धडाका दाखवला, तोच त्यांच्या मर्यादित कौशल्याचा परमोच्च बिंदू असावा. मीही असा अनुभव घेतला आहे. आपल्याला या खेळातील काही कौशल्ये अगदी सहज प्राप्त असल्यामुळे आपण कमी प्रयत्नांतही यश मिळवू शकू असा माझा स्वतःबद्दल गोड गैरसमज झाला होता; परंतु अशा दृष्टिकोनाचे गंभीर दुष्परिणाम भोगल्यानंतर मी कठोर परिश्रमाला पर्याय नाही हे तत्त्व प्रत्यक्ष आचरणात आणण्याचा प्रामाणिकपणे प्रयत्न केला आहे.

सुरुवातीपासूनच मी प्रत्येक डावाची संपूर्ण माहिती असलेली विविध स्पर्धा मासिकं काळजीपूर्वक वाचायची सवय लावून घेतली होती. त्या वेळी मी नवखा असल्यामुळे असेल कदाचित; पण त्या मासिकात दिलेल्या पद्धतींवर शंका घ्यावी किंवा आपण आपल्या कुवतीनुसार त्याची नीट पारख करून योग्यता ठरवावी, असं माझ्या मनामध्ये कधी आलंच नाही; परंतु नव्या कल्पनांचं नेहमी स्वागत करायचं असा माझा स्वभाव असल्यामुळे आणि आपण अनुसरलेली पद्धतच उत्तम असा मनामध्ये खोटा अभिमान नसल्यामुळे मी मिळेल तिथून खेळाबद्दलच्या नव्या गोष्टी शिकण्याचा प्रयत्न करायचो आणि माझ्या रोजच्या सरावात त्याचा वापरही करायचो.

बुद्धी, कौशल्य आणि मेहनतीशिवाय तुम्हाला योग्य वेळी नशिबाची साथ मिळण्ंही तितकंच आवश्यक असतं. माझ्या बाबतीत जेव्हा मला आत्यंतिक गरज होती, तेव्हा नशिबाचं दान माझ्या बाजूने पडत गेलं. १९९३ मध्ये झालेल्या कॅन्डिडेट्स स्पर्धेसाठी जर मी पात्र ठरलो नसतो तर माझ्या कारकिर्दीने वेगळंच

वळण व आकार घेतला असता. माझ्या मते माझ्यापाशी बुद्धिबळ खेळण्याची अलौकिक प्रतिभा नव्हती. मला यशस्वी होण्यासाठी खूप मेहनत घ्यावी लागली आणि योग्य वेळी मिळालेल्या संधीचा लाभ घेता आल्याने विश्व युवक स्पर्धेचं विजेतेपद (१९८७), ग्रँडमास्टर किताब (१९८८) आणि विश्वविजेतेपद स्पर्धेसाठी पात्रता (१९९३) असे महत्त्वाचे टप्पे मी गाठू शकलो.

त्यानंतर दोन वर्षांनी मार्च १९९५ मध्ये कॅनरी बेटांवरील लास पामस येथे कामस्कीचा पराभव केल्यामुळे अंतिम फेरीत कास्पारोव्हला टक्कर देत विश्वविजेतेपद मिळवण्याचा मार्ग प्रथमच माझ्यासाठी खुला झाला. कॅन्डिडेट स्पर्धेच्या आधी जानेवारी व फेब्रुवारी या दोन महिन्यांत मी खेळाचा अभ्यास आणि सराव करण्यामध्ये स्वतःला अक्षरशः झोकून दिलं. त्या वेळी स्पेनमधील माझ्या घरात माझ्यासोबत युसुपोव्ह आणि उबिलावा हे दोन प्रशिक्षकही होते. रोज सकाळी मी डोंगरात जाऊन धावण्याचा व्यायाम करायचो. आईही स्पेनला आलेली असल्यामुळे लास पामसच्या प्रवासात आम्ही सर्व एकत्र होतो.

पहिला डाव मी अपुऱ्या वेळेमुळे हरलो. घड्याळाचे काटे पुढे सरकत होते आणि मी काही हालचाल न करता शांतपणे बसून होतो. अतिशय वेगाने बुद्धिबळ खेळणाऱ्या खेळाडूंपैकी एक म्हणून मी ओळखला जायचो आणि माझ्यावरच वेळ अपुरा पडल्यामुळे पराभव पत्करायची वेळ येणं ही खरोखरच दुर्दैवाची गोष्ट होती. मला दिलेल्या पिण्याच्या पाण्यात मादक द्रव्य मिसळले असण्याचा संशयही त्या वेळी व्यक्त करण्यात आला आणि त्यापुढच्या सामन्यात आम्ही प्यायचं पाणी घरून घेऊन येऊ असा निव्हजने आग्रह धरला आणि त्यानंतर स्पर्धा संपेपर्यंत आम्ही तो नियम कटाक्षाने पाळला. तो पराभव मी मनातून झटकून टाकला की शांतपणे स्वीकारला, हे मी सांगू शकणार नाही; पण दुसऱ्या दिवशी मात्र मी काळे मोहरे घेऊन जिद्दीने खेळलो आणि सामना अगदी सहज बरोबरीत सोडवला. तिसऱ्या डावात मी कामस्कीवर विजय मिळवला आणि माझं अस्वस्थ मन शांत झालं. त्याचबरोबर पहिल्या डावातील पराजय ही एक अपवादात्मक विचित्र घटना होती याचीही खात्री पटली. पुढचे पाचही डाव बरोबरीत सुटले आणि ९व्या डावात माझ्या बाजूने तो भन्नाट निकाल लागला. २६व्या चालीत मी माझा घोडा वेगळ्या मार्गाने नेत Nd1 या चौकोनावर आणला. आता काळ्याला आपला घोडा g5 चौकोनावर आणणं शक्य नव्हतं, कारण त्यावर माझ्या वजिराचा पहारा होता आणि त्याचबरोबर घोड्याने घोडा मारायचे काळ्याचे मनसुबेही मी काही काळापुरते रोखून धरले होते. माझी ती चाल कमालीची यशस्वी ठरली.

प्रत्येक खेळाडूला आपल्या कारकिर्दीत एका गोष्टीला अपरिहार्यपणे सामोरं जावं लागतं. त्याने पूर्वी कितीही अविस्मरणीय सामने खेळले असले तरी एक

काळ असा येतो की, यश त्याला सतत हुलकावण्या देऊ लागतं. जणू त्याची प्रगती खुंटून जाते. ज्यांना त्याने आतापर्यंत सहज हरवलेलं असतं, ते त्याच्यापेक्षा सरस ठरू लागतात. काय करावं, त्याला समजत नाही. काहीतरी चमत्कार घडेल याची शांतपणे वाट पाहत राहण्याची कल्पना त्याला रुचत नाही. मग तो धडपडत उठतो, कसून मेहनत करतो आणि पुन्हा नव्या जिद्दीने, उमेदीने धावायला सुरुवात करतो.

माझ्या कारकिर्दीत मी अनेकदा अशा कठीण काळातून गेलोय. त्या त्या वेळी मी काही वेळ खेळापासून स्वतःला दूर ठेवलं, अंतर्मुख होऊन शांतपणे चिंतन केलं आणि पुन्हा माझा हरवलेला मार्ग शोधायला सुरुवात केली; पण या काळात माझा कधीही खेळाबद्दल भ्रमनिरास झाला नाही किंवा बुद्धिबळाला सोडचिट्ठी देऊन नवा पर्याय शोधावासा वाटला नाही. कदाचित मला ग्रँडमास्टर किताब मिळवायला आणखी काही वर्षे लागली असती तर मला त्या वेळी वेगळा विचार करावासाही वाटला असता. त्या काळी ग्रँडमास्टर हा क्वचित लाभणारा सन्मान होता आणि तो किताब मिळाल्याने माझ्यासाठी बुद्धिबळ जगातील अनेक दारे खुली झाली. उच्चस्तरीय समजल्या जाणाऱ्या बुद्धिबळ स्पर्धांमध्ये मी सहभागी होऊ शकलो आणि जगातील सर्वोत्तम खेळाडूंविरुद्ध मला सामने खेळता आले. आजच्या खेळाडूंना कदाचित तितकी संधी मिळू शकणार नाही. ज्या ज्या वेळी मला खेळाचा अतिरेक झाल्यासारखा वाटला किंवा खेळण्याचा कंटाळा येऊ लागला, त्या वेळी मी काही दिवस खेळणं बंद केलं असलं तरी त्या काळातही मला बुद्धिबळाबद्दल वाटणारं प्रेम तसूभरही कमी झालं नव्हतं आणि त्यामुळे खेळापासून कायमचा दूर जाण्याचा विचारही माझ्या मनाला कधी शिवला नाही.

कदाचित मी सांगतो त्या गोष्टी यशाच्या व्याख्येत किंवा नियमात बसणारही नाहीत. आता यशस्वी होण्यासाठी बुद्धी व कौशल्याची आवश्यकता आहे हे तर निर्विवाद सिद्ध झालंय; पण अनपेक्षित संधी लाभणं, आपण पाहिलेलं स्वप्न पूर्ण व्हायला आता थोडासाच अवधी राहिलाय असं सूचित करणारा एखादा शुभशकून घडणं या गोष्टीही उच्चतम यश प्राप्त करण्यासाठी तितक्याच आवश्यक आहेत असा माझा अनुभव आहे. याच बिंदूवर मेहनतीला अनन्यसाधारण महत्त्व असतं. तुम्ही जितकी अधिक मेहनत कराल, जितका कसून सराव कराल तितक्या तुम्हाला योग्य संधी मिळण्याच्या, तुमचा अचानक भाग्योदय होण्याच्या शक्यता अधिक वाढतात; पण अशी संधीच जर तुमच्या वाट्याला आली नाही तर मात्र आपल्या आवडत्या खेळावरील तुमचं प्रेम व श्रद्धा डळमळू लागते आणि तुमचा स्वतःच्या क्षमतेवरचा विश्वास उडू लागतो.

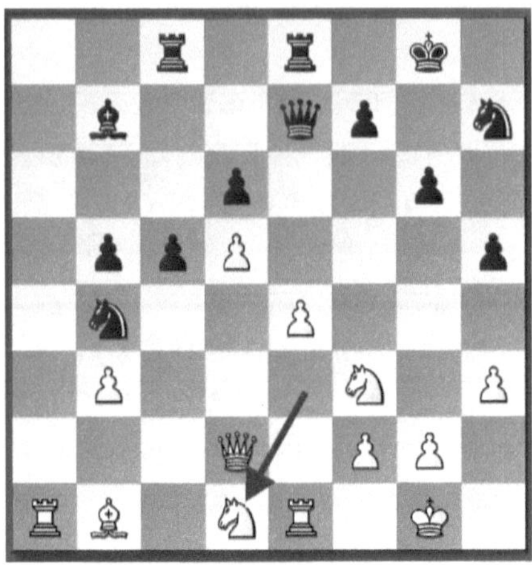

पटावरील या स्थितीपर्यंत सामना बरोबरीत चालला होता; पण इतकी वर्ष राय लोपेझ पद्धतीचा अभ्यास केल्याचा अखेर फायदा झाला. माझ्या २६व्या Nd1 या चालीमुळे मी काळ्याची Ng5 ही चाल रोखली आणि त्यानंतर त्याचं निराधार झालेलं b5 प्यादं मारण्यासाठी पुढची Nc3 चाल खेळण्यासाठी सरसावून बसलो. मी खेळलेल्या अतिशय कल्पक डावांपैकी तो एक डाव होता.

मला वाटतं की, आपल्यातील बुद्धिकौशल्याला एका रोपाची उपमा देता येईल. जेव्हा त्या रोपाला मेहनतीचं पाणी घातलं जातं, तेव्हा ते वाढतं-बहरतं; पण त्याची जर नीट निगा राखली गेली नाही तर ते सुकून जातं. मेहनतीमुळे बुद्धिकौशल्याची मुळे खोलवर रुजतातच; पण त्यांचा सर्वांगीण विकासही होतो. त्यातील अविकसित क्षमता फुलून येतात. मेहनत म्हणजे केवळ ढोरमेहनत नव्हे, तर आपल्याला काय साध्य करायचं आहे याचा बुद्धिनिष्ठ विचार करणं, स्वतःसाठी एक ध्येय निश्चित करणं, स्वतःमध्ये सुधारणा कशी करता येईल हे ठरवणं आणि आपलं ध्येय साध्य करण्यासाठी या सर्व गोष्टी एकत्र गुंफणं म्हणजे खरी मेहनत करणं होय.

मंथन—बौद्धिक व यांत्रिक

निर्णय प्रक्रिया, संगणक सामग्री आणि महातंत्रज्ञानाचं आगमन

खरोखरच मी एका मोठ्या पेचात सापडलो होतो. समोरच्या पटावरील मोहऱ्यांच्या अवघड स्थितीतून मला मार्ग काढायचा होता. गंमत म्हणजे वर्षभरापूर्वी गेलफंडविरुद्ध खेळलेल्या विश्वविजेतेपदाच्या स्पर्धेआधी सराव करताना पटावर सोंगट्यांची अगदी हीच स्थिती मांडून, त्यावर मी व माझ्या संघाने बराच वेळ काथ्याकूट केला होता. त्या स्पर्धेमध्ये जरी मला त्या सरावाचा प्रत्यक्षात उपयोग झाला नसला तरी आता २०१३ मधील विक आन झी स्पर्धेतील चौथ्या फेरीचा डाव खेळताना मी अगदी त्याच स्थितीला सामोरा जात होतो. खरा प्रश्न हा होता की, वर्षापूर्वी केलेल्या चर्चेचा व सरावाचा कोणताही भाग मला त्या क्षणी आठवत नव्हता. फक्त एक छोटा तपशील मनात घर करून बसला होता.

माझा प्रशिक्षक निलसन हॉलच्या एका कोपऱ्यात कपाळाला आठ्या घालून उभा असणार, याची मला कल्पना होती. माझ्यासोबतची त्याची ही अखेरची स्पर्धा असणार होती. जवळजवळ एक दशकभर तो केवळ माझ्या संघाचाच नव्हे तर माझ्या कुटुंबाचाही एक सदस्य बनला होता. आता लवकरच तो कार्लसनच्या संघात सामील होणार होता. असं असतानाही मी जेव्हा त्याला विक आन झी स्पर्धेसाठी मला अखेरची सोबत करण्याची विनंती केली, तेव्हा त्याने ती आनंदाने मान्य केली. आमच्या दोघांत असं ठरलं होतं की, जर त्या वर्षीच्या विश्वविजेतेपद स्पर्धेत माझ्याविरुद्ध खेळण्यासाठी कार्लसन पात्र ठरला तर आमच्या दोघांपैकी कोणालाही मदत न करता निलसनने तटस्थ राहायचं.

वार्षिक स्पर्धेचा गतवर्षीचा विजेता एरोनियन माझ्यासमोर बसून माझ्या जोरजोरात सुरू असलेल्या श्वासाचा आवाज ऐकत मी पुढची चाल करण्यासाठी कधी एकदा हात उचलतोय याची वाट पाहत होता. माझ्याकडे दोनच पर्याय होते : एक म्हणजे माघार घेऊन सोंगटी पटावर दुसरीकडे कुठेतरी हलवणे किंवा वर्षापूर्वी

सरावाच्या वेळी आम्ही केलेल्या चर्चेची टिपणं आठवण्याचा प्रयत्न करून मुख्य दिशेने जोरदार मुसंडी मारणे. त्या वेळी आम्ही ठरवलेली योजना जरी मी नीट आठवू शकलो नसलो तरी काळ्याने मुख्य दिशा पकडणंच त्याच्या हिताचं आहे, हे माझ्या ध्यानात आलं होतं.

मी जणू एक खजिना शोधत होतो. तो जंगलात लपवून ठेवलाय हे तर मला ठाऊक होतं आणि एक-दोन खुणा आठवत होत्या की, ज्या झाडाच्या एका फांदीला तीन फळं लटकत असतील, त्या झाडाखाली तो खजिना पुरलेला आहे आणि ते झाड पाण्याजवळ आहे; पण जेव्हा मला माझ्या माहितीशी जुळणारी दोन सारखी झाडं आढळतात, त्या वेळी मला अखेर माहिती, बुद्धी व तर्काच्या आधारेच अंदाजाने त्यातलं एक झाड निवडावं लागतं. बुद्धिबळाच्या खेळातही पटावरील सोंगट्यांची जी स्थिती असते, त्यामागे उपयुक्त अशी संधी दडलीय हे जर तुम्हाला पक्कं ठाऊक नसेल तर जी गोष्ट तुम्हाला खात्रीशीर माहीत आहे, तिला चिकटून राहण्यात शहाणपण असतं.

पटावरील स्थिती पाहून सुरुवातीला मला काहीच सुचत नव्हतं. मला एवढंच माहीत होतं की, गेल्या वर्षी सराव करताना आम्ही जेव्हा पटावर हीच स्थिती मांडली होती, तेव्हा काळ्याने मुख्य दिशेने खेळत जाणंच योग्य ठरेल असा विचार माझ्या संघाने केला होता; पण आता मला जे चित्र समोर दिसत होतं, ते पूर्णपणे त्याच्याशी विसंगत होतं. मला त्या वेळच्या चर्चेतील फक्त एकच गोष्ट आठवत होती आणि ती म्हणजे या स्थितीत माझा घोडा d3 या चौकोनात पोहोचायला हवा. खरंतर विचार करून माझ्या मेंदूचा अक्षरशः भुगा झाला होता; पण तरीही मन मात्र ओरडून सांगत होतं की, एक चांगला मार्ग नक्की असणार आणि त्याने तो शोधण्याचा प्रयत्नही सुरू केला होता.

अचानक मला लहानपणी अभ्यासलेल्या एका महत्त्वपूर्ण डावाची आठवण झाली. तो सामना वुच, पोलंड येथे गार्श रॉटलेवी व अकिबा रुबिनस्टेन यांच्यात झाला होता. याच स्थितीत असलेल्या त्या डावात घोड्यानेच प्रथम आक्रमण करायला सुरुवात केली होती आणि पाठोपाठ कणरिषेत एकमेकांसमोर उभ्या असलेल्या उंटांनी पांढऱ्या राजाला सळो की पळो करून सोडलं होतं. दुसरा काहीच मार्ग दिसत नसल्याने मी त्याच डावाचा आधार घ्यायचा ठरवलं. पटावरील सोंगट्यांकडे मी एकवार नीट निरखून पाहिलं आणि त्या जुन्या डावात होती तशीच स्थिती आपल्या समोर असल्याची मी खात्री करून घेतली. खेळाची पुढची दिशा कशी असेल याचं चित्र मनात रेखाटलं व आक्रमणाला सिद्ध झालो.

त्या दरम्यान, माझ्या मनात एका क्षणी निलसनचाही विचार आला होता. मी असा स्मृतिभंश झाल्यासारखा का वागतोय हे न समजल्यामुळे तो नक्कीच चिंतेत

पडलेला असणार आणि त्याच वेळी माझ्या मनात नेमकं काय चाललंय याचं इतरांना नवल वाटत असणार. अखेर ३० मिनिटं प्रदीर्घ चिंतन केल्यानंतर मी उंटाचा त्याग करायला तयार होत त्याला e5 चौकोनावर आणलं. ती चाल पाहून एरोनियनचा चेहरा पडला. मग मी घोडा e5 वर आणून पांढऱ्याला त्याच्या प्याद्याने त्याला मारावयाची संधी दिली; पण त्यामुळे माझ्या वजिराचा मार्ग मोकळा झाला आणि मी एरोनियनच्या राजाला शह देऊन त्याच्यावर मात केली. प्रत्येक खेळाडू अशी एखादी परिपूर्ण, अद्वितीय खेळी खेळून जातो. या वेळी ते भाग्य माझ्या वाट्याला आलं होतं. माझ्या आयुष्यातील तो एक विलक्षण सुंदर डाव होता. एका अभिजात डावाची मनात अर्धवट असलेली स्मृती पूर्ण सांधून मी केलेल्या सरावाचा योग्य उपयोग करत आणि माझ्या अंतःप्रेरणेवर ठाम विश्वास ठेवत मी तो अंधारी बोगदा रांगत ओलांडून मला हवा असलेला विजयाचा प्रकाश व न्याय चिकाटीने मिळवला.

खेळाडूने पटावरील पुढच्या किती चालींचा आधीच विचार करून ठेवायला हवा, हा बुद्धिबळाच्या खेळात विचारला जाणारा सर्वांत अवघड व तितकाच फसवा प्रश्न आहे. खरं म्हणजे तुम्हाला या प्रश्नाचं उत्तर अगदी रोज व प्रत्येक डावात सोडवावं लागतं. डॅनिश ग्रँडमास्टर बेन्ट लार्सनचं एक प्रसिद्ध वाक्य आहे, 'डावाचं दीर्घ विश्लेषण म्हणजे चुकीचं विश्लेषण.' एकदा हाच प्रश्न महान विश्वविजेता बुद्धिबळपटू जोस रॉल कॅपाब्लान्काला विचारला गेला की, तू खेळताना पुढच्या किती चालींचा विचार करतोस, तर त्यावर तो वरवर नम्रतेचा आव आणत; पण बढाईखोरपणे म्हणाला की, 'केवळ एक; पण ती अगदी अचूक असते!' या प्रश्नाचं मूलभूत उत्तर द्यायचं तर असं म्हणता येईल की, तुमच्या समोरचा मार्ग जर एखाद्या महामार्गासारखा असेल तर केवळ तो मार्ग अनुसरत राहा. तो मार्ग सरळ असल्यामुळे तुम्ही खूप दूरपर्यंतचं पाहू शकाल. याउलट तुमच्यासमोर जर गर्द झाडीचा रस्ता असेल आणि एक पाऊल उचलल्यानंतर तुमच्यापाशी वेगवेगळ्या प्रकारे तीन-चार पावलं उचलायचा पर्याय असेल तर तुम्हाला नीट मूल्यमापन करून पाऊल कोणत्या दिशेने उचलायचं, हे ठरवावं लागेल – पण तेवढ्यावरच प्रश्न संपणार नाही. तुम्ही केलेल्या चालीवर तुम्हाला प्रतिसाद देण्यासाठी तुमच्या प्रतिस्पर्ध्यापाशीही तीन-चार चालींचा पर्याय उपलब्ध असेल आणि त्यांचा तुम्हाला व्यक्तिशः प्रतिवाद करावा लागेल. अशा परिस्थितीत तुम्ही फार पुढचं पाहण्याचा प्रयत्न करत नाही, कारण तुम्ही दूरवरचे हिशेब करत बसलात तर तुमच्या हातून चूक होण्याची शक्यता अधिक असते.

माझ्या मते तुम्ही आहे त्या परिस्थितीतून मार्ग काढण्यासाठी तुमच्यापाशी असलेले पर्याय व उपलब्ध असलेली साधनं यांचा नीट हिशेब करून निर्णय

घ्यायला पाहिजे; पण त्याचबरोबर त्या दीर्घ मार्गाच्या अखेरीस जर एखादी नवी समस्या उद्भवली तर तिचा समर्थपणे मुकाबला करण्यासाठी तुमच्यापाशी व्यापक दृष्टिकोन असायला हवा. तसंच जर तुम्ही मुख्य मार्ग सोडून वेगळ्याच वाटेवरून दूर भरकटत असताना तुमच्यासमोर अचानक एखादी अडचण उभी ठाकली तर तुमच्यामध्ये पुन्हा माघारी फिरण्याची क्षमता असली पाहिजे. त्याच वेळी आपण कुठे चुकलो होतो याचा नीट अंदाज घेता यायला हवा आणि आता आपल्यासमोर कोणते पर्याय आहेत आणि अजूनही आपण किती धोका पत्करू शकतो यामधला सुवर्णमध्य काढून बाहेर पडण्याचा मार्ग शोधायला हवा.

सामना खेळत असताना बुद्धिबळपटूंना अनेकदा वेळेचं गणित नीट सोडवता येत नाही. आवश्यक त्या चाली खेळण्यासाठी त्यांच्यापाशी पुरेसा वेळ उरलेला नसतो. याचं कारण म्हणजे ते योग्य निर्णय घेण्याच्या बाबतीत नेहमीच संभ्रमित असतात आणि वेळेचा हिशेब करण्याच्या बाबतीत त्यांचा स्वतःवरच विश्वास नसतो. या बाबतीत मला पडणारा प्रश्न थोडा वेगळा आहे : माझ्या अंतःप्रेरणेचं वर्तन लहान मुलासारखं असतं. म्हणजे एखाद्या प्रश्नाचं उत्तर दिलं की, ते उत्तर बरोबर होतं की चूक हे मला चटकन जाणून घ्यावंसं वाटतं. जेव्हा समोर ठाकलेल्या एखाद्या समस्येचं उत्तर माझ्या लक्षात येतं व त्याप्रमाणे मी चाल खेळतो, तेव्हा तिचा काय परिणाम होईल याबद्दल मला फारशी उत्सुकता नसते; पण मी केलेली चाल अचूक होती ना, हे जाणून घ्यायला मात्र मी अगदी उतावीळ होऊन जातो आणि त्यानंतर माझ्या प्रतिस्पर्ध्याने जर त्या चालीवर विचार करण्यात खूप वेळ घेतला तर मला संताप आवरणं अशक्य होतं.

याचं उत्कृष्ट उदाहरण म्हणजे २०१४ च्या कॅन्डिडेट स्पर्धेत माझा काझ्काकिनविरुद्ध झालेला सामना. त्या डावामुळेच मला स्पर्धेचं अजिंक्यपद मिळालं आणि अंतिम स्पर्धेत माझी पुन्हा एकदा कार्लसनशी गाठ पडली; पण त्याआधी कॅन्डिडेट स्पर्धेत माझ्यावर आघाडी घेण्याचा आटोकाट प्रयत्न करणाऱ्या एरोनियनला एक डाव गमवावा लागल्यामुळे तो पिछाडीवर गेला; त्यामुळे काझ्काकिनच्या आशा उंचावल्या होत्या. माझ्यावर मानसिक दडपण येऊन माझं डावावरचं नियंत्रण सुटावं या उद्देशाने तो आमचा डाव जास्तीतजास्त लांबवण्याचा प्रयत्न करत होता. मी लवकरच फार मोठ्या अडचणीत सापडणार आहे अशी भीती माझ्या मनात निर्माण व्हावी व त्या भयानेच मी खचून जावं या इराद्यानेच तो डावपेच रचत होता. या सर्व दडपणातून बाहेर पडण्यासाठी मला कोणत्याही परिस्थितीत त्याच्या जाळ्यात न अडकता, मनावर संयम ठेवून चिकाटीने किल्ला लढवणं आवश्यक होतं. अखेर मी माझ्या प्रयत्नांमध्ये यशस्वी ठरलो. आम्ही दोघांनीही डाव बरोबरीत सोडवायचं मान्य केल्यावर मी काझ्काकिनला चेष्टेने म्हटलं की, तू

माझा इतका छळ करत होतास की, काही मिनिटांपूर्वी मी तुझा खून करायचं ठरवलं होतं.

माझ्या हातून वारंवार घडणारी चूक म्हणजे मी चटकन माझी चाल खेळतो आणि ती चुकीची आहे, हे लगेचच माझ्या ध्यानात येतं. खरं म्हणजे ती चाल खेळण्यासाठी माझ्यापाशी एक तासाचा अवधी असताना मी थोडा अधिक वेळ विचार करणं आवश्यक असतं; पण मी ती चाल खेळण्यासाठी इतका आतुर झालेला असतो की, पूर्ण विचार न करताच माझ्या हातून सोंगटी हलवली जाते. यासाठी प्रत्येक बुद्धिबळपटूने चाल करण्याआधी योग्य तेवढा वेळ घेऊन, सर्वांगाने विचार करण्याची सवय लावून घ्यायला हवी. दुसरी महत्त्वाची गोष्ट म्हणजे प्रतिस्पर्ध्याच्या चिथावणीला बळी न पडणे. २०१७ मध्ये झालेल्या लंडन बुद्धिबळ क्लासिक स्पर्धेत इयान आचिचीविरुद्ध खेळताना मी विनाकारण त्याच्याकडून असाच डिवचला गेलो होतो. खरंतर त्या डावात माझी स्थिती अगदी भक्कम होती आणि माझा खेळ योग्य त्या दिशेने सुरू होता; पण मी भावनेच्या भरात इयानने दिलेल्या चिथावणीला प्रत्युत्तर द्यायला गेलो. आपण त्याचे डावपेच सहज मोडून काढू असा मला विश्वास होता; पण त्यानंतर माझा खेळ इतका भरकटत गेला की, माझं नियंत्रण सुटलं, कारण सामन्याला मिळालेल्या त्या नव्या दिशेने पुढे कसं जायचं याची मी पूर्वी कधीच तयारी केली नव्हती आणि अखेर त्या डावात माझा दारुण पराभव झाला.

आपल्या प्रतिस्पर्ध्याविरुद्ध खेळताना आपण कोणता दृष्टिकोन ठेवायला हवा याची अचूक जाण असणं, हेच बुद्धिबळ खेळातील यशामागचं खरं गमक आहे. याचं कारण म्हणजे ज्या प्रकारचा खेळ आपण कधीही खेळू नये असं खेळाडूला वाटत असतं, नेमका त्याच पद्धतीचा खराब खेळ अखेरीस त्याच्या हातून खेळला जातो आणि त्यातून तो आपला नाश ओढवून घेतो.

प्रत्येक प्रतिस्पर्ध्याबरोबर खेळताना मी वेगवेगळ्या दृष्टिकोन ठेवून अशा प्रकारेच नेहमी खेळत आलो; पण माझ्या प्रतिस्पर्ध्यांनीही माझ्याविरुद्ध खेळताना जवळजवळ तितक्याच वेळा हीच पद्धत वापरली आहे. माझ्या तरुण वयात मी सामन्यासाठी करण्याच्या खास तयारीच्या बाबतीत कास्परोव्ह किंवा क्रेमनिक यांच्या तुलनेत खूपच कच्चा होतो; त्यामुळे ते माझ्याविरुद्ध खेळताना जेव्हा वेगळ्याच पद्धतीने डावाची सुरुवात करून सामना स्वतःच्या बाजूला झुकवत, तेव्हा माझी तयारी किती अपुरी आहे, हे मला कळून चुकत असे. मी माझ्या परीने मेहनत घेऊन सराव करायचो; पण तरीही त्यात परिपूर्णता नसायची आणि आपल्या तयारीत नेमक्या कोणत्या गोष्टींची उणीव आहे हे समजण्याइतका मी बारकाईने व काटेकोरपणे अभ्यास केलेला नसायचा. कास्परोव्ह नेहमी माझा फॉर्म कसा बिघडवता येईल,

या हेतूने खेळायचा आणि डावाच्या सुरुवातीलाच माझ्यावर दडपण आणून कायम कोंडीत पकडायचा. टोपोलोव्हनेही तीच रणनीती वापरली. जेव्हा टोपोलोव्हचा खेळ ऐन भरात असायचा, तेव्हा त्याच्याशी मुकाबला करणं मला खूपच कठीण जायचं. त्याच्याविरुद्ध कसं खेळायला हवं, हे शिकायला मला बरीच वर्ष लागली. १९९६ मध्ये तो भन्नाट फॉर्ममध्ये होता. सतत सहा महिने त्याच्या हातून हार पत्करल्यावर मी त्या वर्षी प्रथमच त्याच्यावर मात करू शकलो. त्यानंतर आणखी एक-दोनदा टोपोलोव्हवर विजय मिळवल्यामुळे आधी झालेल्या दारुण पराभवाचं दुःख काही प्रमाणात कमी होऊ शकलं. त्या काळात काही वर्ष तो माझ्याकडून पराभूत झाला; पण एरवी तो मला वरचढ ठरायचा. २०१० च्या विश्वविजेतेपदाच्या स्पर्धेत जेव्हा पुन्हा आमची एकमेकांशी गाठ पडली, तोपर्यंत मी त्याच्यावर सातत्याने वर्चस्व राखण्यात यशस्वी झालो होतो. त्याच्या खेळातलं गूढ मी उकललं होतं. त्याच्या हातून एखादी छोटीशी चूक झाली तरी मी लगेच त्याचा फायदा उठवायचो. टोपोलोव्हविरुद्ध खेळताना आपल्याला खूप मोठा संघर्ष करायचा आहे यासाठी जर तुम्ही मनाची तयारी केली असेल तर तुम्ही आधीच अर्धी लढाई जिंकलेली असते.

एखादा डाव खेळत असताना अचानक आणीबाणीची परिस्थिती उद्भवली तर मी तिचा जास्तीतजास्त फायदा घेण्यासाठी पूर्ण लक्ष केंद्रित करून अधिक उत्साहाने खेळतो; पण एखादा डाव जर हळूहळू उकळणाऱ्या पाण्याप्रमाणे संथ गतीने पुढे सरकत असेल तर मला चित्त एकाग्र करणं जमत नाही. योग्य संधीची शांतपणे वाट पाहायला लावणारा रटाळ डाव खेळत राहणं मला अत्यंत त्रासदायक वाटतं. प्रतिस्पर्ध्याला सतत वेगवेगळ्या पेचांत पकडून नामोहरम करणं हे माझ्या खेळाचं वैशिष्ट्य असलं तरी एक प्रकारे तो माझा दोषही होता, कारण लवकरच इतर खेळाडूंनी माझ्या खेळातील हा कमकुवतपणा हेरून, त्याचा फायदा उठवण्यास सुरुवात केली. २०१३ च्या विश्वविजेतेपद स्पर्धेत कार्लसनने मला कायम माझ्या आवडत्या पद्धतीने डावाची सुरुवात करण्यापासून रोखलं आणि तो मुद्दाम डाव लांबवण्याचा प्रयत्न करू लागला. त्या स्पर्धेत मी त्याच्याकडून हरण्याचं मुख्य कारण आम्हा दोघांच्या वयातील फरक हे असलं तरी मला न आवडणारी सोंगट्याची स्थिती पटावर निर्माण करून मला ती खेळायला भाग पाडण्याचे त्याचे डावपेचही माझ्या पराभवाला तितकेच कारणीभूत ठरले.

१९८८ मध्ये मला ग्रँडमास्टर किताब मिळाला आणि त्याच वर्षी मी स्पर्धेच्या तयारीसाठी प्रथमच संगणकाचा वापर केला. १९८७ मध्ये मला एक संगणक

भेट मिळाला; पण मला तो ॲम्स्टरडॅममध्ये अलबर्ट टोबीच्या घरी ठेवावा लागला, कारण तो भारतात आणण्याची परवानगी मिळवण्यासाठी मी दिल्लीच्या कार्यालयात केलेल्या अर्जावर निर्णय घेतला गेला नव्हता. तब्बल आठ महिन्यांनंतर मला अनुमती देण्यात आली आणि त्यानंतरच्या वर्षी मी संगणक घेऊन भारतात परतलो. त्या संगणकात बुद्धिबळाचे सॉफ्टवेअर नसल्यामुळे मला एखाद्या सामन्यातील पटावरची प्रत्येक चाल लिहून घ्यावी लागे. चार महिन्यांनंतर मी फ्रेडरिकच्या घरी गेलो असताना माझ्या लक्षात आलं की, सॉफ्टवेअर हाती असलं तरच तुम्ही संगणकाचा बुद्धिबळासाठी परिणामकारक वापर करू शकता. त्याच वर्षाच्या अखेरीस मी लॅपटॉप विकत घेतला; पण स्टॅंडच्या आधारे उभ्या कराव्या लागणाऱ्या त्या लॅपटॉपच्या पटलाचा (स्क्रीनचा) आकार इतका मोठा होता की, आजच्या काळात कुणीही त्याला लॅपटॉप म्हणणं शक्य नाही. माझ्या दृष्टीने मात्र त्याचा एकच फायदा होता की, मला हवी असलेली सर्व माहिती त्या एका यंत्रात सामावलेली होती आणि त्यामुळे मला प्रत्येक स्पर्धेच्या वेळी पूर्वीप्रमाणे जाडजूड पुस्तकं बरोबर घेऊन जाण्याची गरज उरली नव्हती. शिवाय बुद्धिबळाचा डाव खेळण्यासाठीही मला त्या संगणकाचा वापर करता येत असल्यामुळे मी त्या यंत्राचा विविध प्रकारे लाभ उठवू शकत होतो; परंतु मी परदेशातून आणलेला तो लॅपटॉप मद्रास विमानतळावर कस्टम अधिकाऱ्यांकडून सोडवून घेताना मात्र मला भयानक अनुभव आला. त्या वेळी देशात खुली अर्थव्यवस्था नव्हती. कस्टम अधिकाऱ्यांनी सुरुवातीला मला सांगितलं की, त्या लॅपटॉपच्या किंमतीवर २५० टक्के सीमाशुल्क भरावं लागेल. त्यामागचं कारण समजावून सांगताना तो अधिकारी मला म्हणाला की, हा बुद्धिबळ सॉफ्टवेअर असलेला संगणक आहे, ही गोष्ट त्यालाही समजू शकते; पण एक बुद्धिबळ उपकरण म्हणून या संगणकाचं वर्गीकरण करायचं असेल तर बुद्धिबळाचा सराव आणि अभ्यास करणं हा त्याचा एकमेव उद्देश असायला हवा; परंतु या संगणकावर पत्र लिहूनही पाठवता येतं; त्यामुळे त्याचा केवळ बुद्धिबळासाठीच वापर केला जाणार नाही. मूळ कायद्यामध्येच विसंगती असल्यामुळे तो अधिकारीही त्याकडे दुर्लक्ष करू शकत नव्हता. अखेर मॅन्युअल ऐरॉन यांनी स्वतः कस्टम अधिकाऱ्यांशी चर्चा केली आणि या संदर्भात एका राष्ट्रीय वृत्तपत्रातही टीकात्मक लेख लिहिल्यामुळे मला तो संगणक घरी नेण्यास परवानगी देण्यात आली.

मी अशा पिढीचा प्रतिनिधी आहे की, जी बुद्धिबळाचा खेळ प्रथम पटावर शिकली व नंतर तिने आपल्या खेळाच्या विकासासाठी संगणकाचा आधार घेतला. त्यामुळे बुद्धिबळ क्षेत्रात ज्या वेळी संगणकाचं प्रथम आगमन झालं, त्या वेळेपासून त्याचा वापर करणाऱ्या अगदी सुरुवातीच्या बुद्धिबळपटूंमध्ये मला वरचं स्थान द्यावं लागेल. आज संगणकामध्ये बुद्धिबळाचे लक्षावधी डाव उपलब्ध आहेत; परंतु

बुद्धिबळाचा निष्ठावंत चाहता, विज्ञान विषयाचा पत्रकार व अध्यापक असलेल्या फ्रेडरिकला सर्वप्रथम ही कल्पना सुचली होती. १९८५ मध्ये त्याने त्या वेळचा तरुण गँडमास्टर कास्परोव्हच्या मदतीने बुद्धिबळासंबंधीची विस्तृत सामग्री (डेटाबेस) संगणकामध्ये जमवण्यास सुरुवात केली. काही महिन्यांनंतर पदार्थविज्ञानाचा अभ्यास असलेल्या तरुण माथियास वुलनवेबरशी त्याची भेट झाली आणि दोघांनी मिळून एका नव्या कंपनीची स्थापना केली. फ्रेडरिकची आई ही गोवन पोर्तुगीज होती व त्याचं कुटुंब जर्मनीत स्थायिक होण्याआधी तो बालपणी भारतात राहत होता.

मी फ्रेडरिकला १९८७ मध्ये लंडनमध्ये पहिल्यांदा भेटलो. त्या वेळी माझ्यासारख्या तरुण मुलांना तो संगणकावर बनवलेला प्रोग्रॅम दाखवायचा. मी तेव्हा १८ वर्षांचा होतो. त्याने मला माझे बुद्धिबळातील रेटिंग आणि मी भारतात कधी परतणार? असं विचारलं. मी त्याला म्हटलं की, माझं इलो रेटिंग २५००च्या आसपास आहे आणि आठवड्यानंतर होणाऱ्या स्पर्धेत सहभागी झाल्यावर मी घरी जाणार आहे. त्याचा पुढचा प्रश्न होता, 'तू इथल्या तृतीय श्रेणीच्या हॉटेलमध्ये राहत असशील ना?' मी नकारार्थी मान हलवत शांतपणे म्हणालो, 'नाही, चतुर्थ श्रेणीच्या!' माझ्या त्या काहीशा उद्दामपणे दिलेल्या उत्तराला अनपेक्षित प्रतिसाद मिळाला. फ्रेडरिकने मला त्याच्या घरी राहायचं निमंत्रण दिलं. तो म्हणाला की, 'तू हॅम्बर्गच्या जवळपास असशील, तेव्हा माझ्याच घरी राहा आणि मी तयार केलेला डेटाबेस स्वतः तपासून बघ.' त्या वेळी मला अशा आमंत्रणांची सवय नक्हती; त्यामुळे फ्रेडरिक हे मनापासून सांगतोय का, अशी मला थोडी शंका आली; परंतु अखेर मलाच त्याच्याकडे असलेला डेटाबेस पाहायची इतकी उत्सुकता लागली की, पुढच्या वेळी जेव्हा मी हॅम्बर्गला गेलो, तेव्हा त्याच्या घरी फोन केला आणि मागच्या वेळी त्याने मला दिलेल्या निमंत्रणाची नम्रपणे आठवण करून दिली. मी हॅम्बर्गला आल्याचं ऐकून फ्रेडरिकला खूपच आनंद झाला. तो स्वतः स्टेशनवर आला आणि मला गाडीने हॅम्बर्गच्या जवळ असलेल्या हॉलनस्टेड येथील त्याच्या घरी घेऊन गेला.

दुपारी जेवणाच्या काही वेळ अगोदर मी शाकाहारी असल्याचं जेव्हा त्यांना सांगितलं, तेव्हा फ्रेडरिक व त्याची पत्नी अचानक जणू एखादा बॉम्ब पडावा तसे हादरून गेले. खाण्याच्या बाबतीत मी फारसा कटकट्या नक्हतो; पण फ्रेडरिक हा मूळ भारतीय असल्यामुळे त्याने चटकन कपाटातून करी सॉसची बाटली काढली. आधीच उकडून ठेवलेल्या भाज्यांवर सॉस घालून भाजी माझ्यासमोर ठेवली. त्यानंतर त्याने लगेच दक्षिण भारतीय शाकाहारी पाककृतींची पुस्तकं विकत आणली आणि काही दिवसांतच मला घरच्यासारखा चमचमीत रस्सम-भात खायला मिळू लागला. दिवसभर मी त्याच्या घरी असलेल्या अटारी एसटी या पहिल्या खासगी संगणकावरील

डेटाबेसमधील बुद्धिबळाचे २०० हून अधिक डाव नीट तपासून पाहत राहायचो. ११ वर्षांचा मार्टिन आणि चार वर्षांचा टॉमी ही फ्रेडरिकची दोन्ही मुलंही त्या वेळी सतत माझ्या अवतीभोवती रेंगाळत राहायची. एका संध्याकाळी मी असाच संगणकासमोर बसलेलो असताना माझं लक्ष सहज कोपऱ्यात बसलेल्या फ्रेडरिककडे गेलं, तेव्हा तो माझ्याकडे पाहून मिश्कीलपणे हसत होता. संगणक वापरण्याचं विशेष ज्ञान नसल्यामुळे मी माझ्या हातातील माउस आडवा न ठेवता हातात उभा धरला होता आणि तरीही तो आपलं काम चोख बजावत होता. माझ्या हातातील उभ्या धरलेल्या माउसकडे पाहून फ्रेडरिकला हसू आवरत नव्हतं. त्यानंतर अनेक वर्षे भेटणाऱ्या प्रत्येक माणसाला फ्रेडरिक हा किस्सा अतिशय रंगवून सांगायचा.

हळूहळू सकाळच्या न्याहारीच्या वेळी मी फ्रेडरिकला त्याच्या डेटाबेसमधील माझ्या लक्षात आलेल्या चुका किंवा काही न जुळणाऱ्या गोष्टी नीट समजावून सांगायला सुरुवात केली. त्या सर्व चुकांची मी एका वहीत व्यवस्थितपणे नोंद करून ठेवावी असा फ्रेडरिकचा आग्रह होता. डेटाबेसमधील अनेक डाव हे कच्चे व असंपादित होते; त्यामुळे मी हातात पेन घेऊन अगदी काटेकोरपणे प्रत्येक डाव, त्यातील चुका, त्यामुळे झालेले परिणाम असे सर्व तपशील असलेली टिपणं नीट लिहून काढली. माझ्या कामावर फ्रेडरिक भलताच खूश झाला.

१९९३ विश्वविजेतेपदाच्या स्पर्धेतील कास्पारोव्ह आणि शॉर्टच्या सामन्यांच्या दरम्यान मी नवीन फॅक्स मशीन विकत घेतलं. ते मी माझ्या आई-वडिलांच्या घरातील माझ्या खोलीत ठेवलं. फॅक्स मशीन आल्याने मी अगदी खुशीत होतो; पण त्यांच्या डावातील सर्व चाली मला कोणीतरी फॅक्स करणं आवश्यक होतं. सुदैवाने त्या घरात टेलिफोनची दोन कनेक्शन्स होती आणि वडिलांनी त्यातील एक कनेक्शन फक्त फॅक्स मशीनसाठी वापरायची मला परवानगी दिली. मात्र, असं करणं बेकायदेशीर आहे याची आम्हाला त्या वेळी कल्पनाही नव्हती. खरं म्हणजे फॅक्स मशीनच्या वापरासाठी तुम्हाला रीतसर अर्ज करून वेगळं कनेक्शन मिळवावं लागतं. शॉर्ट - कास्पारोव्ह सामन्यातील सर्व चाली फॅक्स करण्यासाठी मी फ्रेडरिकला अक्षरशः सतावत होतो. एक-दोन दिवसांत मला फ्रेडरिककडून एक फॅक्स मिळाला; पण त्या कागदावर शाईचे मोठे डाग पडलेले होते. माझं मशीन बिघडलेलं दिसतंय, असं जेव्हा मी फोन करून त्याला सांगितलं, तेव्हा फ्रेडरिक जोरजोरात हसू लागला. माझी मस्करी करण्यासाठी त्याने मुद्दाम मला तो कागद पाठवला होता; पण त्याच वेळी मी तुला हव्या असलेल्या चाली लवकरच पाठवतो, असं आश्वासनही त्याने मला दिलं.

कास्पारोव्ह व शॉर्ट यांच्यात सुरू असलेल्या डावांचे सर्व तपशील फॅक्सने लगेच मागवून घेणे हा भौगोलिक अंतरावर मात करण्याचा एक नवा मार्ग मला

सापडला. त्या वेळी बुद्धिबळ खेळाच्या क्षेत्रामध्ये अनुभव व नैपुण्याच्या बाबतीत सोव्हिएट युनियन हा देश इतरांपेक्षा शेकडो कोस पुढे होता आणि त्यांच्यापाशी असलेली माहिती प्राप्त करणं हा अलभ्य लाभ समजला जायचा. तुम्ही तेथील माहिती केंद्राच्या आंतरवर्तुळाच्या (इथे अर्थ, मॉस्को) अगदी जवळ असलात तर तुम्हाला अधिक माहिती आणि अनुभवाचे बोल ऐकण्याची उत्तम संधी मिळते व जितके दूर जाल तितकी ती माहिती मिळणं दुर्लभ होऊन जातं; त्यामुळे डावांतील तपशील फॅक्सवरून मिळवणे हा एक पर्याय माझ्यापाशी होता किंवा मॉस्कोहून भारतात येणाऱ्या एखाद्या ओळखीच्या व्यक्तीकडून स्पर्धेच्या ठिकाणी प्रसिद्ध होणाऱ्या वार्तापत्रांच्या प्रती मिळवणं हा दुसरा मार्ग होता. त्यापूर्वी बुद्धिबळविषयी लिहिलेली नवी पुस्तकं पोस्टातून यायला काही महिने लागायचे; पण तंत्रज्ञान झपाट्याने विकसित होत असल्यामुळे पोस्टावर अवलंबून राहण्याची गरज उरली नव्हती. फ्रेडरिकने मला एका मित्रामार्फत अनेक फ्लॉपीज पाठवल्या. काहींवर बुद्धिबळाचे प्रोग्रॅम्स होते, तर काहींवर नामवंत बुद्धिबळपटूंनी खेळलेले डाव होते; पण हळूहळू फ्लॉपीजचं महत्त्वही कमी होत गेलं आणि मग मी त्या फ्लॉपीज टेबल खराब होऊ नये म्हणून चहाच्या कपाखाली ठेवू लागलो.

लवकरच माणसाला किंवा अगदी ग्रँडमास्टरलाही हरवणाऱ्या संगणकांची निर्मिती केली गेली. एखाद्या क्षेत्रातील अत्यंत महत्त्वाची माहिती आणि ज्ञान प्राप्त करणं हे पूर्वी दुर्मिळ असायचं किंवा काही विशिष्ट लोकांनाच ते उपलब्ध व्हायचं; परंतु संगणकामुळे मात्र शोध घेणाऱ्या प्रत्येकालाच त्याचा लाभ होऊ लागला. इंटरनेटच्या शोधाने तर पुढची पातळी गाठली. आता तुम्ही तुमच्या घरी बसून एखाद्या रशियन खेळाडूशी ऑनलाइन झुंज देऊ शकता.

मला आठवतं की, त्यानंतरच्या वर्षी कॅन्डिडेट स्पर्धेत कामस्कीविरुद्ध सामना खेळण्यासाठी माझी आई, मॉरिस व निक्ज, त्यांचा मुलगा एडी, माझे प्रशिक्षक उबिलावा व युसुपोव्ह आणि मी माझ्या माद्रिदच्या घरून लास पामसला जाण्यासाठी एकत्र निघालो होतो. विमानात बसण्यासाठी थोडा अवधी असताना आपण काहीतरी महत्त्वाची वस्तू घरी विसरून आलोय असं मला जाणवलं आणि दुसऱ्याच क्षणी माझ्या लक्षात आलं की, माझा लॅपटॉप घरीच राहिलाय. मी खूपच अस्वस्थ झालो, कारण सामन्यासाठी लागणारी सर्व उपयुक्त टिपणं त्या लॅपटॉपमध्येच होती; पण प्रिंटर व कोऱ्या कागदांचा गठ्ठा बरोबर घ्यायला मात्र मी विसरलो नव्हतो. सुदैवाने आमची घरगुती कामं सांभाळणाऱ्या मॅक्सीकडे माझ्या घराची किल्ली होती. मॉरिसची मुलगी माझ्या घराजवळ राहायची. मी तिला फोन केला आणि मॅक्सीला माझ्या घरी बोलावून घ्यायला सांगितलं. पूर्वीच्या काळी घरी असलेला फोन हातात धरून घरभर फिरणं शक्य नसायचं; पण आता मोबाइल

कानापाशी धरून आपण कुठेही जाऊ शकतो; त्यामुळे मी सांगितलेल्या दिशा व खाणाखुणा हुडकत मॅक्सीने माझा लॅपटॉप सहज हुडकून काढला. मग फेडएक्स या अमेरिकन बहुराष्ट्रीय कंपनीत काम करणाऱ्या एडीने तो लॅपटॉप लास पामसला पाठवून दिला आणि मला तो त्या दिवशी संध्याकाळीच मिळाला.

हळूहळू ज्या प्रगत माहिती व ज्ञानाची सर्व बुद्धिबळपटू आतुरतेने वाट पाहत होते ते संगणकाच्या पडद्यावर दिसू लागलं. पटावरील मोहऱ्यांच्या वेगवेगळ्या स्थितीचं विश्लेषण करून, निर्माण झालेल्या समस्येसाठी अचूक उत्तर शोधून देणारे संगणकीय प्रोग्रॅम्स किंवा चेस इंजिन्स हे त्याचाच एक भाग होते; पण सुरुवातीला ही इंजिन्स खूपच दुर्बल होती. त्यांची विश्लेषणशक्ती बुद्धिबळपटूंपेक्षा जास्त नव्हती. एखाद्या समस्येकडे पाहण्याचा त्यांचा दृष्टिकोन अतिशय बाळबोध असायचा. ते प्रत्येक संभाव्य चालीची कल्पना करून, तिचा मुकाबला कसा करायचा हे दाखवत; परंतु ते फार पुढचा विचार करत नसल्यामुळे त्यांनी समस्येसाठी शोधलेलं उत्तर हे बरेचदा विचित्र आणि हास्यापद वाटायचं. सुरुवातीला आम्ही केवळ आमच्या कामात काही चुका झालेल्या आहेत का हे पाहण्यासाठी म्हणजे एखादा गणितज्ञ ज्या कारणासाठी गणकयंत्राचा उपयोग करतो, तसा त्या इंजिन्सचा वापर करायचो; त्यामुळे मुख्य कामाची जबाबदारी आम्हालाच उचलावी लागत असे; पण हळूहळू त्यात सुधारणा होत गेल्या आणि आम्ही जटिल समस्यांची उकल समजून घेण्यासाठी त्यांचा वापर करू लागलो. सुरुवातीला त्या इंजिन्सनी माझा पुरता अपेक्षाभंग केला; पण नंतर माझ्या लक्षात येऊ लागलं की, एखाद्या अतिशय दुर्बल गणलेल्या इंजिननेही माझ्या हातून राहून गेलेली गोष्ट अचूक शोधलेली असायची, कारण पटावरील समस्या सोडवताना माझ्या हातून कदाचित थोडी ढिलाई होत असावी किंवा ती सुटली असल्याचं मी गृहीत धरायचो, त्याचा खोलवर विचार करत नसे आणि काही वेळा तर माझा निव्वळ आळशीपणा त्यासाठी कारणीभूत ठरत असावा.

तो १९९१च्या सुरुवातीचा काळ होता. त्या वेळी आम्ही डच प्रोग्रॅमर प्रॉन्स मॉर्शने तयार केलेलं 'फ्रिट्ज' हे इंजिन वापरायचो, जेव्हा त्या दुर्बल समजल्या जाणाऱ्या संगणकातील प्रोग्रॅमनेही मानवी बुद्धिबळपटूंचे हुकलेले डावपेच दाखवण्यास सुरुवात केली, तेव्हा त्यांच्या अहंकाराला प्रथमच धक्का बसला. जसजशी ती इंजिन्स अधिक सक्षम बनत गेली, तसतशी त्यांची हुशारी आम्हाला मान्य करावी लागली. लवकरच आम्ही त्यांचा वापर आमच्या चुका तपासण्यासाठी नव्हे, तर त्यांनी शोधून काढलेली नवी उत्तरं किंवा नवे पर्याय पाहण्याच्या उत्सुकतेपोटी करू लागलो. त्यानंतर अर्थातच आम्ही त्या उत्तरांची संगती लावण्याचाही प्रयत्न करून पाहिला.

त्यापुढची सात-आठ वर्षं तरी मानवी बुद्धिबळपटू हे डावपेचांच्या बाबतीत इंजिन्सपेक्षा नक्कीच वरचढ होते. दूरगामी निर्णय घ्यायची वेळ आली की, संगणकाकडून कायम चुका व्हायच्या. बुद्धिबळपटू परिस्थितीचं अचूक मूल्यमापन करू शकायचे; पण इंजिन मात्र उत्तर शोधण्याच्या नादात भरकटत जायचं; परंतु अनेकदा दीर्घकाळ चाललेल्या डावात आमचा खेळ संगणकापेक्षा सरस झालेला असला तरी अखेरच्या टप्प्यात आमच्या हातून एखादी मोठी चूक किंवा गफलत व्हायची आणि संगणक आमच्यावर विजय मिळवत असे.

लवकरच आम्हाला कळून चुकलं की, खेळाच्या कोणत्याही बाबतीत आमच्यापाशी संगणकापेक्षा अधिक ज्ञान किंवा कौशल्य नाही. काही वेळा संगणकाकडून एखादी चूक होत असली तरी त्याचा फायदा उठवून त्याच्यावर मात करण्याइतके आम्ही सक्षम नव्हतो. ही जाणीव जसजशी मनात खोल रुजत गेली, तसतसा मानवी बुद्धिबळपटूंचा अहंकार नाहीसा होत गेला. खरंतर आमच्या अहंकारावर संगणकाने सुरुवातीलाच घाव घातला होता, कारण मानवी बुद्धीखेरीज दुसऱ्या कुणालाही बुद्धिबळ खेळता येणार नाही अशा भ्रमात आम्ही होतो. इतका अद्वितीय खेळ फक्त आम्ही खेळू शकतो असा आमचा गोड गैरसमज होता; पण संगणकाने दाखवून दिलं की, बुद्धिबळ हा खेळ काही नियम व आज्ञावली (प्रोग्रॅम) पुरताच मर्यादित आहे. ११ मे १९९७ रोजी आयबीएम कंपनीने बनवलेल्या डीप ब्लू या महासंगणकाने प्रमाणित वेळेच्या मर्यादित कास्पारोव्हचा सहा डावांत पराभव करून त्याचा पार नक्षा उतरवला, कारण बुद्धिबळ खेळणारं हे स्वयंचलित यंत्र म्हणजे शुद्ध चलाखी आणि लबाडी असून त्यावर अखेर एका मानवी ग्रँडमास्टरचेच नियंत्रण असल्याचा दावा त्याआधी कास्पारोव्हने केला होता.

माझ्या मते बुद्धिबळ जगतात या घटनेचा विलक्षण परिणाम झाला, कारण तोपर्यंत केवळ मानवी मनालाच साध्य असलेल्या क्षमतेवर आता संगणकाने मात केली होती. तो निश्चितच एक नवी दिशा देणारा क्षण होता. यंत्रे ही मानवापेक्षा श्रेष्ठ आहेत हे घोषित करणारा तो क्षण होता; पण हे सत्य नाही, ही गोष्ट आम्ही बुद्धिबळपटू जाणून होतो. जनसामान्यांच्या दृष्टीने ती घटना म्हणजे जणू एक मैलाचा दगड ठरली असली तरी बुद्धिबळ क्षेत्राने तिला मान्यता दिली नव्हती. आमच्याही दृष्टीने ती महत्त्वाची होती, कारण संगणकाने एका विश्वविजेत्या बुद्धिबळपटूचा पराभव केला होता; पण जे सहा डाव खेळले गेले होते ते इतके प्रभावी व परिणामकारक वाटत नव्हते. डीप ब्लू संगणकाबरोबर खेळून वेगळा निकाल मिळवणं शक्य आहे, अशी आमची खात्री होती. वर्षभरापूर्वीच कास्पारोव्हने संगणकांचा पराभव केला होता; त्यामुळे या खेपेस तो हरला म्हणून संगणकाच्या श्रेष्ठत्वावर शिक्कामोर्तब करणं योग्य नव्हतं. त्याच वेळी संगणकाबरोबरचे सामने

अचानक थांबवण्यात आले आणि त्यामुळे आपण मानवापेक्षा श्रेष्ठ असल्याची संगणकाकडून दिली गेलेली धमकी व भविष्यामध्ये निर्माण होऊ शकणारं त्याचं वर्चस्व खरं ठरू शकेल का? याचा अंदाज घेणं बुद्धिबळपटूंसाठी अवघड होऊन गेलं. काही वर्षातच संगणकाकडून चुका होण्याचं प्रमाण वाढू लागलं आणि त्याला कधीही कोणी हरवू न शकण्याचा केला गेलेला दावा फोल ठरल्याचं खेळाडूंच्या ध्यानात आलं.

जून १९९९ मध्ये लिऑन, स्पेन येथे मी कार्पोव्हविरुद्ध प्रगत स्वरूपाचे सामने खेळलो. त्या सामन्यांत आम्हा दोघांनाही एकेक संगणक सोबत दिलेला होता. मानवी खेळाडूंच्या साथीला संगणक दिला तर खेळाची पातळी किती उंचावू शकते हे दाखवण्याचा उद्देश त्यामागे होता. तो प्रयत्न यशस्वी ठरला का या बाबतीत मी तरी साशंकच होतो. लिऑन स्पर्धेच्या संदर्भात कुणीतरी लिहिलं होतं, 'त्या सामन्यांत आनंद संगणकाच्या साथीने खेळला, तर कार्पोव्हसोबत अत्याधुनिक तंत्रज्ञानाने बनवलेलं फक्त एक गुणपत्रक होतं.' कारण खेळत असताना संगणकाचा उपयोग कसा करायचा हेच कार्पोव्हसमोरचं एक मोठं आव्हान होतं. त्या स्पर्धेत कार्पोव्ह ज्या पद्धतीने खेळला, त्याबद्दल त्याला दोष देणं चुकीचं ठरेल, कारण तो संगणकपूर्व जमान्यातील खेळाडू होता. त्याने कधीही संगणकासोबत सराव केला नव्हता आणि त्यामुळे त्याला आपले विचार संगणकाबरोबर जुळवून घेणं अवघड जात होतं. आपल्या कारकिर्दीच्या अखेरपर्यंत त्याला खेळासंबंधीची टिपणं कागदावर लिहिण्याची सवय होती. ती पद्धत त्याला सोयीची वाटत असे. सर्व चाली खेळण्यासाठी आम्हाला एक तासाची मर्यादा होती आणि वेळेच्या बाबतीत तो सदैव पिछाडीवर असे. ती स्पर्धा मी ५-१ अशा फरकाने जिंकली. दरवेळी मी त्याला अशा कोंडीत पकडायचो की, जिथे त्याच्यावर हल्ला करणं सोपं असायचं व मग त्यापुढची जबाबदारी संगणकावर सोपवून द्यायचो. याउलट कार्पोव्हला त्या स्थितीची नोंद करून इंजिन सुरू करणंच जमत नसे. अखेर सॉफ्टवेअर प्रायोजकांनी त्याला त्याने केलेल्या चालीची संगणकात कशी नोंद करायची याच्या सूचना एका कागदावर लिहून दिल्या. बिचारा कार्पोव्ह अशा एका यंत्राच्या तावडीत सापडला की, ज्याची त्याला काहीच माहिती नव्हती.

कार्पोव्हच्या आधीच्या पिढीत अनेक महान खेळाडू होऊन गेले. त्यातील एफिम गेलर व डेव्हिड ब्रॉन्स्टेनसारख्या खेळाडूंचा मला विशेष उल्लेख करावासा वाटतो. पटावरील सोंगट्यांची स्थिती पाहिल्यावर त्याच्या मुळाशी जाऊन तिचं अचूक विश्लेषण करण्याची बुद्धिमत्ता त्यांच्यापाशी होती. स्वतःच्या क्षमतेवर आणि पारंपरिक ज्ञान व कौशल्याच्या साहाय्याने त्यांनी मिळवलेलं कसब पाहून मी अजूनही थक्क होतो. त्या काळात कोणाच्याही मदतीशिवाय जटिल समस्यांची

उकल करणं किती अवघड गोष्ट असेल याचा अंदाज आजच्या बुद्धिबळपटूंना नक्कीच येऊ शकेल. अर्थात मी कार्पोव्हबरोबर खेळायला सुरुवात करण्याआधी बरीच वर्षं त्यांनी बुद्धिबळ खेळणं थांबवलं होतं. कार्पोव्हच्या पिढीतील काही खेळाडू संगणक आल्यावरही मोठ्या वर्तुळात टिकून राहिले. ते संगणक वापरण्यात वाकबगार नसले तरी त्यापासून मिळणाऱ्या नव्या माहितीला त्यांच्या बुद्धीने नाकारलं नाही; उलट त्याचा त्यांनी फायदा करून घेतला. खरं सांगायचं तर संगणकाबरोबर काम करताना मलाही अनेकदा अवघड जायचं; पण माझा तरुण वयातच संगणकाशी संबंध आल्यामुळे मी चटकन त्या नव्या बदलाशी जुळवून घेत माझ्या आधीच्या खेळण्याच्या पद्धतीत योग्य ते बदल करत गेलो. जर वयाच्या ३०व्या वर्षी माझा संगणकाशी संबंध आला असता, तर मलाही इतरांप्रमाणे झगडावं लागलं असतं.

तुम्ही उपलब्ध असलेल्या सर्वोत्तम तंत्रज्ञानाचा योग्य तो लाभ करून घेतला नाही तर तुम्ही इतरांपेक्षा कसे मागे पडत जाता याचा कार्पोव्हच्या उदाहरणामुळे मला एक फार मोठा धडा शिकायला मिळाला; त्यामुळेच मी नव्या बदलांना स्वतःमध्ये सामावून घेत गेलो. अजूनही असं अनेकदा घडतं की, एखादी नवी माहिती समोर आली की, मी चटकन ती स्वीकारत नाही; पण आता इतक्या वर्षांनंतर मीही नव्या पद्धतींचा शोध घेऊन मिळालेल्या माहितीला त्यात सामावून घेतो, कारण अखेर नव्या प्रगतिकारक घटनांचं तुम्हाला स्वागत करावंच लागतं.

आजच्या खेळाडूंना मिळणाऱ्या माहिती व सामग्रीमुळे त्यांना पटावरील मोहऱ्यांचे नवे आकृतिबंध पाहण्याची संधी मिळाली आहे आणि त्याकडे वेगळ्या पद्धतीने पाहण्यासाठी त्यांची नजर तयार झाली तर त्यांना सोंगट्यांच्या नव्या स्थितीचं अधिक चांगल्या प्रकारे आकलन होईल; पण हे नवे बदल नीट समजून घेतले नाहीत, तर मात्र त्याचा विपरीत परिणाम होण्याची शक्यता नाकारता येणार नाही. म्हणून केवळ सोंगट्यांच्या स्थितीकडे न पाहता त्यांनी त्यामागचा व्यापक आकृतिबंध लक्षात घ्यायला हवा; नाहीतर मिळालेली नवी माहिती उपयुक्त ठरण्याऐवजी त्याचं ओझं वाटू लागेल. अर्थात या माहिती व सामग्रीवरच पूर्णपणे अवलंबून राहणंही सर्वथा अयोग्य ठरेल. उदाहरणार्थ, डावाची सुरुवात कशी करावी याबद्दल आज प्रचंड व सविस्तर टिपणं उपलब्ध झाली आहेत; परंतु एखाद्या खेळाडूने जर केवळ ती माहितीच तोंडपाठ केली आणि त्या चालींचा प्रत्यक्ष सराव करून पाहिला नाही तर प्रत्यक्ष सामन्याच्या वेळी त्याला त्या माहितीचा आपल्या खेळात उपयोग करून घेता येणार नाही. यासाठी सर्व माहितीचा जरूर अभ्यास करावा; पण त्याचबरोबर समोर पट मांडून त्यातील प्रत्येक चाल व स्थितीचा सराव करत संभाव्य अडचणींवर तोडगा काढण्यासाठी स्वतःची पद्धत तयार करावी.

मेक्सिको येथे २००७ मध्ये झालेल्या विश्वविजेतेपदासाठीच्या स्पर्धेदरम्यान

निलसनला एक वेगळीच कल्पना सुचली. आपण आपल्या संगणकांनाच एकमेकांविरुद्ध खेळवू, असं त्याने सुचवलं. त्याप्रमाणे आम्ही आमची इंजिन्स सुरू करून त्यांच्या पटांवर मोहऱ्यांची एक विशिष्ट स्थिती आणून ठेवायचो आणि मग रात्रभर त्यांना खेळवत ठेवायचं. त्यामागची कल्पना अशी होती की, आम्ही ज्या प्रकारे डावांची सुरुवात करतो, त्या पद्धतीने त्यांनाही करू घ्यायची आणि मग त्यांनी खेळलेला पुढचा डाव पाहून, त्यातील नव्या कल्पनांचा अभ्यास करून; आपल्या खेळात सुधारणा करायची. रात्री झोपल्यानंतर चालू असणाऱ्या झगमगत्या पडद्याचा डोळ्याला त्रास होऊ नये म्हणून आम्ही ते संगणक स्नानगृहात ठेवून घ्यायचो व त्याचा दरवाजा किंचित उघडा ठेवायचो. एक दिवस सामना खेळायचा नसल्याने अरुणा व मी आमच्या हॉटेलमधील खोलीत बेन स्टीलरचा 'झूलॅंडर' हा तुफान विनोदी चित्रपट संगणकावर पाहत होतो आणि अचानक संगणक बंद पडला. संगणकांमध्ये दीर्घकालीन सामने खेळवण्याचा प्रयोग आमच्या अंगलट आला होता. संगणक अति तापल्यामुळे त्याची अशी अवस्था झाली होती. यावर काय उपाय करता येईल याचा आम्ही लगेच गुगलवर शोध घेतला आणि त्याप्रमाणे लॅपटॉपची पंखा असलेली (कुलिंग फॅनची) बाजू एअरकंडिशनरच्या झरोक्यांसमोर धरली. त्यासाठी अरुणा टेबलावर खुर्ची ठेवून स्वतःहून त्यावर चढली. त्यानंतर ती रोजचीच गोष्ट झाली. सलग अनेक तास बुद्धिबळाचे डाव खेळल्यानंतर संगणकाला प्रत्येक दिवशी असंच एअरकंडिशनरसमोर धरून थंड करावं लागे; परंतु निलसनने सुचवलेल्या त्या प्रयोगाचा आम्हाला खूप फायदा झाला. संगणकाकडून नव्या कल्पना मिळाल्या आणि तंत्रज्ञानाचा योग्य प्रकारे उपयोग केल्यामुळे एक प्रकारचा आत्मविश्वासही निर्माण झाला.

२०१० मध्ये सोफियाला झालेल्या विश्वविजेतेपद स्पर्धेच्या वेळी आलेला अनुभव मात्र सर्वस्वी वेगळा होता. त्या वेळी टोपोलोव्ह हा माझा प्रतिस्पर्धी होता. आम्हाला असं समजलं होतं की, टोपोलोव्हकडे ११२ गणिती केंद्र असलेला, धडकी भरवणारा उत्कृष्ट संगणक होता व त्यात रिबका ४.१ या इंजिनाचे सर्व नवे प्रोग्रॅम वापरता येत होते. हा महासंगणक टोपोलोव्हला कशा प्रकारची मदत करत असेल याची मी कल्पनाही करू शकत नव्हतो, कारण इतक्या अतिप्रगत संगणकाचा मी तोपर्यंत कधी वापरही केला नव्हता. त्या वेळी एक गोष्ट आमच्या लक्षात आली नव्हती की, केवळ संगणक उत्कृष्ट असून चालत नाही तर त्याच्यापाशी असलेल्या शक्तीचा पुरेपूर उपयोग करू शकणारं सक्षम सॉफ्टवेअर असणं तेवढंच महत्त्वाचं असतं. दुसरा (आणि अधिक महत्त्वाचा) प्रश्न म्हणजे एखादी धिम्या गतीने जाणारी गाडी जिथे पोहोचू शकत नाही, तिथे वेगवान धावणारी गाडी पोहोचू शकते का? की वेगवान गाडी फक्त एखाद्या ठिकाणी तुम्हाला लवकर

घेऊन जाते? वेगवान गाडी जर तुम्हाला एखाद्या नव्या, अनोख्या ठिकाणी घेऊन जाऊ शकत नसेल तर तिच्यापाशी वेगाशिवाय दुसरं कोणतंच वैशिष्ट्य नाही, असं म्हणावं लागेल. महासंगणक व साधा संगणक यामध्येही तसाच फरक होता.

संगणकाकडून व इतर ठिकाणांहून मिळणाऱ्या प्रचंड माहितीच्या बाबतीत मला सांगावंस वाटतं की, त्यातील योग्य माहिती कोणती आणि अयोग्य किंवा निरुपयोगी कोणती हे तुम्हाला अचूकपणे निवडता यायला हवं. 'जितकी जास्त, तितकी चांगली' हे तत्त्व इथे लागू पडत नाही. तुमच्यापाशी खूप माहिती असेल; पण त्यातून कुठली निवडायची याचा जर तुमच्या मनात गोंधळ उडत असेल तर त्याचा काहीच उपयोग होणार नाही. असा एक काळ होता की, जेव्हा बुद्धिबळ खेळाविषयी माझ्यापाशी अगदीच तुटपुंजी माहिती होती, त्या वेळी माझ्याकडे डावपेचाची एकच पद्धत होती किंवा एकच लक्ष्य होतं; पण त्या काळात मी अतिशय सुंदर आणि उत्कृष्ट डाव खेळलो होतो. ढीगभर माहितीखाली दबून व गोंधळून जाण्यापेक्षा थोडीच पण अचूक माहिती असणं अधिक महत्त्वाचं असतं.

इथे मला ऑगस्ट २०१७ मध्ये सेंट लुईस येथे आयोजित केलेल्या सिंक्वाफिल्ड कप स्पर्धेतील फॅबियानो कॅरुआनाविरुद्ध मिळवलेल्या विजयाची आठवण होते. मी इंग्लिश पद्धतीने डावाला सुरुवात केली होती. माझ्या कारकिर्दीत मी तशी सुरुवात अगदी क्वचितच केलेली असल्यामुळे माझा प्रतिस्पर्धी चकित झाला होता. कॅरुआनानेही डावाची अशी एक वेगळीच दिशा पकडली की, जी मला सर्वस्वी अपरिचित होती. लवकरच एक गोष्ट स्पष्ट झाली की, नव्याने उपलब्ध झालेली माहिती पूर्णपणे बाजूला ठेवून आम्हाला आमच्या अंतःप्रेरणेवर व अनुभवांतून शिकलेल्या डावपेचांवर विसंबून अगदी जुन्या पद्धतीने डाव खेळणं भाग होतं. कॅरुआनाने आपला हत्ती सातव्या रांगेत आणून माझ्या वजिराला कोंडीत पकडण्याचा प्रयत्न केला होता; पण मी त्याकडे दुर्लक्ष करून त्याच्या काळ्या राजावर घणाघाती हल्ला करत होतो. त्याला उघड्या मैदानात खेचण्याचा माझा इरादा होता. त्या साखळीतील माझ्या अखेरच्या चालीत मी माझा वजीर d4 या चौकोनावर आणला व d8 वर असणाऱ्या काळ्या हत्तीला तो मारण्याची खुली संधी दिली. त्याने माझा वजीर मारताच क्षणार्धात मी त्याच्या राजावर मात केली. कॅरुआनाला माझे डावपेच मुळीच लक्षात आले नव्हते. अशा वेळी माझ्याकडे विशेष माहिती नव्हती म्हणून मला विशेष तयारी करता आली नाही, अशी तक्रार करण्यात काहीच अर्थ नसतो. एक गोष्ट मात्र निश्चित की, मी खेळलेला तो एक अतिशय सुंदर डाव होता.

अलीकडच्या काळात कृत्रिम प्रज्ञेचा संगणकात शिरकाव झाल्यानंतर काही अनोख्या अडचणींचा सामना करावा लागला.

पहिली गोष्ट म्हणजे कृत्रिम प्रज्ञेमुळे नेमका काय बदल झाला आहे आणि कृत्रिम प्रज्ञा येऊनही कोणती क्षेत्रं अस्पर्शित राहिली आहेत याचं नीट आकलन करून घेणं फार आवश्यक होतं. माहिती व्यवस्थितपणे एकत्र करण्याचं जे काम आधी पुस्तकं करायची तेच आता संगणक करू लागले होते. अर्थात संगणक त्यासाठी वेगळ्या साधनांचा उपयोग करत होते आणि त्यांचा एकूण दर्जा व स्तर खूपच चांगला व उच्च होता. या नवीन साधनांशी जुळवून घेण्यासाठी खेळाडूंना आधी शिकलेल्या पद्धतीत व विकसित केलेल्या कौशल्यात थोडा बदल करावा लागला. जेव्हा मी पुस्तकं वाचून खेळाचा अभ्यास करायचो, तेव्हा त्यात दिलेल्या आकृत्या व आलेख प्रथम नीट समजून घ्यायचो आणि मग त्याचं चित्र मनात घोळवत सामना खेळायला बसायचो; परंतु संगणक व त्यातील अफाट सामग्रीमुळे साऱ्या प्रक्रियेलाच एक वेग आला आणि सुसूत्रताही आली. त्याचबरोबर खेळासंबंधीची माहितीही विस्तृत प्रमाणात उपलब्ध झाली; त्यामुळे अभ्यासाचा भार वाढला असला तरी तो सहज व सुलभ पद्धतीने करता येऊ लागला. आम्ही एका नव्या बदलाला सामोरे गेलो.

कृत्रिम प्रज्ञेच्या आगमनामुळे जग बदलून गेलं, असं लोक म्हणू लागले; पण मला आठवतं की, सुरुवातीला जेव्हा संगणक प्रोग्रॅम्स सुरू झाले होते, तेव्हाही लोक अगदी असंच म्हणायचे. संगणकांनी बुद्धिबळपटूंना पटावरील सोंगट्यांच्या अशा काही नव्या स्थिती दाखवल्या की, त्यांची आम्ही पूर्वी कधी कल्पनाही करू शकलो नव्हतो; पण अखेर त्यांनाही अडथळ्यांना सामोरं जावं लागलं. बुद्धिबळपटूंच्या परिभाषेत बोलायचं तर सोंगट्यांच्या पटावरील स्थानांचे तुलनात्मक मूल्यांकन ०.००१ वरच अडकून राहायचे. हे म्हणजे प्याद्यांच्या मूल्याकनांतील फरकाप्रमाणेच होते. याचा अन्वयार्थ म्हणजे पटावरील ती स्थाने वर्चस्वात एकसारखीच असतात. जेव्हा जुन्या पद्धतीचे संगणक प्रोग्रॅम्स या अडथळ्यापाशी यायचे, तेव्हा ते अक्षरशः थांबून राहायचे. पुढे बराच वेळ काही घडत नसे. कधीकधी त्यांची पुन्हा हालचाल सुरू व्हायची; पण अनेकदा आम्हालाच विचार करून संगणकाला काही चाली सुचवाव्या लागत, कारण त्याशिवाय त्याला पुन्हा गती मिळत नसे.

कृत्रिम प्रज्ञेमुळे मात्र हे सारे चित्र बदलले, त्यामध्ये गुणात्मक फरक पडला, कारण मानवी पूर्वग्रह व हस्तक्षेप पूर्णपणे टाळून आणि आधी कोणतेही ज्ञान नसताना केवळ उदाहरणांवरून आत्मशिक्षणाची कल्पनाच मुळात विलक्षण होती. कृत्रिम प्रज्ञेच्या अल्फाझिरो या प्रोग्रॅमला केवळ बुद्धिबळाच्या खेळाचे नियम सांगण्याव्यतिरिक्त इतर कोणतीही माहिती न पुरवतादेखील त्याने १००० डावांच्या

सामन्यांमध्ये सर्वांत उच्च दर्जाच्या समजल्या गेलेल्या स्टॉकफिश या बुद्धिबळ इंजिनाचा केवळ चार तासांमध्ये पराभव केला. कृत्रिम प्रज्ञेपाशी कोणत्याही खेळावर प्रभुत्व मिळवण्याची असाधारण क्षमता असल्याचा तो सज्जड पुरावा होता.

अतिसुलभीकरणाचा धोका पत्करून कृत्रिम प्रज्ञा स्वतःपाशी माहिती नसल्याची उणीव दूर करते आणि अंतःप्रेरणेने खेळण्याचं महत्त्व अधोरेखित करते. केवळ खेळाचे नियम समजून घेऊन ती आपल्या प्रोग्रॅम्सना स्वतःहून शिकण्याची मोकळीक देत, त्यांना त्यांच्याविरुद्धच खेळायला लावते. कृत्रिम प्रज्ञा आम्हाला असे तपशील व सूक्ष्म बारकावे दाखवते, जे पूर्वीच्या संगणकात आम्ही त्यांना योग्य दिशा दिल्यानंतरच पाहायला मिळत. तिच्यामुळे अनेक नवीन कवाडे आणि नव्या जागा खुल्या झाल्या की, ज्या आम्ही आजपर्यंत मृतप्राय समजत होतो. कृत्रिम प्रज्ञेने बुद्धिबळाच्या खेळात व खेळाडूंमध्ये एक प्रकारची सनसनाटी निर्माण केली.

माझ्या मते भविष्यकाळामध्ये कृत्रिम प्रज्ञा ही कोणत्याही समस्येचा नक्कीच वेगळ्या दृष्टीने वेध घेईल आणि त्यायोगे बुद्धिबळ क्षेत्रात फार मोठी क्रांती होऊ शकेल. आजची परिस्थिती अशी आहे की, आमच्यासमोर आता खूप नवी माहिती आणि अनेक प्रकारचे निष्कर्ष उपलब्ध आहेत. त्यांचा कसा उपयोग करून घ्यायचा हाच प्रश्न आम्हाला सतावतो आहे. त्यासाठीचा एक मार्ग म्हणजे संगणक क्रांतीमधून आम्ही जे धडे शिकलो, त्याचा आता योग्य वापर करणे. नव्या निष्कर्षांचा प्रथमदर्शनी अर्थ समजला नसला तरी ते अजिबात न नाकारता, उलट निःशंकपणे स्वीकारावेत. एव्हाना आम्हाला हे ठाऊक झालं होतं की, बुद्धिबळातील प्रत्येक नियमाला संगणक हा आपल्या विचारमंथनातून नवनवे अपवाद शोधून काढत होता; त्यामुळे घडणाऱ्या बदलाला कमीतकमी विरोध करणे, मनातील सारे पूर्वग्रह बाजूला सारणे आणि नव्या परिस्थितीबरोबर जुळवून घेण्यासाठी मनाचे दरवाजे खुले करणे हाच अधिक जोमाने कामाला लागण्याचा उत्तम मार्ग होता. मी तरी मुख्यतः हाच दृष्टिकोन स्वीकारला. आपली जुनी मतप्रणाली आणि जुने विचार रद्दबातल ठरवून वास्तवाचा स्वीकार करण्यातच खरं हित आहे, याची जाणीव मला खूप आधीच झाली; त्यामुळे माझ्या मनाचा संकुचितपणा कमी होऊन मला अधूनमधून माझी मतं तपासून पाहण्याची सवय लागली. म्हणूनच बदलाच्या प्रत्येक लाटेत मी केवळ टिकून राहिलो नाही, तर प्रगल्भही होत गेलो.

२०१७ मध्ये मी कृत्रिम प्रज्ञा तंत्राचा वापर करू लागलो आणि ती प्रेरणा मी माझा त्या वेळचा प्रशिक्षक झेगॉश गाजेस्कीकडून घेतली होती. माझ्या चार-पाच महिने आधीपासून तो या विषयाचा अभ्यास करत होता आणि कृत्रिम प्रज्ञा हा प्रकार किती भन्नाट आहे याचं तो माझ्यापाशी सतत गुणगान करत असे. स्टॉकफिशला चारही मुंड्या चीत केल्यामुळे आणि त्या तंत्राद्वारे खेळलेले अनेक विस्मयकारक

डाव पाहिल्यामुळे मीही कृत्रिम प्रज्ञा तंत्राकडे आकर्षित झालो. इतर बुद्धिबळपटूंनीही त्याचा अभ्यास करायला सुरुवात केली होती. त्यानंतर थोड्याच काळात लीला चेस झिरो या इंजिनतर्फे कृत्रिम प्रज्ञा तंत्र अखेर आमच्याही संगणकावर अवतरलं. २०१८च्या अखेरीस गाजेस्कीनेच त्याकडे माझं लक्ष वेधलं.

आजच्या घडीला आम्ही बुद्धिबळातील जुन्या पद्धतीही वापरतो आणि कृत्रिम प्रज्ञा तंत्राचाही उपयोग करतो. त्या दोघांनी काढलेले वेगवेगळे निष्कर्ष पाहणं मोठं मजेशीर असतं; पण त्यामुळेच खूप शिकायलाही मिळतं, कारण दोघांपैकी एकाचाच निष्कर्ष बरोबर असतो.

नव्या विकसित झालेल्या तंत्रज्ञानामुळे आम्हाला घ्याव्या लागणाऱ्या मेहनतीचं प्रमाण आता झपाट्याने कमी होऊ लागलंय. मी लीला चेस झिरो इंजिन सुरू करून ठेवतो; मग टीव्हीवर एखादा चित्रपट पाहतो आणि इंजिनने मधल्या काळात काय काम केलंय, हे पुन्हा येऊन पाहतो. माझं खरं काम त्यानंतर सुरू होतं. इंजिनने काढलेल्या निष्कर्षांचं मी सूक्ष्म अवलोकन करतो आणि वेगवेगळ्या स्थितीतून कसा मार्ग काढायचा असतो याचा अभ्यास करतो. या सर्व गोष्टी मी सहज लक्षात ठेवू शकतो आणि सामना खेळत असताना तशी परिस्थिती उद्भवली की, मी आत्मसात केलेल्या कौशल्याचा अचूक वापरही करतो.

बुद्धिबळाच्या खेळातील विविध अंगांमध्ये होऊ शकणाऱ्या संभाव्य बदलांबाबत सध्या जोरदार विचारमंथन सुरू आहे. बुद्धिबळपटूंनी केलेल्या कामगिरीनुसार त्यांचं जे मूल्यांकन केलं जातं, त्यात बरीच सरमिसळ होण्याची शक्यता आहे. नवी पिढी बुद्धिबळाच्या पटाकडे आमच्यापेक्षा पूर्णपणे वेगळ्या पद्धतीने पाहणार आहे, कारण आम्हाला जे सुचलं किंवा समजलं नव्हतं आणि जे करण्याचा आम्ही कधी प्रयत्नही केला नव्हता, ते सर्व आता संगणकाने आम्हाला दाखवलं आहे. पूर्वीच्या काळी आयबीएम कंपनीच्या प्रयोगशाळेत एक संगणक बसवलेला असायचा, जो विश्वविजेत्या बुद्धिबळपटूवर मात करू शकायचा. आता प्रत्येक खेळाडूपाशी संगणक आहे आणि तो कृत्रिम प्रज्ञा तंत्रज्ञानाचा सहज वापर करू शकतो; त्यामुळे पूर्वी आयबीएम संगणक जी कामगिरी करू शकायचा, ती आता त्यालाही करण्याची संधी मिळाली आहे.

या नव्या परिस्थितीला समर्थपणे सामोरं जाण्याआधी आपण स्वतःला काही प्रश्न विचारायला हवेत : मी यातून नेमकं काय शिकू शिकतो? पूर्वी शिकलेल्या कोणत्या गोष्टी आता आपण विसरून जायला पाहिजे? यापुढे प्रत्यक्ष सामना खेळताना मी वापरू शकतो असं कोणतं तंत्र मी शिकलोय? पूर्वी आम्ही ओरॅकल प्रोग्रॅमकडून मिळालेल्या उत्तराची शहानिशा न करता ती स्वीकारत असू; पण आता अशा अर्धसत्यावर कोणीही विश्वास ठेवत नाही. नव्या शिक्षणाचा प्रत्यक्ष

खेळात वापर करताना होणाऱ्या चुकांमधूनच आम्हाला बरंच काही शिकता येणार आहे. बुद्धिबळाच्या परिभाषेत मात्र ही प्रगती रोमांचक ठरणार आहे. जुन्या पद्धतीच्या संगणक प्रोग्रॅम्समुळे सर्व खेळाडू समान पातळीवर आले होते; परंतु कृत्रिम प्रज्ञा तंत्रज्ञानाच्या आगमनानंतर तो तोल ढळू लागला. असं म्हटलं जातं की, कॅरुआना व कार्लसनने कृत्रिम प्रज्ञेचं तंत्रज्ञान इतर खेळाडूंच्या सहा महिने आधीपासून वापरायला सुरुवात केली होती, कारण नोव्हेंबर २०१८ मध्ये त्या दोघांत सामना खेळला जाणार होता. प्रत्येकजण आता सर्व प्रकारचं तंत्रज्ञान वापरू लागल्यामुळे त्याची उपलब्धता हा प्रश्न आता निकालात निघाला होता. क्लाउड सर्व्हरवर सर्व काही उपलब्ध असल्यामुळे तुम्ही एकतर ते वर्गणी भरून वापरू शकता किंवा तुमचे मित्र ते वापरत असल्यास ते तुम्हाला तात्पुरते उसने वापरण्याची परवानगी देऊ शकतात. आता पूर्वीसारखी परिस्थिती राहिलेली नसल्यामुळे जुन्या जाणत्या खेळाडूंप्रमाणेच नवोदित बुद्धिबळपटूदेखील एकाच प्रकारची संगणक सामग्री (हार्डवेअर) वापरू शकतात. कदाचित नामांकित खेळाडू महागडे हार्डवेअर विकत घेत असले तरी प्रत्येक बुद्धिबळपटूपाशी निदान किमान दर्जाचे हार्डवेअर उपलब्ध असते; त्यामुळे त्या दोघांमध्ये साधनांच्या बाबतीत फार मोठा फरक असतो असं आता म्हणता येणार नाही. आता तुमच्या घरी कोणतं हार्डवेअर आहे, याला काहीच महत्त्व उरलेलं नसून तुम्ही त्याचा कसा उपयोग करून घेता यावर तुमची खेळातील प्रगती अवलंबून असणार आहे.

लेव्हॉन एरोनियन   वि.   विश्वनाथन आनंद (०-१)
(पांढरा)   (काळा)

फेरी क्र. ४, २०१३ टाटा स्टील बुद्धिबळ स्पर्धा, विक आन झी
काळा विजयी

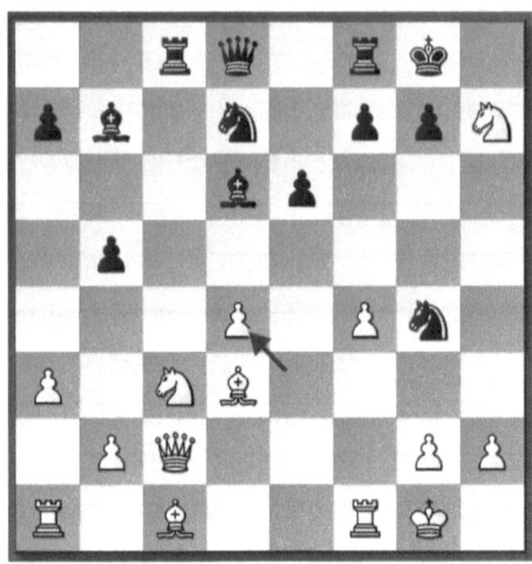

आपली अंतःप्रेरणा आपल्याला कसा योग्य मार्ग दाखवते याचा मला या डावात सुंदर प्रत्यय आला; त्यामुळे माझ्या आयुष्यातील मी खेळलेला हा सर्वोत्तम डाव होता, असं मी मानतो. माझ्या खेळाची दिशा कोणती असावी याचा जरी मी नीट अंदाज बांधलेला नसला तरी माझ्यासमोरील पटावरील स्थितीचं पूर्वी कधीतरी केलेलं मूल्यमापन मला अगदी धूसर आठवत होतं. माझ्या संघाने त्या परिस्थितीत कोणती दिशा पकडून खेळावं हे पक्कं ठरवलेलं असल्यामुळे पुढची योग्य चाल ठरवण्यासाठी मी शांतपणे विचार करायचं ठरवलं. माझ्या संघाने केलेल्या चर्चेतील एक छोटा मुद्दा अचानक ध्यानात आला – तो म्हणजे माझा घोडा d3 या चौकोनात यायला हवा. तो कसा आणावा, यावर विचार करण्यासाठी मी तब्बल ३० मिनिटे खर्च केली; कारण मला ठाऊक होतं की, उरलेल्या चाली खेळण्यासाठी माझ्यापाशी फारच थोडा वेळ शिल्लक असला तरी एकदा का माझी कल्पना प्रत्यक्षामध्ये उतरवण्याचा माझा मार्ग स्पष्ट झाला की, बाकी सर्व काही सुरळीत पार पडणार आहे.

आयुष्यातील कोणत्याही प्रसंगात यशस्वी आणि उन्नत होण्यासाठी तुम्हाला परिस्थितीनुरूप स्वतःला बदलता आलं पाहिजे. तुम्ही अतिशय मेहनतीने एखादं

कौशल्य आत्मसात केलं असेल किंवा आयुष्यातील एका विशिष्ट टप्प्यावर तुम्ही एखादा खास विचारसरणीमुळे यशस्वी झाला असाल; पण सत्य हे आहे की, तुमच्या भोवतालचं वास्तव हे बदलत असतं आणि त्यातील प्रत्येक बदलाला सामोरं जायची तुमची तयारी नसते. अशा वेळी बदलाला कमीतकमी प्रतिकार करणे, मनातील पूर्वग्रह काढून टाकणे आणि आहे त्या परिस्थितीशी चटकन जुळवून घेणे या तीन गोष्टींमुळे तुम्ही कोणतीही परिस्थिती समर्थपणे हाताळू शकता. एकदा का तुमच्यापाशी असलेली साधनसामग्री नीट तपासून घेतली आणि आपल्यासाठी काय उपयोगी ठरू शकेल व काय धोकादायक ठरू शकेल याचा नीट अंदाज घेतला की, तुम्हाला पुढचा मार्ग स्पष्ट दिसू लागतो.

पुन्हा एकदा बॉन
जोखमीतील मजा अनुभवताना

१४ ऑक्टोबर २००८ हिल्टन, बॉन. हॉटेलच्या खोली क्रमांक ३४४ मध्ये अरुणा व मी स्तब्धपणे बसून होतो. खोली बाहेर पडण्यासाठी मी खुर्चीवरून कधी उठतो, याची ती शांतपणे वाट पाहत होती. स्पर्धेच्या दरम्यान रोज करावयाच्या गोष्टींची मी यादी बनवली होती. त्यातील ४५ मिनिटांची छोटी डुलकी व सामन्याला निघण्यापूर्वींचा अल्पोपाहार या दोनच गोष्टी पूर्ण झाल्या होत्या. विश्वविजेतेपद स्पर्धेच्या पहिल्या दिवसाचं वेळापत्रक ठरवताना माझा नेहमीच गोंधळ उडायचा, कारण पहिल्या दिवशी मी मनाने व शरीराने इतका अस्वस्थ झालेलो असायचो की, पुढच्या पंधरवड्याचा दिनक्रम ठरवणं मला अवघड जायचं. त्या दिवशी सकाळी ९ वाजता मला जाग आली होती. न्याहारी आटोपून मी धावतच आमच्या प्रशिक्षण वर्गाच्या खोलीत गेलो. तिथे निलसन, रुस्तम, सूर्या व राडेक हे माझे चौघे साहाय्यक शिक्षक त्या दिवशीच्या लढतीची योजना आखण्यासाठी माझी वाटच पाहत होते. आम्ही त्या खोलीत दोन तास बसून पूर्वी केलेल्या सरावाची उजळणी केली. मग मी माझ्या खोलीत जाऊन झोप घेण्याआधी अंघोळ केली आणि केळी व चॉकलेट मिल्कशेकचा हलका आहार घेतला. पोटात कुणीतरी चाकू खुपसावा तसं मनावर आलेलं दडपण तुम्हाला आतून भोसकत असतं, तेव्हा अन्नावरची वासनाच उडून गेलेली असते. अशा वेळी एखादं सॅडविच, केळं आणि मिल्कशेक याखेरीज मी काही खाऊ शकत नाही. अखेर मी ठरवलेला सारा कार्यक्रम एकदा नजरेखालून घातला आणि आता काहीच करायचं राहिलं नसल्याचं लक्षात आल्यावर मी सामनास्थळी जायला निघालो.

बॉन फेडरल आर्ट गॅलरी - हॉटेलपासून अवघ्या पंधरा मिनिटांच्या अंतरावर होती आणि तिथेच मी माझ्या आयुष्यातील सर्वांत मोठा व महत्त्वपूर्ण सामना खेळणार होतो. २००५ मध्ये कास्पारोव्हने निवृत्ती घेतल्यानंतर आता जगातील

सर्वोत्कृष्ट बुद्धिबळपटू कोण ठरणार यावरून चढाओढ सुरू झाली. क्रॅमनिक, टोपोलोव्ह आणि मी असे तिघेजण त्यासाठी दावेदार समजले जात होतो; परंतु तोपर्यंत आमच्यातील कोणीही इतर दोघांपेक्षा आपण सरस असल्याचं सातत्याने सिद्ध केलं नव्हतं. अकरा महिन्यांपूर्वी मेक्सिको येथे झालेल्या स्पर्धेत मला विश्वविजेतेपदाचा मान मिळाला. क्रॅमनिक दुसऱ्या स्थानावर होता. त्या वेळी मी विश्वविजेतेपदासाठी लायक नसून, त्याने मला तात्पुरता हा किताब दिला असल्याचं भाष्य क्रॅमनिकने जाहीरपणे केलं होतं. त्याबरोबर बॉन येथे त्याच्याविरुद्ध खेळल्या जाणाऱ्या सामन्यात मी तो किताब मिळवून दाखवावा असं आव्हानही त्याने मला दिलं होतं. आम्ही जरी खेळामध्ये एकमेकांचे कट्टर शत्रू असलो तरी आम्हा दोघांच्या वैयक्तिक संबंधांत जराही कटुता नव्हती. मात्र, आम्हा दोघानांही एकच गोष्ट मिळवण्याचा ध्यास होता. बहुतेक वेळा आम्ही एकमेकांच्या सहवासात रमायचो आणि ज्या ज्या वेळी आम्ही एखाद्या स्पर्धेत एकत्र असायचो, तेव्हा बाहेर फेरफटका मारण्यासाठी मी त्याला फोन करून बोलावून घेत असे.

या स्पर्धेच्या दरम्यान मात्र आमच्यात नेहमीप्रमाणे खेळीमेळीचे संबंध नव्हते. आम्ही एकमेकांशी काहीसे कोरडे आणि अलिप्तपणे वागत होतो. अचानक आमच्यामध्ये असं वातावरण तयार झालं होतं की, एकानं काही केलं तरी दुसऱ्याला त्याचा खूप त्रास होऊ लागे. सहा महिन्यांपूर्वी मॉटेकालों येथे झालेल्या अंबर स्पर्धेत मी एका डावात काळे मोहरे घेऊन त्याचा पराभव केला होता; पण त्या लढतीनंतर माझं मन अचानक विचलित होऊन गेलं होतं. मला तिथे राहणं नकोसं झालं; बॉनमध्ये होणाऱ्या सामन्यांचा विचार फक्त माझ्या मनात होता. क्रॅमनिक जवळपास असला तरी मी अस्वस्थ व्हायचो.

वर्षापूर्वी मेक्सिकोमध्ये झालेल्या विश्वविजेतेपद स्पर्धेच्या अखेरीस मी परिचित शैलीने खेळण्याऐवजी माझ्या खेळात धाडस व जोखीम आणण्याचा प्रयत्न करू लागलो. बरीच वर्षे मी माझ्या परिचित कोषामध्येच स्वतःला गुरफटून टाकलं होतं. २००१च्या डॉर्टमंड स्पर्धेनंतर मला त्याचे भयंकर परिणाम भोगावे लागले. मी माझ्या खेळात फारशी सुधारणा न करता एकाच पद्धतीने खेळत होतो. थोडाही धोका पत्करायची माझी तयारी नव्हती आणि त्याचबरोबर मी माझ्या माहिती भांडारातील दोषांकडे दुर्लक्ष करत होतो. मी खेळलेली ती सर्वांत वाईट स्पर्धा होती. त्यात खेळल्या गेलेल्या एकाही डावात मी कसलाच धोका पत्करला नाही किंवा एखादी नवी कल्पना वापरण्याचा प्रयत्न केला नाही. खेळात उत्साहच नसल्यामुळे एकेक दिवस कंटाळवाणा जात होता.

मेक्सिकोतील विजयानंतर आम्ही चेन्नईतील आमच्या नव्या घरात राहायला गेलो; पण इकडे कोलॅडो मेडिआनोमध्ये आल्यापासून खूपच एकाकी वाटू लागलं.

गाव छोटसं असल्यामुळे तिथे फारशा सुखसोयी नव्हत्या आणि गावात काही काळ राहूनही आमची कोणाशीच ओळखदेखील झाली नव्हती. मॉरिस व निक्ज हे तर आमचे कुटुंब सदस्यच होते; परंतु २००४ मध्ये निक्जचा मृत्यू झाल्यावर आम्हाला अधिकच एकटं वाटू लागलं. मी आता उबिलावासोबत सराव करत नव्हतो आणि इंटरनेटच्या प्रभावानंतर सारं जगच एकत्र जोडलं गेलं होतं; त्यामुळे स्पेनमध्ये मुक्काम ठोकण्याची आत्यंतिक गरजही उरली नव्हती. मधल्या काळात भारतातील बुद्धिबळ खेळाचं चित्रही उत्साहवर्धक दिसू लागलं होतं. मी सांदीपन चंदा आणि सूर्या यांसारख्या राष्ट्रीय खेळाडूंच्या नियमित संपर्कात होतो. राजा अन्नामलायपूरम येथील नवं घर विकत घेण्याआधी आम्ही त्या वास्तूचे फक्त फोटो पाहिले होते. ज्या दिवशी आम्ही तिथे गृहप्रवेश केला, तेव्हा दूरदर्शनची माणसं, आपली साधनसामग्री घेऊन माझी मुलाखत घेण्यासाठी तिथे पोहोचली. गंमत म्हणजे त्यांना माझ्या नव्या घराचं चित्रीकरण करायचं होतं आणि घरामध्ये कुठे कुठल्या सोयी आहेत, विजेची बटणं-स्विचेस कुठे आहेत याचा मुळात आम्हालाच पत्ता नव्हता.

मी २००८च्या सुरुवातीपासूनच क्रॅमनिकविरुद्धच्या सामन्यासाठी माझा संघ बांधायची तयारी केली होती. उबिलावा हा माझा पूर्ण वेळ प्रशिक्षक असतानाही साधारण २००० पासून निलसन अधूनमधून माझ्याबरोबर काम करत होता. २००५ मध्ये सॅन लुईस विश्वविजेतेपद स्पर्धा खेळवली गेली. दुहेरी फेरी असलेल्या या स्पर्धेत जगातील आठ सर्वोत्कृष्ट खेळाडूंनी भाग घेतला. त्या स्पर्धेत उबिलावाने दुसऱ्या एका खेळाडूला प्रशिक्षण देण्याचा करार केला असल्याने तो माझ्यासोबत नव्हता. त्याआधीपासूनच आमचे संबंध थोडेसे ताणले गेले होते. सॅन लुईस स्पर्धेनंतर निलसन हा माझा मुख्य प्रशिक्षक बनला. मला अगदी योग्य वेळी त्याची साथ लाभली. त्या काळात संगणकात व बुद्धिबळाच्या खेळात झपाट्याने होणाऱ्या नवनव्या बदलांशी जुळवून घेणं मला अवघड जात होतं. निलसन हा बुद्धिबळासाठी बनवल्या गेलेल्या सर्व अत्याधुनिक सॉफ्टवेअरशी परिचित होता. त्याला खेळाचं अफाट ज्ञान होतं. स्वतः डॅनिश असल्यामुळे त्याला त्या पद्धतीतील चमकदार कल्पनाही ठाऊक होत्या आणि मुख्य म्हणजे त्याच्यापासून मला नेहमी प्रेरणा व प्रोत्साहन मिळत असे.

रुस्तमला आपल्या संघात घेऊ या अशी विनंती निलसनने मला केली. त्याने २००४ मध्ये फिडे संघटनेतर्फे आयोजित केलेल्या विश्वबुद्धिबळ स्पर्धेचं विजेतेपद मिळवलं होतं. आम्हाला उच्च स्तरावर खेळलेला खेळाडू हवाच होता; त्यामुळे मला त्याची कल्पना आवडली. रुस्तम आमच्या संघात आल्यावर त्याचा एक वेगळाच गुणविशेष माझ्या लक्षात आला. तो माझ्यापेक्षा दहा वर्षांनी लहान

असला तरी माझ्या खेळाबद्दल तो स्वतःचं स्वच्छ व स्पष्ट मत व्यक्त करायचा. वातावरण गंभीर झालं तर एखादा चावट विनोद सांगून ते हलकंफुलकं करायचा आणि ज्या वेळी माझा आत्मविश्वास किंचित डळमळायचा, तेव्हा मला समजावत, धीर देत माझा उत्साह वाढवायचा. निलसनची सांगण्याची पद्धत साधी असायची. तो म्हणायचा, 'नको रे काळजी करूस, सगळं ठीक होईल.' पण रुस्तम बिनधास्त सांगायचा की, 'अरे, आज तू त्याची पुरती धुलाई करणार आहेस.' दोघांनाही संगणकाविषयीची आणि खेळात आलेल्या नव्या आधुनिक पद्धतीची उत्तम जाण असल्यामुळे मला खरोखरच दोन मौल्यवान हिरे प्रशिक्षक म्हणून लाभले होते. त्यानंतर डिसेंबर २००७ मध्ये बंडेस्लिगा येथे झालेल्या सामन्यामध्ये माझी राडेकशी भेट झाली. त्या वेळी तो २१ वर्षांचा होता. त्या स्पर्धेमध्ये तो माझा प्रतिस्पर्धी असल्यामुळे मी त्याचे जुने डाव पाहत असताना मला एक गोष्ट ठळकपणे जाणवली की, बुद्धिबळाचा डाव कसा सुरू करावा यासंबंधी त्याच्यापाशी नावीन्यपूर्ण कल्पना आहेत व त्याबद्दल त्याने सखोल विचारही केला आहे. 1.d4 ही नेहमी त्याची सुरुवातीची चाल होती. काही आठवड्यांनंतर मी त्याला माझ्या संघात येशील का, अशी ई-मेलने विचारणा केली. त्याने माझी विनंती तत्परतेने मान्य केली. या तिघांशिवाय मला माझ्या संघात एक भारतीय खेळाडू हवा होता. सूर्या त्यासाठी अगदी योग्य होता. त्या आधीच्या वर्षी विश्वविजेतेपद स्पर्धेसाठी पात्र ठरल्यावर तो मला भेटायला आला होता. त्या वेळी बुद्धिबळातील काही नव्या व वेगळ्या चालींविषयी आम्ही चर्चा करत असताना त्याला खेळाची उत्तम जाण आहे, हे माझ्या लक्षात आलं होतं. नंतर स्काइपवरून मी त्यालाही माझ्या संघात येण्याचं निमंत्रण दिलं. त्याच्या आगमनानंतर माझा संघ परिपूर्ण बनला.

मेक्सिकोतील विजयानंतर एका उत्साहाच्या क्षणी मी माझी नेहमीची व आवडती असलेली 1.e4 ही सुरुवातीची चाल बदलायची ठरवली आणि क्रॅमनिकची खासियत असलेल्या 1.d4 चालीला अनुसरून तयारी करायला सुरुवात केली. मी माझ्या सुरुवातीच्या 1.e4 या आवडीच्या सुरक्षिततेत गुरफटून घेतलेलं असणार असा अंदाज क्रॅमनिक करणार आणि मग त्या दृष्टीने तो डावपेच खेळत माझ्यासाठी सुरेख सापळे लावत जाणार व अचानक एका क्षणी माझ्यावर डाव उलटवणार, हे मला ठाऊक होतं. म्हणून मला क्रॅमनिकला फसवत, त्याला गोंधळवून टाकायचं होतं आणि त्याच वेळी त्याच्या आखाड्यात शिरून त्याला चितपटही करायचं होतं. एकतर मी अटकेपर झेंडा लावणार, नाहीतर माझा भ्रमाचा भोपळा फुटणार या दोन्ही शक्यता मी गृहीत धरल्या असल्या तरी मी माझ्या निर्णयावर ठाम राहायचं, असं ठरवलेलं होतं.

त्यानंतर मी आणि माझ्या संघाने बॅड सोडेनच्या माझ्या घरात क्रॅमनिकवर

कसा छुपा हल्ला करायचा, यासाठी जवळजवळ सहा महिने जोरदार योजना आखल्या; पण सामन्याच्या काही आठवडे आधी आम्हाला एक वेगळीच चिंता ग्रासू लागली. समजा, जर क्रेमनिकने 1.e4 या चालीने डावाची सुरुवात केली तर? त्या विचाराने मला भीती व काळजी वाटू लागली. आम्ही सावध झालो. त्या दृष्टीने सराव करत रणनीती आखण्याचा आम्ही प्रयत्न केला; पण आमच्या लक्षात आलं की, आम्ही भक्कम बचाव करू शकणार नाही. क्रेमनिकला चकित करण्यामध्येच सारी शक्ती व बुद्धी खर्ची घातल्याने माझी दुसरी बाजू पूर्णपणे उघडी पडली होती. त्यातल्या त्यात जमेची एकच बाजू होती की, आयुष्यभर मी त्याच पद्धतीने डावाची सुरुवात करत आलो असल्यामुळे त्याने जरी तीच पद्धत अवलंबली तरी मला आयत्या वेळी काही जबरदस्त चाली सुचून मी क्रेमनिकला टक्कर देऊ शकेन असा मला विश्वास होता.

थोडं विषयांतर झालं. असो, तर मी तुम्हाला हॉटेल हिल्टन, बॉनमधील आमच्या खोलीतील प्रसंग सांगत होतो. अखेर तो कसोटीचा क्षण समोर आला. मी खुर्चीतून उठून उभा राहिलो. पाय ओढत खोलीच्या दारापर्यंत गेलो आणि दरवाजा उघडण्याचा प्रयत्न करू लागलो. माझे हात थरथरत होते, थंडगार पडले होते. मी उठून दरवाजापर्यंत आलोय हे पाहून अरुणाच्या मनावरचं दडपण थोडं कमी झालं असावं. माझ्या मागून येत तिने झटकन दरवाजा उघडला आणि आम्ही दोघे खोलीबाहेर पडलो.

स्पर्धेच्या उद्घाटन समारंभाच्या प्रसंगी क्रेमनिकने माझ्या मनाला क्लेश देण्याचा जाणीवपूर्वक प्रयत्न केला होता. माझा जुना प्रशिक्षक लेको आता आपल्या संघात असल्याचं त्याने तेव्हा जाहीर केलं. ते ऐकून मला मानसिक धक्का बसेल असं त्याला वाटलं असावं; पण मी लेकोसोबत गेली नऊ वर्ष काम केलं नव्हतं; त्यामुळे त्याने नैतिकदृष्ट्या काही चूक केली आहे, असं मला वाटलं नाही. शिवाय माझ्या मते त्याने क्रेमनिकच्या संघात जाण्यामध्ये काहीच गैर नव्हतं; त्यामुळे मला धक्काही बसला नाही किंवा मी दुखावलोही नाही. मला ठाऊक होतं की, मी डावाची सुरुवात करण्याची पद्धत बदललीय हे समजताच क्रेमनिकचा संघ त्यातून सुटकेचा मार्ग शोधण्यातच व्यग्र होऊन जाणार; त्यामुळे लेकोची बातमी समजल्यावर मी १० सेकंद काहीच प्रतिक्रिया दिली नाही आणि मग केवळ खांदे उडवत ती झटकून टाकली. त्यानंतरच्या काळात मात्र ही पद्धत रूढ होत गेली. आपले मित्र हळूहळू शत्रुच्या गोटात सामील होताना पाहून मला सखेद आश्चर्य वाटलं.

पहिल्या डावात जेव्हा क्रेमनिकने 1.d4 चाल खेळण्यासाठी वजिरासमोरील प्यादं दोन घरं पुढे सरकवलं, तेव्हा माझ्या चार प्रशिक्षकांनी नक्कीच आनंदाने उड्या मारल्या असणार! आमची भीती खोटी ठरली होती. क्रेमनिक आपली

नेहमीची चाल बदलणार नाही असं मला आतून वाटत होतं; पण आता त्याने ती प्रत्यक्ष केल्यावर मी समाधानाचा सुस्कारा सोडला. आम्ही दोघांनीही डाव बरोबरीत सोडवण्याचं चटकन मान्य केलं आणि मी तिथून थेट आमच्या सरावाच्या खोलीत पोहोचलो. माझे प्रशिक्षक तिथे माझी वाटच पाहत होते. थोड्याच वेळात कोल्डप्लेच्या 'व्हिवा ला व्हिडा'च्या सुरांनी ती खोली दणाणून गेली आणि सोबत कॉफीचे किती कप रिकामे झाले असतील त्याची गणनाच नव्हती.

आता दुसऱ्या डावाचे वेध लागले होते. पांढऱ्या मोहऱ्यांसह मी 1.d4 या चालीने त्या डावाची सुरुवात करणार होतो. क्रॅमनिक हा आपल्या खेळाच्या अभ्यासात अतिशय काटेकोर आणि शिस्तबद्ध होता याची मला पूर्ण जाणीव होती. त्याने सर्व दिशा व शक्यतांचा नीट विचार केला असणार आणि त्यात 1.d4 च्या सुरुवातीचाही समावेश असणार याचीही मला खात्री होती; परंतु त्याने त्या गोष्टीचा फारसा गंभीरपणे विचार केलेला नसणार असंही मला वाटत होतं, कारण जर मी गेली दोन दशकं एकाच पद्धतीने डावाची सुरुवात केली असेल तर अचानक ती पद्धत बदलण्याचा निर्णय घेईन, असा विचार माझ्या शत्रूच्या मनातही येणं शक्य नव्हतं. दुसऱ्या डावात मी 1.d4ने सुरुवात केली आणि क्रॅमनिककडे एक कटाक्ष टाकला. मला तो शांत व स्थिर वाटला. त्या डावात वेळेच्या बाबतीत माझा थोडा गोंधळ झाला व पटावरही थोडी गुंतागुंतीची स्थिती निर्माण झाली; त्यामुळे त्याने जेव्हा डाव अनिर्णित ठेवण्याची तयारी दर्शवली, तेव्हा मीही त्याला चटकन होकार दिला. आता दोन्ही डाव बरोबरीत सुटले होते. ही स्पर्धा दीर्घकाळ चालणारी आणि पार थकवणारी असणार असा मी जो आधीच अंदाज व्यक्त केला होता, तो खरा ठरत होता.

क्रॅमनिकविरुद्ध 1.d4ने डावाची सुरुवात करता आल्यामुळे माझं मन शांत व समाधानी झालं होतं. त्याचीच हुकमी चाल त्याच्याविरुद्ध खेळल्यामुळे मी जणू त्याला त्याच्याशीच लढायला भाग पाडलं होतं. प्रचंड मानसिक दबाव असलेल्या परिस्थितीत असा दृष्टिकोन ठेवल्यास यशस्वी होण्याची शक्यता खूपच वाढते. दुसऱ्या डावात क्रॅमनिकला अगदी थोडा का होईना; पण धोका नक्कीच निर्माण झाला होता. कारण तो त्या चालीबद्दल गाफील राहिला होता आणि त्यामुळे तो मनातून नक्कीच हबकला होता.

बुद्धिबळबाह्य क्षेत्रातूनही मला संकेत मिळाले की, नवा मार्ग स्वीकारण्याचा माझा निर्णय मुळीच चुकलेला नव्हता. मेक्सिको स्पर्धेनंतर मला मद्रास मॅनेजमेंट असोसिएशनने व्याख्यानासाठी निमंत्रित केलं होतं. त्याची तयारी म्हणून मी जेव्हा 'जीवनामध्ये जोरवीम घेण्याचे फायदे' या विषयावर चिंतन करत होतो, त्या वेळी मी स्वतःलाच प्रश्न विचारू लागलो. 'जर मी डावाच्या सुरुवातीच्या पद्धतीत

थोडाही बदल करायला मनातून घाबरत असेन तर मला सभागृहामध्ये जमलेल्या लोकांना धोका स्वीकारण्यातील फायदे सांगण्याचा नैतिक अधिकार आहे का?' मी जेव्हा 1.d4 चाल खेळायला तयार झालो, तेव्हा पूर्वीच्या 1.e4 खेळीपेक्षा मला पांढऱ्या मोहऱ्यांनी डाव खेळताना अधिक उत्साह वाटू लागला. पटावरील नवीन समस्या हाताळताना मला नेहमीच मजा वाटते. काही वेळा आपल्या हुशारीचं जास्त प्रदर्शन न करता, केवळ खेळण्याचा आनंद लुटण्यामध्येदेखील एक वेगळीच गंमत असते.

जेव्हा तुम्ही एखादा निर्णय घेता आणि त्याच्याशी ठाम राहता, तेव्हा त्यासंबंधीची योजना आखताना तुमच्या संघालाही सोपं जातं. जेव्हा तुम्हाला तुमच्या समोरील मार्ग स्पष्ट दिसत असतो आणि जेव्हा तुम्ही तुमच्या निर्णयामुळे होणाऱ्या परिणामांची जबाबदारी स्वीकारण्याची तयारी दर्शवता, तेव्हा तुमच्याभोवतीचे लोकही चिंता व तणावमुक्त झालेले असतात. मनात संदेह उरलेला नसल्याने, तुमच्या संघातील सदस्य आत्मविश्वासाने आपली बुद्धी व कौशल्य वापरत नवे डावपेच आखू लागतात. 1.d4 मुळे एवढा फरक पडला होता. मी माझ्या प्रशिक्षकांना स्पष्ट सूचना दिल्या होत्या की, मी घेतलेल्या निर्णयाची जबाबदारी सर्वस्वी माझ्यावर असल्यामुळे तुम्ही कोणतीही गोष्ट मुक्तपणे करू शकता; त्यामुळे त्यांनाही कसले बंधन उरले नाही. शिवाय संघ म्हणून आमची ती पहिलीच स्पर्धा असल्यामुळे जोखीम घेण्याच्या आणि त्यासाठी तयारी करण्याच्या उत्साहाचं आम्हाला चांगलंच फळ मिळालं. वरून जरी मी एखाद्या मठातील बौद्धभिक्षुसारखा शांत वाटत असलो तरी खरी गोष्ट अशी आहे की, मला स्वतःला धोका पत्करून बेधडक उडी मारायला मनापासून आवडतं. माझ्या आवडत्या छंदात माझ्या या वृत्तीचं प्रतिबिंब पडलं आहे. सुट्टीमध्ये एखाद्या नयनरम्य स्थळी पॅराग्लायडिंग करताना मी ढगांशी आणि अवकाशाशी एकरूप होऊन जातो किंवा शिडाच्या फळीवर उभा राहून उसळणाऱ्या लाटांवर आरूढ होताना जेव्हा समुद्राचं फेसाळ पाणी माझ्या चेहऱ्यावर उडू लागतं, तेव्हा मी एक वेगळीच धुंदी अनुभवतो. कॅनरी बेटावरील लास पामस हे माझं अतिशय आवडीचं ठिकाण आहे. तिथे जाऊन मी माझ्या सर्व धाडसी इच्छा पूर्ण करून घेतो.

स्पर्धा सुरू होण्याआधी जेव्हा मी माझ्या संघ सदस्यांसोबत सराव करत होतो, तेव्हा अखेरच्या काळात रुस्तमला एक नवी कल्पना सुचली. ती प्रसिद्ध सेमी-स्लाव्ह बचावावर आधारित होती. त्याने ती वर्षापूर्वी गेलफंडच्या विरुद्ध वापरली होती; त्यामुळे पटावरील स्थितीचा तोल सहज बिघडवला जाऊ शकत होता. या पद्धतीबद्दल क्रेमनिकने फारसा विचार केला नसावा, असा त्याचा कयास होता. मुख्य म्हणजे त्यातून अशी एक दिशा मिळत होती की, ज्यामुळे डाव

माझ्या बाजूने फिरवता येऊ शकत होता. आम्ही रुस्तमच्या कल्पनेच्या प्रेमातच पडलो; पण विश्वविजेतेपद स्पर्धेच्या प्रचंड मोठ्या आव्हानाचा सामना करण्यासाठी जय्यत तयारी करणं फार आवश्यक होतं. आम्ही त्या कल्पनेचं कासीमचं मेरन बाळ असं नामकरण केलं. कासीमने मेरन हे नाव दक्षिण टायरोल शहरावरून घेतलं होतं. टायरोल हे पूर्वी ऑस्ट्रियाचा भाग होतं; परंतु पहिल्या महायुद्धानंतर ते इटलीमध्ये समाविष्ट करताना त्याचं मेरनो असं नामांतर करण्यात आलं. १९२४ मध्ये या शहरात जेव्हा बुद्धिबळ स्पर्धा आयोजित केली गेली, तेव्हा रुबिनस्टेनने काळ्या मोहऱ्यांसह खेळताना मेरन पद्धत वापरून अर्नस्ट ग्रुनफेल्डचा पराभव केला. गंमत म्हणजे ज्या ज्या वेळी आम्हाला वाटायचं की, मेरन 'बाळ' पद्धतीवर आपल्याला प्रभुत्व मिळालंय, तेव्हा आमच्या संघातील एखादा सदस्य त्याची फेरतपासणी करायचा आणि आमची दिशा कशी चुकली आहे हे सप्रमाण दाखवून द्यायचा. मुळात तिचा पायाच स्थिर नव्हता आणि ती पद्धत वापरताना तारेवरची कसरत करावी लागे. चिंतेची गोष्ट म्हणजे आम्ही बॉनला पोहोचल्यावरही आम्हाला योग्य दिशा सापडली नव्हती.

तिसऱ्या डावात मी मेरन 'बाळ' पद्धत मुक्तपणे वापरण्याचा निर्णय घेतला. डाव सुरू होण्याआधी तासभर मी सूर्यबिरोबर त्या दिशेने सराव केला आणि तो अगदी माझ्या मनासारखा झाला. प्रत्यक्ष डावात मी तिचा अवलंब करताच क्रेमनिकने मुख्य दिशा पकडली आणि मला जसं हवं होतं, अगदी तसंच मी त्याला खोलवर कोंडीत पकडलं. त्याच्या नेहमीच्या हातखंडा असलेल्या तांत्रिक स्थितीपासून मी त्याला बाहेर काढलं होतं. माझी १७वी चाल नावीन्यपूर्ण ठरली. मी हत्ती g4 या स्थानावर आणला. त्या वेळी बचावासाठी मला d4 वर असलेल्या प्याद्याचीही साथ होती. क्रेमनिकचा राजा अनेक सोंगट्यांनी वेढला गेला असल्यामुळे आम्हा दोघांनाही काळजीपूर्वक खेळणं भाग पडत होतं. अखेर मी विजय मिळवत १२ डावांच्या स्पर्धेत आघाडी घेतली. स्पर्धेचं पारडं आता आमच्या बाजूला खेचण्यात मी यशस्वी झालो होतो.

चौथा डाव बरोबरीत सुटल्यावर मी आमच्या सराव खोलीत गेलो, तेव्हा सूर्य त्याच्या काम करण्याच्या टेबलासह गायब होता. त्याला बरं वाटत नसल्यामुळे तो स्वतःच्या खोलीत काम करत बसलाय, असं मला सांगण्यात आलं. खरी गोष्ट अशी होती की, त्याला कांजिण्या झाल्या होत्या व त्याचा इतरांना संसर्ग होऊ नये म्हणून त्याला विलगीकरणासाठी एका खोलीत ठेवलं होतं. तो पूर्ण बरा होईपर्यंत ही गोष्ट माझ्यापासून लपवली गेली.

पाचव्या डावाच्या आधी विश्रांतीचा दिवस होता. त्या दिवशी मध्यरात्रीपर्यंत मेरनला त्या नव्या पद्धतीच्या सरावात सतत अपयश येत होतं. मी मेरन 'बाळ'

पद्धत पुन्हा वापरावी का याबद्दल आमच्या संघ सदस्यांमध्ये चर्चा सुरू होती. माझा त्याला होकार होता, कारण त्या स्पर्धेत आम्ही जोखीम उचलण्याची तयारी केली होती व त्या निर्णयाशी ते सुसंगत होतं. शिवाय ती योजना पुन्हा यशस्वी ठरली तर मी क्रेमनिकवर दोन गुणांची उपयुक्त आघाडी घेऊ शकलो असतो.

सामन्याच्या दिवशी दुपारी मी स्नान करून सुसज्ज होत माझ्या संघासोबत डावपेचासंबंधी थोडी उजळणी केली. सामन्याला अवघा एक तास उरला होता; पण मेरन अजूनही चाचपडत होता. त्याला योग्य दिशा सापडत नव्हती. आमची गाडी नुकतीच हॉटेलबाहेर पडली होती आणि आपण केलेली तयारी पूर्णपणे विसरून गेल्याची जाणीव मला झाली. कुणाकडून तरी चटकन पुन्हा एकदा सारी उजळणी करून घेण्याची मला तीव्रतेने गरज भासली. अरुणाने राडेकशी संपर्क साधण्याचा प्रयत्न केला; पण त्याचा फोन बंद होता. त्यानंतर आम्ही सर्वांना फोन लावले; पण चौघांनीही आपले फोन बंद केले होते. त्यांची चूक नव्हतीच. मी सामना खेळण्यासाठी हॉटेलमधून बाहेर पडल्यावरच त्या चौघांना स्नान आणि थोडी झोप घ्यायला वेळ मिळत असे, कारण पुन्हा रात्रीपासून त्यांचं कामकाज सुरू व्हायचं. हा अपशकून नाही हे मी मनाला पुनःपुन्हा बजावण्याचा प्रयत्न करू लागलो, पण महाकसोटीच्या त्या क्षणी मनावर ताबा ठेवणं खरोखरच खूप अवघड होऊन जातं.

आम्ही सामनास्थळी पोहोचलो. माझं मन अजून शांत झालं नव्हतं. खरं म्हणजे मलाही कळत होतं की, त्या क्षणी चौघांपैकी कुणीही माझ्याशी संपर्क साधण्याचा प्रयत्न केला असता तरी तो काय सांगतोय ते ऐकायला आणि समजून घ्यायला माझ्यापाशी आता वेळच नव्हता. मी प्रवेशद्वार ढकलून उघडायचा प्रयत्न केला; पण दार घट्ट बंद झालं होतं. मला तो दुसरा अपशकून वाटला; पण मी त्याकडे दुर्लक्ष करत वेगळ्या मार्गाने आत गेलो. समाधानाची गोष्ट म्हणजे क्रेमनिकने केलेल्या पहिल्या चालीमुळे मनातून खूश झालो; त्यामुळे मेरन पद्धत खेळण्याचा माझा मार्ग खुला झाला होता. क्रेमनिकने मेरनला जोरदार प्रतिशह दिला. त्यामध्ये त्याला मजाही वाटत होती; पण आम्ही मेरनचा भरपूर सराव व चिकित्सकपणे अभ्यास केला असल्यामुळे आणि त्यातून मिळू शकणाऱ्या मोठ्या फायद्याचीही खात्री असल्याने मी आनंदाने धोका पत्करायला तयार होतो. शिवाय प्रतिस्पर्धी आपल्या जाळ्यात अलगद ओढला जातोय, हे पाहण्यात एक वेगळाच आनंद असतो. जोखीम घेण्यात हीच खरी गंमत असते, जेव्हा तुम्ही धोका पत्करून बिनधास्तपणे मैदानात उतरता, तेव्हा आपला तरबेज प्रतिस्पर्धीही किती वेगवेगळ्या प्रकारच्या चुका करू शकतो हे तुमच्या लक्षात येतं.

त्या डावात माझ्या सकारात्मक दृष्टिकोनाचा मला अतिरिक्त फायदा मिळाला.

अर्थात जर मी तो डाव हरलो असतो तर त्या सामन्याच्या आधी घडलेल्या सर्व चुकांची संगतवारी लावत मी त्या सर्वांना पराभवासाठी जबाबदार ठरवलं असतं; परंतु जेव्हा निकाल तुमच्या बाजूने लागतो, तेव्हा हे सर्व विचार आपोआप हवेत विरून जातात. इकडे माझा सामना सुरू असताना हॉटेलमध्ये थांबलेल्या माझ्या संघ सदस्यांनी जेव्हा आपापले फोन तपासले, तेव्हा मी केलेल्या फोनला कोणीच उत्तर दिलेलं नाही हे लक्षात आल्यावर सगळेच बिथरून गेले. सामन्याचा निकाल ऐकल्यावर मात्र सर्वांच्याच मनावरचं दडपण नाहीसं झालं. त्यानंतर जोपर्यंत आम्ही एकत्र खेळलो, तोपर्यंत चौघांपैकी एकानेही कधी आपला फोन बंद करून ठेवला नाही.

त्या सामन्यासाठी आम्हाला आणखीही एका गोष्टीचा खूप फायदा झाला. आम्ही आमच्या संगणकामध्ये रिबका ३ या सॉफ्टवेअरचा अंतर्भाव केला होता आणि नंतर जगातील अनेक महासंगणकांना ते जोडूनही घेतलं होतं; त्यामुळे आमच्या कार्यशाळेत ते प्रत्यक्षात नसतानाही आम्ही त्या हार्डवेअरचा सूक्ष्म विश्लेषणांसाठी उपयोग करून घेऊ शकलो.

गेल्या पाच डावांमध्ये मी माझी आघाडी कायम ठेवली होती. तांत्रिकदृष्ट्या शक्य असूनसुद्धा मी एकदाही बचावात्मक पवित्रा स्वीकारला नव्हता. ७व्या डावानंतर मला थोडं झगडावं लागलं होतं आणि मला कोणताही सामना अगदी सहज बरोबरीत सोडवता आला नव्हता. ज्या ज्या वेळी मी धोकादायक दिशा निवडली होती, त्या त्या वेळी मी वादळाला झुंजारपणे सामोरा जाऊनही त्यातून सहीसलामत सुटलो होतो. सामना सुरू असताना लढाऊ वृत्ती कायम ठेवणं फार महत्त्वाचं असतं. त्या स्पर्धेत मी अनेक वेळा जोखीम उचलली. काही वेळा तर गरज नसतानाही धोका पत्करला. नवव्या डावात पांढऱ्या मोहऱ्यांसह खेळत असतानाही त्यामुळेच मी मोठ्या अडचणीत सापडलो होतो; पण स्पर्धेच्या अशा टप्प्यावर पोहोचलो असताना उगाच बचावात्मक धोरण स्वीकारून नकारात्मकतेला वाव देणं अयोग्य ठरतं.

जेव्हा सूर्या एकान्तवास संपवून ७व्या डावानंतर पुन्हा आमच्याबरोबर आला, तेव्हा त्याच्या भोवतालची परिस्थिती खूपच बदलली होती. मी क्रॅमनिकवर तब्बल तीन गुणांची आघाडी घेतली होती. अनेकदा विरोध करूनही राडेक आम्हाला जपानी रेस्टॉरंटमध्ये सुशी खाण्यासाठी निमंत्रण देत होता. एवढी मोठी आघाडी मिळणं ही खरोखरच मोठी चैन होती आणि आता स्पर्धा संपल्यातच जमा आहे असं मला वाटू लागलं होतं; परंतु अंतिम निकाल लागण्याअगोदरच विजय साजरा करावा वाटण्यात फार मोठा धोका असतो; त्यामुळे तुमचं मन डळमळीत होऊन तुमच्या हातून अनेक चुका होऊ शकतात. सर्व सामने खेळून झाल्याशिवाय

स्पर्धा कधीच संपलेली नसते. जेव्हा तुम्ही मिळालेल्या आघाडीमुळेच तृप्त झालेले असता आणि स्पर्धेचं अजिंक्यपद ही केवळ औपचारिकता असल्याचं तुम्हाला वाटत असतं, तेव्हा खरं म्हणजे उरलेल्या सामन्यांकरता तुम्हाला एखादं उद्दिष्ट ठरवावं लागतं की, जेणेकरून तुमचा उत्साह कायम राखण्यासाठी मदत होते. कारण जरी तुमच्यापाशी आघाडी असली तरी एखाद्या डावातील एखाद्या बेफिकीर क्षणी केलेल्या चुकीमुळे तुम्ही खोल गर्तेत सापडू शकता. हळूहळू तुम्ही आघाडी गमावू लागता आणि जर अशा वेळी वास्तवाचं भान हरवून बसलात तर तुम्ही रंगवलेली विजयाची स्वप्नं धुळीस मिळू शकतात.

माझ्या उतावीळपणाने पूर्वी एकदा मी माझे हात पोळून घेतलेत. १९९४ मध्ये संघीनगर, हैदराबाद येथे झालेल्या कॅन्डिडेट स्पर्धेतील उप-उपांत्य फेरीत कामस्कीविरुद्ध पहिले दोन डाव बरोबरीत सुटल्यानंतर पुढचे दोन डाव जिंकून मी ३-१ अशी भक्कम आघाडी घेतली. आता आपणच स्पर्धा जिंकणार या भ्रमात मी बेसावध राहिलो. पुढे गोष्टी माझ्या हातून भराभर निसटत गेल्या. कामस्कीने ४-४ अशी बरोबरी साधली आणि नंतरच्या दोन्ही निर्णायक जलद लढतींत हार पत्करावी लागल्यामुळे मी स्पर्धेबाहेर फेकला गेलो. सामना भारतात असल्यामुळे सर्वांनाच माझ्याकडून सतत संवादाची, टीका-टिप्पणीची अपेक्षा होती; नव्हे ते त्यांनी गृहीतच धरलं होतं. नकार देण्यात मी अगदी भिडस्त असल्यामुळे सामन्यांपासून विचलित करणाऱ्या अनेक गोष्टींमध्ये मी खेचला गेलो. त्यातच आघाडी मिळवल्यानंतर आलेली मरगळ व निष्काळजीपणा यांची पडलेली भर मला घातक ठरली.

११व्या डावाच्या सुरुवातीला जरी मी क्रॅमनिकपेक्षा दोन गुणांनी पुढे असलो तरी दहाव्या डावातील पराभवामुळे आम्हाला आता पूर्णपणे लक्ष केंद्रित करून काम फत्ते करणं आवश्यक होतं, नाहीतर अजिंक्यपद हातचं निसटण्याची शक्यता होती. स्पर्धा सुरू झाली होती, तेव्हा आघाडी कशी मिळवायची या दृष्टीने आम्ही तयारी केली होती. आता आम्हाला पटावरील मोहऱ्यांची नीरस, निर्जीव स्थिती निर्माण करून सामना अनिर्णित कसा राखता येईल, हे पाहायचे होते. अर्थात अतिनिष्क्रिय राहण्यातही धोका असतोच. शिवाय सर्वांत वाईट गोष्ट म्हणजे सामना अगदी अनिर्णित अवस्थेला येऊन ठेपलेला असतो; परंतु तो प्रत्यक्षात बरोबरीतच सुटेल याची तुम्हाला खात्री नसते, तेव्हा तुमच्या मनाची खूपच घालमेल होऊ लागते. अशा अवस्थेत तुम्ही डाव बरोबरीत सोडवायला इतके आतुर झालेले असता की, तुम्ही चुकीच्या चाली खेळू लागता. यासाठी माझ्या संघाने माझ्याकडून खास सराव करून घेतला होता. कोणतेही डावपेच न आखता, साध्या-सोप्या चाली खेळत डाव पुढे न्यायची अशी त्यामागची कल्पना होती. डाव अनिर्णित राहण्याच्या दृष्टीने कोणत्या चाली खेळाव्यात व सोंगट्यांची स्थिती कशी असावी,

याचे वेगवेगळे आराखडेच त्यांनी तयार केले होते. मला फक्त ते प्रत्यक्ष खेळताना अमलात आणायचे होते.

आम्हाला हेही ठाऊक होतं की, क्रॅमनिक मला हा डाव सहजासहजी बरोबरीत सोडवू देणार नव्हता. तो एक झुंजार लढवय्या होता व अकरावा डाव जिंकण्यासाठी तो निकराचा प्रयत्न करणार याची मला जाणीव होती, कारण तो जर डाव जिंकू शकला नसता तर त्याचं स्पर्धेतील आव्हान संपुष्टात येणार होतं; त्यामुळे मी त्या डावाची सुरुवात माझ्या आवडत्या व मला सुरक्षित वाटणाऱ्या 1.d4 या चालीने केली. मी पुन्हा सुरुवातीची चाल बदलेन अशी क्रॅमनिकने अपेक्षा केली नसावी. त्याने नायडॉर्फ पद्धतीची निवड केली; त्यामुळे माझ्यासाठी भरपूर पर्याय खुले झाले. डावाच्या मधल्या एका भागात मला जाणवलं की, त्याने प्रयत्न करायचे सोडून दिले आहेत. मी त्याच्या मनातील भावना चटकन ओळखू शकलो, कारण मी तशी मनःस्थिती अनेकदा अनुभवली होती. एखाद्या स्पर्धेत जर आपली कामगिरी खराब होत असेल तर आपण स्वतःला वाचवण्याचे उगाचच निष्फळ प्रयत्न करत राहतो. मी मन शांत ठेवण्याचा प्रयत्न करत होतो. डाव बरोबरीत सुटण्याची मी आतुरतेने वाट पाहतोय हे मला कुणालाही कळू द्यायचं नव्हतं. क्रॅमनिकने डाव अनिर्णित ठेवायचा का? अशी विचारणा करायचा अवकाश की, मी लगेच हस्तांदोलनासाठी माझा हात पुढे करणार होतो. तेवढ्यात मी स्वतःला बजावलं. 'वाहवत जाऊ नकोस; डावावर लक्ष केंद्रित कर.' माझ्या संघानेही मला सूचना दिल्या होत्या की, जरूर नसताना एक मिनिटही जास्त खेळण्याचा विचार मनात आणू नकोस आणि मीही त्यांच्या सूचनेवर प्रतिवाद केला नव्हता. क्रॅमनिकने जेव्हा डाव बरोबरीत सोडवायचा प्रस्ताव माझ्यासमोर ठेवला, तेव्हा त्याच क्षणी त्याचा हात गच्च पकडायचा मोह मी आवरला. मी स्वतःला सावरलं, केवळ त्या विजयी क्षणाची मजा चाखण्यासाठी काही वेळ तसाच बसून राहिलो, मनातल्या मनात छान नाच केला आणि मग त्याच्या प्रस्तावाला मान्यता दिली.

अरुणा मंचाच्या मागे बसली होती. मला पाहताच ती एवढंच म्हणाली, 'तर अशा प्रकारे..?' एव्हाना आम्हाला एकमेकांनी अर्धवट उच्चारलेली वाक्यं पूर्ण करण्याची सवय लागली होती. 'कहाणी सुफळ संपूर्ण!' मी म्हणालो आणि अरुणाला घट्ट मिठी मारली. त्याहून अधिक चांगल्या पद्धतीने मी माझ्या भावना व्यक्त करू शकत नव्हतो.

शेवटचे दोन डाव खेळताना माझ्या अंगात कणकण असायची आणि शरीरातील प्रत्येक स्नायू ठणकत राहायचा. मला वाटायचं की, मानसिक दडपणामुळे आणि विजयाच्या उत्कंठेमुळे मला तो त्रास होतोय; पण खरं कारण मला नंतर समजलं. आपल्याला झालेली कांजिण्यांची लागण ही सूर्याने अगदी उदारपणे अरुणा व

माझ्यापर्यंत पोहोचवली होती. आमचं अंग कांजिण्याने फुलून गेलं होतं, तेव्हा सुदैवाने स्पर्धा संपली होती.

सामना अनिर्णित घोषित करण्यात आला, तेव्हा हॉटेलमध्ये थांबलेल्या माझ्या संघाला आनंदाचं आणि उत्साहाचं भरतं आलं. सर्वजण टॅक्सीने काही वेळातच सामनास्थळी हजर झाले. मग आम्ही सारेजण एका भारतीय उपाहारगृहात भोजनासाठी गेलो. त्याच्या मालकांनी आम्हाला गरमगरम, कुरकुरीत डोसे अतिशय प्रेमाने खाऊ घातले. त्या रात्री शॅम्पेनला अमृताची चव आली होती.

ब्लादिमिर क्रॅमनिक   वि.   विश्वनाथन आनंद (०-१)

(पांढरा)   (काळा)

डाव क्र. ३, २००८ विश्वविजेतेपद स्पर्धा, बॉन

काळा विजयी

Rg4 ही या डावातील सर्वांत वैशिष्ट्यपूर्ण चाल ठरली. प्रत्यक्ष खेळत असताना अशा प्रकारच्या चाली दिसू किंवा सुचू शकत नाहीत आणि जरी सुचल्या तरी त्यांच्या उपयुक्ततेवर विश्वास ठेवायला मन तयार होत नाही. या ठिकाणी ती चाल अत्यंत महत्त्वाची ठरली, कारण ज्या गोष्टींची आम्ही अनेक महिने तयारी केली होती, तिचा उपयोग मी त्या चालींद्वारे करू शकलो. पटावर काय घडू शकेल याची पूर्वकल्पना असणं अशक्यच आहे; त्यामुळे मला परिस्थितीनुरूप मार्ग शोधावा लागला; परंतु त्या चालीने मला सामन्यावर सुरुवातीलाच पकड मिळवण्याची संधी दिली. नंतर खेळलेल्या सामन्यांतून मला आघाडी वाढवता आली; पण या डावाने मला स्पर्धेतील पहिलं यश मिळवून दिलं. माझ्या मते याच डावामुळे मी स्पर्धा जिंकू शकलो.

♛

या डावामुळे मिळालेली आघाडी ही माझ्यासाठी खरंतर मोठीच चैन होती; पण मी तो विजय इतक्या लवकर साजरा करण्यापासून स्वतःला रोखलं. पूर्वी एकदा तसं केल्यामुळे झालेले दुष्परिणाम मी भोगले होते. त्या वेळी मी खेळावर लक्ष केंद्रित करण्याऐवजी थोडा सुस्त झालो होतो. आता आपण

नक्की स्पर्धा जिंकणार या अतिआत्मविश्वासामुळे मी मनात थरारून गेलो होतो. स्पर्धेच्या दरम्यान मोठी आघाडी मिळवणं आणि प्रत्यक्षात स्पर्धा जिंकणं यात खूप तफावत असते. अशा काळात तुम्हाला वास्तवाचं भान असणं, मन शांत ठेवून स्वतःचा तोल न जाऊ देणं फार महत्त्वाचं असतं. तुम्ही जर आधीपासूनच विजयाची स्वप्नं रंगवू लागलात, तर तो तुम्हाला हुलकावणी देऊन तुमच्या हातून निसटून जातो.

प्रतिकूलतेतील अनुकूलता

ज्वालामुखीतून उसळलेला राखेचा ढग, दीर्घ मोटारप्रवास आणि
विश्वविजेतेपदाचा किताब

दिवस उगवल्यापासून दर तासागणिक मन बेचैन करणाऱ्या घटना कानावर येत होत्या. सगळी विमान उड्डाणं थांबवण्यात आली होती. निलसन व राडेक अजून फ्रँकफर्टला पोहोचू शकले नव्हते आणि टोपोलोव्हविरुद्ध होणाऱ्या विश्वविजेतेपद स्पर्धेतील पहिला सामना खेळायला आम्ही सोफियाला वेळेत कसे पोहोचणार, याचं भलं मोठं प्रश्नचिन्ह आमच्या डोळ्यांसमोर उभं राहिलं होतं. आइसलॅंडमधील ज्वालामुखी राख ओकत असल्याच्या बातमीने सगळीकडे एकच खळबळ उडाली होती; परंतु जेव्हा आमची नजर वर गेली, तेव्हा आम्हाला आकाश अगदी स्वच्छ, निरभ्र, प्रकाशमान आणि निळंभोर दिसलं; त्यामुळे मनात आशेची पालवी फुटली किंवा आमचा तरी तसा समज झाला.

ती तारीख होती १५ एप्रिल २०१०. स्पर्धा सुरू व्हायला फक्त आठवडा उरला होता. मला माझ्या संघात बदल करावासा वाटला नव्हता. कारण याच संघाने दोन वर्षांपूर्वी बॉनला झालेल्या स्पर्धेमध्ये मला नेत्रदीपक विजय मिळवून दिला होता.

या स्पर्धेसाठी आम्ही आधी असं ठरवलं होतं की, सगळ्यांनी प्रथम आमच्या बॅड सोडेनच्या घरी जमायचं. फ्रँकफर्टहून आमचं घर फक्त १८ किलोमीटर अंतरावर होतं आणि तिथून मग आम्ही १६ एप्रिलला सारेजण विमानाने सोफियाला जाणार होतो. अरुणा व मी एक दिवस आधीच माद्रिदहून फ्रँकफर्टला आलो होतो. युरोपमध्ये जाणारी हवाई सेवा बंद होण्याआधीचं शेवटचं विमान पकडून सूर्या सुखरूप पोहोचला होता व रुस्तम आधीपासूनच बॅड सोडेनला दाखल झाला होता; पण आता राखेचे ढग आकाशात जमा होऊ लागल्यावर विमानाने जाणं अशक्यच झालं होतं. निलसनला मात्र आमच्यापर्यंत येण्यासाठी अनेक अडचणींना तोंड द्यावं लागलं. प्रथम त्याने विमानाचं तिकीट रद्द करून घेतलं; मग रेल्वे वाहतूक बंद पडल्यामुळे तेही तिकीट रद्द करावं लागलं. अखेर आपल्या एका

मित्राच्या गाडीतून प्रवास करत तो आन्हूसवरून हॉम्बर्गला आला आणि तिथून रेल्वेने फ्रँकफर्टला पोहोचला. राडेकही वॉरसॉवरून रेल्वेचा आडनिडा प्रवास करत अखेर फ्रँकफर्टला येऊन दाखल झाला.

माझ्याभोवती निर्माण झालेल्या भयानक परिस्थितीची मला थोडीफार जाणीव असली तरी मला व्यक्तिशः त्याची फारशी झळ बसली नव्हती. मी टुटनखामनमध्येच बुडून गेलो होतो. इजिप्तचा इतिहास वाचण्यात मी दंग होतो. एकीकडे विश्वविजेतेपदा- सारख्या महत्त्वाच्या स्पर्धेसाठी सोफियाला जायचे आखलेले प्रवासाचे बेत धुळीस मिळत असताना, मी आमच्या घराच्या दिवाणखान्यात पाय पसरून इसवी सनपूर्व चौदाव्या शतकातील फेरोंचा (इजिप्तचे सम्राट) इतिहास वाचतोय हे पाहून मला नक्कीच वेड लागलेलं असणार असा अरुणाचा समज झाला होता; पण माझा स्वभाव मुळातच शांत आहे. ज्या गोष्टी आपल्या नियंत्रणाच्या पलीकडे आहेत, त्यामुळे मी विचलित होत नाही किंवा गडबडूनही जात नाही. विमानतळावरील काउंटरसमोर भली मोठी रांग असली तरी मी शांतपणे बसलेला असतो. एकदा आम्ही विमानाने माद्रिदहून भारतात निघालो होतो. माद्रिदच्या विमानतळावर पोहोचायला आम्हाला उशीर झाला. विमान उड्डाणाला थोडाच अवधी उरला होता व काउंटरसमोर लांब रांग होती. आपल्याला दूरवरच्या दक्षिण आशियाई देशात जायचंय असं रांगेत उभ्या असलेल्या प्रवाशांना सांगत आणि विनंती करत, अरुणा पुढे पुढे जात होती. तिच्याबरोबर जाणं अप्रशस्त वाटल्याने मी बेफिकीरपणे काही अंतरावर बुद्धिबळावरील पुस्तकात डोकं खुपसून बसलो होतो. ती काउंटरजवळ पोहोचताच मी तत्परतेने तिच्या बाजूला जाऊन उभा राहिलो.

आम्ही १६ एप्रिलला संध्याकाळी निघणाऱ्या विमानाची तिकिटं काढली असली तरी एकूण वातावरण अधिकच चिंताजनक बनलं होतं. जेव्हा तुम्हाला वाट बघण्याशिवाय दुसरं काहीच काम नसतं, तेव्हा दिवस कंटाळवाणा होऊन जातो. अभ्यास किंवा सराव करणं अशक्य होतं. सोफियाला पोहोचण्याचा अचानक काहीतरी मार्ग निघू शकेल अशी भाबडी आशा आम्हाला वाटत होती; त्यामुळे भरलेल्या बॅगेमधून पुन्हा संगणक व इतर सामग्री बाहेर काढण्याची कल्पना कोणालाही रुचण्यासारखी नव्हती. काहीतरी तोडगा निघेल याची आम्ही हताशपणे वाट पाहत राहिलो.

एकामागोमाग एक विमानतळ बंद करण्यात येत असल्याच्या बातम्या कानावर येऊ लागल्या आणि परिस्थिती अधिकच बिकट होऊ लागली. आम्ही संध्याकाळच्या विमानाने सोफियाला जाऊ शकतो की नाही, याबद्दल अजूनही अनिश्चितता होती आणि त्यातच फ्रँकफर्ट विमानतळ कोणत्याही क्षणी बंद केला जाण्याची मोठी शक्यता निर्माण झाली होती. लुफ्तान्सा या जर्मन वाहतूक कंपनीमध्ये काम करणारा आमचा जवळचा मित्र एरिक व्हॉन रीम याच्या सल्ल्यानुसार आणि त्याच्याच

मदतीने माद्रिदहून आलेलं आमचं सामान अरुणाने फ्रँकफर्ट विमानतळावर जाऊन ताब्यात घेतलं. तो अतिशय योग्य निर्णय ठरला, कारण त्यानंतर काही तासांतच फ्रँकफर्ट विमानतळही बंद करण्यात आला. आता यापुढे काय होणार याची कल्पनाही करता येत नव्हती; परंतु अशा परिस्थितीमध्ये मार्ग सापडणं अवघड होत चाललंय हे मात्र आता स्पष्ट झालं होतं. रेल्वे हा एक पर्याय होता. रेल्वेने सोफियाला पोहोचण्यासाठी २८ तास लागणार होते; पण रेल्वेचं आरक्षणही मिळू शकत नव्हतं.

बादन-बादन या बंडेस्लिगा संघाचा प्रायोजक वुल्फगँग ग्रेनके याचं मी जर्मन साखळी क्रीडा स्पर्धेत प्रतिनिधित्व केलं होतं. त्याने स्वतःच्या मालकीचं जेट विमान आम्हाला प्रवासासाठी देऊ केलं; पण जेट उड्डाणाला संमती मिळण्याची जराही शक्यता नव्हती. (अर्थात ज्वालामुखीची राख आकाशात पसरल्यामुळे केवळ आम्हीच अडकून राहिलो नव्हतो आणि कुणी मुद्दाम दखल घ्यावी इतके आम्ही प्रतिष्ठितही नव्हतो. मला विश्वविजेतेपद स्पर्धेत खेळण्यासाठी सोफियामध्ये दाखल व्हायचं होतं; पण त्याच वेळी पोलंडचे अध्यक्ष लेच काझ्नस्की व त्यांची पत्नी मारिया यांचा एका दुर्दैवी विमान अपघातात मृत्यू झाला होता. त्यांच्या दफनविधीला अमेरिकेचे अध्यक्ष बराक ओबामा उपस्थित राहणार होते; परंतु त्यांनाही प्रवासाचा बेत रद्द करावा लागला.)

रस्त्याने प्रवास करणं, हा एकमेव पर्याय शिल्लक होता; परंतु त्यातही अनेक अडचणी होत्या. भाडे घेऊन जाणाऱ्या मोटारी व टॅक्सी मिळणंही दुरापास्त झालं होतं, कारण वाहनं आणि वाहनचालकांची कमतरता होती; त्यामुळे भाड्याचे दर चौपटीने वाढले होते. त्यांपैकी बहुतेकजण बल्गेरियाला जायला तयार नव्हते. एरिक पुन्हा एकदा आमच्या मदतीला धावून आला. वाहतूक क्षेत्रातील आपल्या ओळखीतून त्याने ऑमस्टेलव्हीन येथील टॅक्सी लागरबर्गशी संपर्क साधला. ते तयार झाले. ५०० किलोमीटर दूर असलेल्या डच शहरातून ते दोन चालक मर्सिडीज व्हॅनने बॅड सोडेनला आमच्या घरी येणार होते आणि १८ एप्रिलला आम्हाला सोफियाला घेऊन जाणार होते.

१७ एप्रिलला संध्याकाळी प्रवासाला सुरुवात करण्याचा आमचा बेत पक्का झाला आणि अरुणाच्या अचानक लक्षात आलं की, स्पर्धेच्या करारातील 'अनियंत्रित परिस्थिती' संबंधीचं कलम वापरून आपल्याला पहिला सामना पुढे ढकलण्याची परवानगी मिळवता येईल; त्यामुळे मोटारीने इतक्या दूरवरचा प्रवास केल्यावर मला काही दिवस विश्रांती मिळू शकेल. या बाबतीत कायदेशीर सल्ला घेण्यासाठी तिने भारतातील आमच्या वकिलाशी संपर्क साधला. त्याला अरुणाचा मुद्दा पटला आणि त्याने लगेच त्याविषयी फिडेला पाठवायच्या नोटिशीचा मजकूर अरुणाला सांगितला व तिने तो उतरवून घेतला. करारातील ८.२ कलमानुसार मला सोफियातील

वातावरणाशी जुळवून घेण्यासाठी सात दिवसांचा अवधी मिळणार होता; पण त्या कलमाचाही मी फायदा घेऊ शकत नव्हतो. फिडे संघटनेच्या अधिकाऱ्यांना कळून चुकलं होतं की, ते आमची विनंती नाकारू शकत नाहीत; परंतु कार्यकारी मंडळातील बल्गेरियन सदस्यांचा मात्र कडवा विरोध होता. त्यांच्या मते आम्ही केलेली विनंती अवमानकारक व अस्वीकाराई होती.

बुद्धिबळपटूंना नेहमी सर्व प्रकारचे तपशील हवे असतात. प्रत्येक बाबतीत ते का, कसं, काय, कशामुळे? असे प्रश्न विचारून त्यांची उत्तरं मिळाल्याशिवाय त्यांचं समाधान होत नाही. आम्हाला पटावरचं पूर्ण दृश्य पाहायला आवडतं; त्यामुळे अरुणा व फिडे संघटनेतील सदस्यांचं चाललेलं संभाषण मधूनच माझ्या कानावर पडायचं, तेव्हा मी आणखी माहिती मिळवण्यासाठी तिला प्रश्न विचारून भंडावून सोडू लागलो. आपल्या हक्कांसाठी फिडेविरुद्ध लढतालढता आधीच ती थकून गेली होती आणि त्यात माझ्या शंका-कुशंका ऐकून ती अधिकच त्रस्त झाली होती. मग आम्ही ठरवलं की, सारं प्रकरण अरुणा एकटी हाताळेल आणि मी त्यात कोणत्याही प्रकारची ढवळाढवळ करणार नाही. अखेर स्पर्धा काही दिवस पुढे ढकलण्याची आमची विनंती मान्य करत असल्याचं फिडे अधिकाऱ्यांकडून आम्हाला कळवण्यात आलं आणि त्यानंतर आम्ही समाधानाचा निःश्वास सोडत मर्सिडीज व्हॅनमध्ये पाय ठेवला.

सर्बियामधून प्रवास करणं हा खरंतर सोफियाला पोहोचण्यासाठीचा सर्वांत जवळचा मार्ग होता; परंतु अरुणा, सूर्या आणि मी युरोपियन युनियनचे रहिवासी नव्हतो आणि आमच्याजवळ शेंगेन व्हिसा असल्यामुळे आम्हाला फक्त युरोपियन देशात प्रवास करण्याची परवानगी होती; आम्ही पूर्व युरोपमधून जाऊ शकत नव्हतो; त्यामुळे आम्हाला लांबचा वळसा घेत, ऑस्ट्रिया, हंगेरी व रोमानिया या तीन देशांतून २००० किलोमीटरचा प्रवास करत बल्गेरिया गाठावं लागलं. सुदैवाने आम्ही ठरवलेल्या गाडीचे चालक अगदी वेळेत आमच्या घरी पोहोचले. (माझ्या प्रशिक्षक संघाव्यतिरिक्त एरिकही आमच्यामध्ये सामील झाला.)

आम्ही रविवार दि. १८ एप्रिलला सकाळी ११.३० वाजता आठआसनी व्हॅनमधून प्रवासाला आरंभ केला. गाडीमध्ये एक डीव्हीडी प्लेअर, दोन टेलिव्हिजन सेट्स व रेफ्रिजरेटर यांची सोय होती. फ्रिजमध्ये आम्ही फळं, चॉकलेट मिल्क, चॉकलेट बार आणि कोकाकोलाच्या बाटल्या भरून ठेवल्या होत्या. आम्हाला प्रथम पॉसों येथे जर्मन हद्द ओलांडून ऑस्ट्रियामधून प्रवास करत, बुडापेस्टला रात्रीचा मुक्काम करायचा होता. भोवतालचं वातावरण व परिसर फारच मनमोहक होता. व्हिएन्नामधून जात असताना तिथल्या निसर्गाने तर आम्हाला अक्षरशः वेड लावलं. तिथल्या डोंगर-टेकड्या, बहरलेली लिलाक व ट्यूलिप्सची झाडं, पांढरी-गुलाबी अळंबी आम्ही भान हरपून पाहत राहिलो. नीरस हिवाळा संपून वसंत

ऋतूचं आगमन झालं असल्याने जणू आनंदोत्सव सुरू झाला होता. आजूबाजूला इतका नयनरम्य निसर्ग दिसत असताना अभ्यास आणि सराव करणं अशक्य होतं. अधूनमधून आम्ही चुंबकीय पटावर बुद्धिबळ खेळायचो. निलसनपाशी असलेल्या छोट्या संगणकावर कॅटलन पद्धतीवर चर्चा करायचो आणि 'हाउस' ही गाजलेली मालिका टीव्हीवर तासन्तास पाहत राहायचो. खरंतर आधी आम्ही खेळाचा खूप गंभीरपणे सराव करायचं ठरवलं होतं; पण तो सगळा बेत रद्द करून आम्ही अगदी मनमुरादपणे प्रवासाचा आनंद लुटायचं ठरवलं. गेल्याच वर्षी अरुणा व मी बुडापेस्टला आलो होतो; त्यामुळे तिच्यापाशी तिथल्या हॉटेलचा फोन नंबर होता. तिने फोनवरून रात्रीसाठी चार खोल्यांचं आरक्षण केलं.

आम्ही ज्या विचित्र परिस्थितीत सापडलो होतो, त्याबद्दल टोपोलोव्हच्या संघाला जराही सहानुभूती नव्हती. अर्थात त्यांनी आमच्या अडचणींचा गैरफायदा न घेण्याची अपेक्षा ठेवणं चुकीचं असलं तरी ते आमची थोडीफार मदत करतील असं आम्हाला वाटलं होतं. काही दिवसांपूर्वी जेव्हा आम्ही सोफियाला कसं पोहोचायचं या विवंचनेत होतो, तेव्हा कहर म्हणजे आम्ही सोफियाला आलेलो आहोत असं बल्गेरियाच्या क्रीडामंत्र्यांनी एका स्थानिक पत्रकार परिषदेत जाहीररही केलं होतं. जेव्हा व्हॅनच्या मागच्या सीटवर बसून स्पर्धेचा पहिला सामना किती दिवस पुढे ढकलता येईल याची चर्चा अरुणा - फिडे संघटनेच्या अधिकाऱ्यांबरोबर करत होती, तेव्हा आम्ही बल्गेरियाच्या राजधानीत येऊन आराम करतोय आणि स्पर्धेच्या संयोजकांना मुद्दाम त्रास देत असल्याच्या बातम्या प्रसारित केल्या जात होत्या. बिचाऱ्या अरुणाची मधल्यामध्ये कोंडी झाली होती. एकीकडे फिडे संघटनेसमोर ती आपल्या व्यथा मांडत होती आणि त्याचबरोबर आपल्या हक्कांसाठी ताठर भूमिकाही घेत होती आणि त्याच वेळी आम्ही कोणी बिथरून जाऊ नये म्हणून आमच्यासमोर सारं काही आलबेल असल्याचा बहाणाही करत होती.

आम्ही रात्री १०.३० वाजता बुडापेस्टला पोहोचलो. हॉटेलसमोर असलेल्या एका थाई रेस्टॉरंटमध्ये जेवून झोपेच्या अधीन झालो. दुसऱ्या दिवशी सकाळ हॉटेल सोडताना आम्हाला समजलं की, व्हिएन्ना विमानतळ आदल्या दिवशी बंद झाला होता आणि आम्हाला वाटलं होतं की, तो काही दिवसांपूर्वींच बंद झालाय. आमच्या सामन्यांसाठी जो पंच नेमला होता, तो नेमका व्हिएन्ना विमानतळ बंद होण्याआधी शेवटचं उड्डाण केलेल्या विमानातून सोफियाला पोहोचला होता. आता आम्ही एवढं दूरवरचा प्रवास करून सोफियाला पोहोचत असताना आम्हाला आकाशात एखादं विमान न दिसो, एवढीच मी मनोमन प्रार्थना करत होतो. दुपारनंतर रोमानियाच्या हद्दीजवळील आरादला जाईपर्यंत धो धो कोसळणारा पाऊस आमच्या गाडीच्या काचांवर अक्षरशः आदळत होता. तोपर्यंत बल्गेरियन अधिकाऱ्यांच्या प्रखर विरोधाला

न जुमानता अरुणाच्या मागणीनुसार स्पर्धेतील पहिला सामना एक दिवस पुढे ढकलण्यात आला होता; त्यामुळे आता तो सामना २३ एप्रिलऐवजी २४ एप्रिलला खेळवला जाणार होता. खरंतर आणखी एक दिवसाची विश्रांती अधिक योग्य ठरली असती; पण तरीही बदललेल्या निर्णयामुळे आमचा हुरूप निश्चितपणे वाढला.

रोमानियातील रस्त्यांवर मोठमोठे खड्डे पडलेले असल्यामुळे गाडी फार सावधपणे चालवावी लागत होती. रोमानियाची हद्द ओलांडल्यावर मात्र आम्ही लॉर्ड ऑफ द रिंग्ज हा तीन भागांचा चित्रपट पाहायला सुरुवात केली. आम्ही 'फेलोशिप ऑफ द रिंग्ज' या पहिल्या भागातून 'द टू टॉवर्स' या दुसऱ्या भागात चटकन पोहोचलो. फक्त जेवणासाठी काही वेळ गाडीतून खाली उतरलो. तिथलं जेवण अतिशय बेचव होतं आणि तिथली प्रसाधनगृहही अस्वच्छ व दुर्गंधित होती. बल्गेरिया-रोमानिया सीमेनजीक असलेल्या कलाफत या गावापाशी आल्यावर आम्हाला एका नव्या अडचणीला सामोरं जावं लागलं. तिथे गाडी बोटीत चढवून पलीकडच्या किनाऱ्याला जावं लागतं. बल्गेरियाच्या पोलिसांनी आम्हाला अडवलं आणि युरोपियन नसलेल्या अरुणा, सूर्या व मी या तिघांचे पासपोर्ट घेऊन ते रात्रीच्या अंधारात गायब झाले. त्यांचे हिंस्र कुत्रे मात्र आम्ही बाहेर पडू नये म्हणून गाडीभोवती गुरगुरत होते. वीस मिनिटांनी पोलीस परत आले आणि त्यांनी शांतपणे आम्हाला तिथून जाऊ दिलं. तोपर्यंत आम्ही चित्रपटाच्या तिसऱ्या भागात पोहोचलो होतो; पण कमालीचे थकून गेलो होतो. व्हॅनमध्ये अनेक तास बसून राहिल्यामुळे अंग आंबून गेलं होतं. कधी एकदा हॉटेलमधल्या पलंगावर अंग झोकून देतोय असं झालं होतं. आम्ही सोफियाच्या अगदी जवळ आलो असताना, पोलिसांनी पुन्हा आमची गाडी अडवली. या वेळी आमच्यावर अतिवेगाने गाडी चालवल्याचा आरोप होता. पोलीस अधिकाऱ्याने माझा पासपोर्ट न्याहाळला व तो एकदम चकित होत म्हणाला, 'अच्छा, तू विशी आनंद आहेस तर? आम्ही तुझ्याच शोधात होतो. हे बघ, तू जितक्या वेगाने खेळतोस, तितक्या वेगाने कृपा करून गाडी चालवू नकोस!'

४० तासांच्या प्रवासाअखेर आम्ही २० एप्रिलला सकाळी ५च्या सुमारास सोफियातील आमच्या हॉटेलपाशी येऊन पोहोचलो; पण त्याच वेळी आम्ही पाहत असलेल्या चित्रपटाचा तिसरा भाग अतिशय थरारक वळणावर आला होता. चित्रपट संपायला अवघी दहा मिनिटं उरली होती. म्हणून आम्ही व्हॅनमधून बाहेर न पडता, सिनेमा पूर्ण होईपर्यंत हॉटेलभोवती सावकाश दोन फेऱ्या मारल्या.

सामन्याआधीचा बराच काळ असा वाया गेल्यामुळे आम्ही निराश व गोंधळून जाऊ शकलो असतो. खरंतर आधी ठरल्याप्रमाणे आम्ही १५ एप्रिलला सोफियाला पोहोचणार होतो; पण आम्ही २४ एप्रिलला म्हणजे तब्बल नऊ दिवस उशिरा - सामन्याला अवघे तीन दिवस राहिले असताना तिथे दाखल झालो. आमची झोपही

पूर्ण झाली नव्हती; परंतु अशा परिस्थितीतही आमच्या संघाने जराही खचून न जाता जी जिद्द आणि जो उत्साह दाखवला त्याला खरोखरच तोड नव्हती. आपल्यापाशी आता थोडाच वेळ शिल्लक आहे, त्यात तयारी कशी पूर्ण होणार असा आम्ही विचारही केला नाही. आम्हाला आठवड्याचा अवधी हवा होता; पण म्हणतात ना पाणी कितीही खोल असलं तरी आपलं शरीर आपोआप पोहायला शिकू लागतं. आमच्या संघाला परिस्थितीचं अगदी चटकन भान आलं आणि सगळेजण विनातक्रार झटपट कामाला लागले. आम्हाला अशा तऱ्हेने गोष्टी घडणं अपेक्षित नव्हतं; पण आता आहे त्या परिस्थितीला न डगमगता कसं सामोरं जायचं यावर विचार करण्यावर आम्ही आमचं लक्ष केंद्रित केलं.

विपरीत परिस्थितीशी जुळवून घ्यायला लागणं, ही तर माझ्यासाठी आता नित्याचीच बाब झाली होती.

बॉनमधील माझ्या विजयानंतर पुढच्या खेपेस माझं अजिंक्यपद राखण्यासाठी मला कोणाशी लढावं लागणार या बाबतीत बरीच संदिग्धता होती. माजी विश्वविजेत्याचा आव्हानवीर कोण असावा, हे ठरवण्यासाठी फिडे संघटनेने २००७ मध्ये नवे नियम बनवले. त्यासाठी विश्वकप विजेता कामस्की आणि २००६च्या विश्वविजेतेपद स्पर्धेच्या अंतिम फेरीत पोहोचलेल्या टोपोलोव्ह यांच्यात आधी सामना खेळवण्याचं निश्चित झालं. मग टोपोलोव्ह व माझ्यात होणाऱ्या अंतिम सामन्यासाठीची आर्थिक हमी घेण्यासाठी बल्गेरिया समर्थ असल्याचा दावा फिडे संघटनेने केला. त्यानंतर माझ्याबरोबर करण्यात येणाऱ्या कराराचा आम्हाला हवा तसा मसुदा तयार करून घेण्यासाठी वाटाघाटी करताना अरुणाला खूप त्रास सहन करावा लागला. कराराच्या अटी जर एकतर्फी व अन्यायकारक असतील तर स्पर्धा खेळायला तू साफ नकार दे, असं बुद्धिबळ विश्वातील माझ्या काही निकटवर्ती मित्रमंडळींनी मला सुचवलं; परंतु असा नकार देण्यात फक्त माझाच तोटा होईल, ही गोष्ट मी समजून चुकलो होतो. मी नकार दिला असता तर फिडेने अगदी निर्विकारपणे मला बाजूला सारून दुसऱ्या एखाद्या बुद्धिबळपटूची माझ्या जागी निवड केली असती.

♛

आम्हाला वाटलं होतं की, एवढा दूरचा प्रवास करून आल्यावर आता आमच्या सर्व अडचणी संपलेल्या असतील; पण आमचा अंदाज चुकीचा ठरला.

२१ एप्रिलला स्पर्धेच्या उद्घाटन समारंभाला जाण्यासाठी मी तयारी करत असतानाच मला अरुणाचा फोन आला. त्या काळात मोबाइल फोनच्या केलेल्या अतिवापराचा मला फार त्रास होत असे. मी दरवेळी हॉटेलच्या खोलीच्या बाहेर पाऊल ठेवलं की, माझ्या मागे अरुणा फोन करण्याचा सपाटा सुरू करे. माझी सगळी

व्यवस्था आणि मला लागणाऱ्या सर्व गोष्टींची नीट तयारी झालेली आहे ना, हेच ती पुनःपुन्हा तपासून पाहत असे. जर मी बराच वेळ खोलीतच बसलेला असलो तर ती बाथरूममध्ये जाऊन फोन करत असे. मी आणि माझा संघ फक्त बुद्धिबळावर लक्ष केंद्रित करत असे, तर अरुणा अगदी जेवणापासून ते खोकल्याच्या औषधापर्यंतच्या सर्व बारीकसारीक गोष्टी आम्हाला वेळेवर मिळतील याची काळजी घेत असे. ती करत असलेल्या लाडामुळे माझे संघसदस्य तर इतके बिघडले होते की, अंघोळीचा साबण, पेस्ट किंवा जखमेवर लागणाऱ्या औषधासाठीही ते अरुणाकडे धाव घेत असत.

अरुणाने एक धक्कादायक बातमी सांगण्यासाठी फोन केला होता.

आमचा मित्र फ्रेडरिकला असं खात्रीलायकपणे समजलं होतं की, या स्पर्धेच्या दरम्यान वापर करण्यासाठी टोपोलोव्हला अत्यंत उच्च दर्जाचे आणि अत्याधुनिक तंत्रज्ञान असलेले संगणकाचे एकत्रित संच (कॉम्प्युटर क्लस्टर) खास उपलब्ध करून देण्यात आले होते. (त्या वेळी त्यासंबंधीची पूर्ण माहिती आम्हाला मिळाली नव्हती.) ही बातमी माझ्यापर्यंत न पोहोचवण्याचं अरुणाने ठरवलं; त्यामुळे ती थेट आमच्या सरावाच्या खोलीमध्ये गेली आणि तिने ती माझ्या संघसदस्यांना सांगितली. ती ऐकून सगळेच गडबडून गेले आणि आता काय करायचं या विचाराने सारेचजण धास्तावले. अर्थात त्यांच्यासमोरचा मुख्य प्रश्न होता की, माझं मानसिक संतुलन जराही न बिघडू देता ही बातमी माझ्यापर्यंत कशी पोहोचवायची? अखेर त्यांनी माझ्यापासून ती गोष्ट न लपवायचं ठरवलं आणि सहज बोलता बोलता त्यांनी ती बातमी अशा रितीने माझ्या कानावर घातली की, मला त्याचा धक्काही बसला नाही.

टोपोलोव्ह ज्याचा वापर करू शकत होता, तो संगणक क्लस्टर हा रिबका या बुद्धिबळ इंजिनाने अगदी नुकतेच बनवलेले प्रोग्रॅम्स दाखवू शकत होता. ते ऐकून या स्पर्धेच्या वेळी आम्हाला रिबका ४ हे इंजिन का उपलब्ध करून दिलं नव्हतं याचा सगळ्यांना उलगडा झाला. टोपोलोव्हचा संघ हा आयबीएम कंपनीचा ब्लू जीन हा महासंगणक वापरतोय याची आम्हाला गंधवार्ताही नव्हती (नंतर त्याच्याच साहाय्यकाकडून समजलं की, प्रमाणभूत बुद्धिबळ सॉफ्टवेअर वापरण्यासाठी अखेर तो असमर्थ ठरला होता.) पण त्याच वेळी रुस्तमने कुठेतरी वाचलं होतं की, रिबका सॉफ्टवेअरला अलीकडेच एक फार मोठा प्रतिष्ठित ग्राहक मिळाला आहे. तो कोण असणार हेही आता आम्हाला कळून चुकलं. ज्या अर्थी आम्ही तो ग्राहक नव्हतो, त्याचाच अर्थ तो ग्राहक म्हणजे माझा प्रतिस्पर्धी होता. आणखी एक गोष्ट स्पष्ट झाली की, ज्या आंतरराष्ट्रीय मास्टर असलेल्या वासिक राजलिकने हे रिबका इंजिन बनवलं होतं आणि बॉन स्पर्धेच्या वेळी आमच्यासाठी उपलब्धही करून दिलं होतं, तो या खेपेस मात्र मला का टाळत होता आणि मी त्याच्याशी अनेक वेळा संपर्क साधण्याचा प्रयत्न करूनही तो माझ्याकडे मुद्दाम का दुर्लक्ष

करत होता. राजलिकची पत्नी इवेटाने मला बॉन स्पर्धेच्या वेळी रिबिका इंजिनवर माझ्या काही समस्यांचे निवारण करण्यासाठी मदत केली होती; त्यामुळे माझ्या खेळाच्या विश्लेषण करण्याच्या पद्धती ती जाणून होती. आता ही माहिती ती टोपोलोव्हसाठी माझ्याविरुद्ध वापरू शकेल या चिंतेने मी अस्वस्थ झालो. फ्रेडरिक तिच्या संपर्कात होता. मला वाटणारी काळजी त्याने तिच्यापाशी बोलून दाखवली, तेव्हा आपण असं कधीही करणार नाही हे इवेटाने त्याला ठामपणे सांगितलं.

आता आम्हाला अनेक पद्धती, चाली, डावपेच पुनःपुन्हा तपासत जास्त वेळ सराव व अभ्यास करावा लागणार होता; पण स्पर्धा जिंकण्याची शक्यता आता आमच्या खरोखरच आवाक्याबाहेर गेलीय का, याबद्दल मात्र आम्ही साशंक होतो. तुम्ही जेव्हा अशा विचित्र परिस्थितीत सापडता, तेव्हा आत्तापर्यंत केलेल्या सर्व तयारीबद्दलही तुम्हाला खात्री वाटेनाशी होऊ लागते आणि संगणक काही खास कामगिरी करत नसतानाही त्याच्यामुळे आपला पराभव होणार, असं तुम्ही गृहीत धरू लागता. खरं म्हणजे तुमचा प्रतिस्पर्धी कितीही बलवान असला तरी आपण त्याच्यावर विजय मिळवू शकतो असा आत्मविश्वास तुम्हाला वाटला पाहिजे. जर तुम्ही सर्वोत्तम पद्धतींचा मागोवा घेत, उत्तम तयारी केली असेल तर तुम्ही आपल्या ज्ञानावर श्रद्धा ठेवून प्रत्यक्ष रणमैदानात उतरायला हवं; पण तुम्ही स्वतःला कमी लेखू लागलात तर मिळालेली संधी तुमच्या हातून निसटण्याची शक्यता अधिक असते.

त्या राखेच्या ढगासारखीच ही नवी उद्भवलेली परिस्थितीही आमच्या नियंत्रणापलीकडे होती. एक श्रेष्ठ दर्जाचं हार्डवेअर असलेला संगणक क्लस्टर उपलब्ध झाल्याने माझ्या प्रतिस्पर्ध्याचं बळ अचानक वाढलं होतं; पण त्याबद्दल मी विशेष काहीच करू शकत नव्हतो. अखेर आम्ही ठरवलं की, फ्रेडरिककडून मिळालेली माहिती आपण मनाच्या एका कोपऱ्यात दडपून ठेवायची आणि ती आपल्याला जणू मिळालेलीच नाही असा आव आणायचा, कारण एखाद्या अदृश्य शत्रूशी तुम्ही लढू शकत नाही. जोपर्यंत आम्ही टोपोलोव्हच्या प्रशिक्षण केंद्रात जाऊन त्याच्यापाशी असलेला संगणक क्लस्टर प्रत्यक्ष पाहत नाही आणि स्वतः तो तपासून बघत नाही, तोपर्यंत तो प्रत्यक्ष काय करू शकतो यापेक्षा तो आपल्याला सहज नामोहरम करेल या कल्पनेनेच भयभीत होणार.

मनातील भीतीची लाट हळूहळू ओसरल्यावर आम्ही एक नवी योजना आखली. असंगणकीय बुद्धिबळ पद्धतीने खेळून प्रतिस्पर्ध्याला आपणच आधी चकित करण्याची रणनीती आम्ही बनवू लागलो. डाव कोणत्या पद्धतीने खेळायचा किंवा कोणते डावपेच वापरायचे, हे आधी न ठरवता पटावर जे पर्याय उपलब्ध होतील त्याप्रमाणे उत्स्फूर्तपणे चाली खेळायचं मी ठरवलं. सराव करतानाही मी दर खेपेस नव्या कल्पना वापरत असे, मग त्या रद्द करत असे आणि त्यांच्याकडे पुन्हा कधीही

वळूनही पाहत नसे. मला हाच पर्याय व्यावहारिक आणि योग्य वाटला. आम्ही अंधारात चाचपडत होतो आणि प्रतिस्पर्ध्याकडे असलेल्या महासंगणकातील शक्तीचा आम्हाला काहीच अंदाज घेता येत नव्हता. आम्हाला फक्त एवढंच ठाऊक झालं होतं की, आमच्यापाशी ८ गणिती केंद्रे असलेला संगणक होता, तर टोपोलोव्हपाशी असलेल्या संगणकामध्ये ११२ गणिती केंद्रे होती.

अचानक आलेल्या समस्येशी झगडत असताना सुदैवाने आमच्या दिशेने मदतीचा एक हात पुढे आला. लंडनमध्ये बुद्धिबळ प्रोग्रॅम्स बनवणाऱ्या हिअरकस कंपनीच्या हार्वे विलियम्सन व मार्क युनिएक यांनी आमच्याशी संपर्क साधत, आम्हाला मदत करण्याची इच्छा बोलून दाखवली. त्यांच्यापाशी असलेला एक शक्तिशाली संगणक त्यांनी आम्हाला वापरण्याची परवानगी दिली; त्यामुळे आमच्या बऱ्याच शंका व समस्यांचं निराकरण होऊ शकलं.

स्पर्धेची सुरुवातच अतिशय कडवटपणे झाली.

प्रतिस्पर्धी संघातील कुणीही माझ्याशी हात मिळवले नाहीत किंवा माझ्याकडे पाहिलंही नाही. पत्रकार परिषदेत तंग वातावरण होतं. माझ्याविरुद्धचा राग, त्वेष व खुन्नस उफाळून आली होती. आपण 'सोफियातील नियमांनुसार' म्हणजे एकही शब्द न बोलता प्रत्येक सामना खेळणार असल्याचं टोपोलोव्हने जाहीर केलं. सामना बरोबरीत सोडवण्याचा प्रस्ताव देतानाही तो माझ्याशी बोलणार नव्हता. मी निर्विकार होतो. सामनास्थळी केलेली व्यवस्था गैरसोयीची आणि त्रासदायक होती. प्रसाधनगृहं सोडून जागोजागी कॅमेरे लावलेले होते आणि प्रत्येक कोपऱ्यात जामर्सही ठेवले होते. याचा अर्थ जर मी प्रसाधनगृहात जाताना माझ्या मागचा दरवाजा नीट बंद करायला विसरलो तर मी करत असलेलं काम कॅमेऱ्यातून सर्वांना दिसणार होतं. कारण प्रसाधनगृहाच्या दरवाजाबाहेरही कॅमेरा लटकवलेला होता. सामना सुरू असताना टोपोलोव्हचा मॅनेजर सिल्व्हिओ डनायलोव्ह आम्ही खेळत असलेल्या मंचासमोरून फोनवर बोलत असल्याचा बहाणा करत मधूनच फेऱ्या मारायचा. बुद्धिबळाच्या पटावरील स्थितीची माहिती तो कुणाला तरी सांगत होता. दोन-तीनदा असं घडल्यावर पंचाने त्याला तिथे येण्यास प्रतिबंध केला. माझ्यावर मानसिक दडपण आणण्यासाठीचे ते डावपेच होते; पण मला ते सर्व फारच हास्यास्पद वाटत होतं.

मी पूर्ण तयारीनिशी पहिला सामना खेळायला बसलो; परंतु ग्रुनफेल्ड पद्धतीने डावाची सुरुवात करताना मी चालींच्या क्रमात थोडा गोंधळ केला. सरावाच्या वेळीही आमची अशीच गडबड व्हायची आणि त्या समस्यांचं नेमकं उत्तर आम्हाला सापडलं नव्हतं. सामन्याच्या आदल्या दिवशी रुस्तमने मला त्यातून बाहेर पडण्याचा

मार्ग दाखवला होता; पण प्रत्यक्ष खेळताना मी अचानक बधिर होऊन गेलो. त्या पद्धतीतील छोटे बारकावे मी नीट शिकून घेतले नव्हते आणि मला शिकवलेल्या चाली मी पटावर पुन्हा नीट बांधू शकलो नाही. मला फक्त Kf7 ही त्यातील महत्त्वाची चाल आहे एवढंच लक्षात होतं; परंतु ती चाल मी खूप आधीच खेळलो आणि अखेर मी तो सामना गमावून बसलो.

सामन्यानंतर जेव्हा मी आमच्या सराव खोलीत पोहोचलो, तेव्हा माझ्या संघसदस्यांचे चेहरे उतरलेले होते. ते आपली निराशा लपवू शकत नव्हते. अशा चुका का होतात, याची ते आपापसांत उत्तरं शोधण्याचा प्रयत्न करत होते. त्यांच्या शिकवण्याच्या पद्धतीत काही दोष होते का? त्यांनी मला वेगळ्या प्रकारे शिकवण्याची गरज होती का? काल रुस्तम जेव्हा मला त्याबद्दल सांगण्याचा प्रयत्न करत होता, तेव्हा इतरांनीही त्याची टिपणं काढून एकमेकांना दिली असती तर सामन्याचा निकाल वेगळा लागला असता का? मला समजत होतं की, झाल्या प्रकाराबद्दल रुस्तमही मनातून स्वतःला दूषण देतो आहे; पण वातावरणातील ताण हलका करण्यासाठी तो अली जी इंडाहाउस या गाजलेल्या उपहासात्मक चित्रपटातील किस्से सांगून आम्हाला हसवण्याचा प्रयत्न करत होता.

आश्चर्याची गोष्ट म्हणजे सामन्यात पराभव स्वीकारूनही मी अगदी शांत होतो. मी सर्वांना सांगितलं की, टोपोलोव्हची खेळण्याची पद्धतच अशी आहे की, ती त्याला बचावात्मक पद्धतीने खेळूच देत नाही; त्यामुळे जास्तीतजास्त काय होईल की, कदाचित तो पुढच्या डावात माझ्यावरची आघाडी दुपटीने वाढवू शकेल; पण तरीही त्याच्या या सदोष पद्धतीमुळे स्पर्धेच्या पुढच्या भागात मला त्याच्यावर कुरघोडी करण्याची नक्कीच संधी मिळेल. टोपोलोव्ह हा डावाच्या सुरुवातीपासूनच आक्रमक पवित्रा घेत थेट लढाई करण्याच्याच तयारीत असायचा. त्याच्या या बिनधास्त धडक देण्याच्या स्वभावामुळे त्याच्या प्रतिस्पर्ध्यांनाही त्याला कोंडीत पकडण्यासाठी भरपूर संधी मिळत असे. टोपोलोव्हच्या हातून अशी एखादी चूक व्हायची की, त्याने डावावर मिळवलेली पकड ढिली होऊन जायची.

झालेला पराभव विसरण्यासाठी मी माझ्या खोलीत 'फॉल्टी टॉवर्स' आणि 'यस मिनिस्टर' या मालिकेचे एकापाठोपाठ एक भाग पाहायला सुरुवात केली; पण त्यामुळे मला नंतर बराच वेळ झोप लागली नाही.

मला माझी चूक अजूनही पुरती उमगली नव्हती.

पुढच्या डावात मी पुन्हा चाली करण्याच्या क्रमवारीत घोळ केला आणि पांढऱ्या मोहऱ्यांनी खेळत असतानाही पहिल्या डावापेक्षा स्वतःला अधिक अडचणीत आणलं. माझ्या संघालाही मी खजील करत होतो. सुदैवाने माझ्या त्या चुकीचा टोपोलोव्ह फायदा उठवू शकला नाही. त्याला प्रत्युत्तर देण्याचा मार्गच सापडला

नाही. उलट माझ्यावर मात करण्याच्या नादात नको त्या मार्गाला जाऊन त्याने मला एक गुण बहाल केला. दुसऱ्या डावातील विजय मी कष्टपूर्वक नक्कीच मिळवला नव्हता हे मला प्रामाणिकपणे कबूल करावंच लागेल. दुसऱ्या सामन्यानंतर विश्रांतीचा दिवस असल्यामुळे मी दिवसभर अगदी आनंदी मनःस्थितीत होतो. पहिल्या डावातील दारुण पराभव आणि दुसऱ्या डावाच्या सुरुवातीला पुन्हा एकदा तोही डाव हरण्याची शक्यता निर्माण झाली असताना अचानक मी सारं चित्र पालटवू शकलो आणि डावावर पकड मिळवण्यात यशस्वी ठरलो. नंतर निलसन मला म्हणाला की, आमचा डाव सुरू असताना क्षणभर त्याला व रुस्तमला वाटलं की, आपल्या संगणकावरची माहिती कोणीतरी चोरत असावं. कारण ज्या बाबतीत आम्ही थोडे कमकुवत होतो, त्याच दिशेने टोपोलोव्ह प्रत्येक चाल खेळत होता. (अर्थात आम्ही सामना सुरू होण्यापूर्वी आमच्या अडचणींमधून मार्ग शोधला होता.) निलसनने जरी माझ्यासमोर बोलून दाखवलं नसलं तरी माझी खात्री आहे की, जर टोपोलोव्ह आमची माहिती चोरत असेल तर आम्ही ही स्पर्धा हरणार असंही त्यांना मनातून नक्कीच वाटलं असणार.

हॉटेलमध्ये पोहोचल्यावर सर्वांनी माझं जंगी स्वागत केलं. माझ्या मते त्या दिवशीचा निकाल हा खरोखरच नशिबाचा भाग होता आणि दैव माझ्यावर नक्कीच प्रसन्न झालं होतं; त्यामुळे आमच्यात पुन्हा उत्साह निर्माण झाला. जर तिसऱ्या-चौथ्या सामन्यातही तुम्ही एका गुणाच्या पिछाडीवर खेळत असाल तर आपला पराभव आता अटळ आहे, अशीच तुमची मनोधारणा तयार झालेली असते. दुसऱ्या डावात मिळवलेल्या विजयामुळे मात्र आता दहा सामन्यांची स्पर्धा होणार हे नक्की झालं होतं.

तिसऱ्या डावासाठी आम्ही ग्रुनफेल्ड पद्धत पुन्हा न वापरण्याचं ठरवलं; याचं एक कारण म्हणजे त्या पद्धतीत अतिशय काटेकोरपणे खेळायला लागतं आणि दुसरं कारण म्हणजे आम्ही ती पद्धत पुन्हा वापरू या अंदाजाने टोपोलोव्हच्या संघाने आपल्या महासंगणकाची मदत घेऊन ग्रुनफेल्ड पद्धतीचं पूर्ण विश्लेषण करून घेतलेलं असणार अशीही शंका आम्हाला सतत भेडसावत होती. तिसऱ्या डावात काळ्या मोहऱ्यांनी खेळताना आम्ही डावाच्या अखेरच्या भागात एलिस्टा पद्धतीचा अवलंब करून आमची स्थिती मजबूत करण्याचा निर्णय घेतला. टोपोलोव्हच्या संगणकीय प्रभावित पद्धतीला शह देण्याचा तो उत्तम मार्ग होता. त्यात दोघांचे वजीर सुरुवातीलाच मारले गेल्यामुळे पुढचा सारा डाव पूर्णपणे रणनीतीच्या आधारे अतिशय खोलवर खेळला जाणार होता. त्या डावात माझी स्थिती ही कायम काहीशी कमजोर राहणं अपेक्षित असलं तरी आम्ही त्या पद्धतीचा सर्व बाजूंनी इतका सखोल अभ्यास केला होता की, मी माझं फारसं नुकसान न होऊ देता, शेवटपर्यंत किल्ला लढवू शकेन असा मला आत्मविश्वास होता. तो डाव बरोबरीत

सुटण्याची चिन्हं फार लवकरच दिसू लागली; परंतु सामन्याच्या दरम्यान आपण एकही शब्द न बोलण्याची घोषणा टोपोलोव्हने पूर्वीच केली असल्यामुळे तो अडचणीच्या स्थितीत सापडला होता. मी त्याच त्याच चाली पुनःपुन्हा खेळत होतो आणि अशा तिसऱ्या पुनरावृत्तीनंतर मी डाव अनिर्णित ठेवण्याचा प्रस्ताव मांडावा अशी त्याची अपेक्षा होती. मी तसं केलं नाही. मी पुन्हा तीच चाल खेळत राहिलो; त्यामुळे तो अधिकाधिक अस्वस्थ होत गेला. दुसरा काही पर्यायच शिल्लक न राहिल्याने डाव बरोबरीत सुटला हे पंचांना सांगण्यासाठी तो जागेवरून उठला; पण तोपर्यंत मी पुढची चाल केली होती; त्यामुळे टोपोलोव्हलाही आणखी एक चाल खेळावी लागली. तेवढ्यात पंचानीच टोपोलोव्हचा निरोप माझ्यापर्यंत पोहोचवला. मी गुणफलकावर सही करून तो टोपोलोव्हच्या हाती दिला; पण आम्ही दोघांनीही एकमेकांशी हात मिळवले नाहीत. त्याबद्दल त्याला नंतर कुणीतरी छेडलं असता, आपण हस्तांदोलन करायला विसरलो अशी सबब त्याने सांगितली. मलाही त्याच्याशी हात मिळवावा की पंचाशी हा प्रश्न पडला होता. अखेर मी कोणाशीही हस्तांदोलन केलं नाही.

त्या डावातील गमतीदार गोष्ट म्हणजे आम्ही क्रॅमनिकच्या कॅटलन पद्धतीने त्या डावाची सुरुवात केली होती. २००६ मध्ये जेव्हा क्रॅमनिकने टोपोलोव्हवर विजय मिळवला, तेव्हा त्याने या पद्धतीचा डाव क्रमांक २ व ४ मध्ये वापर केला होता आणि क्रमांक ३च्या डावात काळ्या मोहऱ्यांनिशी खेळताना त्याने स्लाव्ह बचाव पद्धत वापरली होती. त्या दिवशी मी वापरलेली कॅटलन पद्धत क्रॅमनिकच्या नजरेतून सुटली नव्हती. सामना संपल्यावर त्याने आमच्याशी संपर्क साधला. आपल्या नेहमीच्या निर्विकार मिश्कील शैलीत तो मला म्हणाला, 'तू माझ्यासारखा खेळतोस हे पाहून मला मोठी मौज वाटली; पण तू माझी पद्धत इतक्या वाईट रितीने वापरलीस की, ते पाहून ताबडतोब तुझ्या मदतीला धावून यावं, असं मला प्रकर्षाने वाटलं.' आणि असं म्हणून तुझ्या संघाचा दूरस्थ सहकारी व्हायला तयार आहे असा प्रस्ताव त्याने मला दिला.

क्रॅमनिक आमच्या सहवासात आल्यानंतर मी काळे मोहरे घेऊन किती चुकीच्या पद्धतीने खेळत होतो हे त्याने मला सप्रमाण दाखवून दिलं. खरंतर माझ्यापाशी उत्तम सॉफ्टवेअर वापरणारे चार प्रशिक्षक होते; परंतु तरीही डावातील सुरुवातीच्या चालींबद्दलही त्याची मर्मदृष्टी खरोखरच वाखाणण्यासारखी होती. आमच्या सर्वांच्या नजरेतून निसटलेले अत्यंत सूक्ष्म तपशीलही त्यानं ज्या तऱ्हेने हेरले होते, ते पाहून मी थक्क झालो. एलिस्टा पद्धतीसंबंधीची त्याची जाण आणि आमची समज यात खूपच फरक होता. त्याच्या मार्गदर्शनानंतर आम्हाला आमचे इतके दोष सुधारावे लागले की, आम्ही केलेल्या अभ्यासाच्या दिशेवरचा आमचा विश्वासच उडाला. मला आठवतं की, राडेक व सूर्या त्यावर जवळजवळ सलग ३० तास

काम करत राहिले आणि अखेर त्यांना सारं चित्र स्पष्ट झालं.

आमची मदत करण्यासाठी माझ्या चार प्रशिक्षकांइतकाच क्रेमनिकही रात्रंदिवस झटला. त्याच काळामध्ये कास्परोव्हही कधी स्काइपवरून, तर कधी आपली टिपणं पाठवत आमच्या संपर्कात राहिला. खरंतर स्पर्धा सुरू होण्याआधीपासूनच त्याने आम्हाला मदत करण्याची तयारी दाखवली होती. त्याच्यासाठी एक खास प्रश्नावली तयार कर असं मी निलसनला सांगून ठेवलं होतं. त्याला कास्परोव्हने समर्पक उत्तरं पाठवली आणि आपल्या काही नव्या कल्पना आणि डाव सुरू करण्याच्या त्याने बनवलेल्या पद्धतीही आम्हाला समजावून सांगितल्या. तो २००५ मध्येच निवृत्त झालेला असल्यामुळे साहजिकच त्याच्या काही कल्पना आता कालबाह्य ठरल्या होत्या. त्याने असा अचानक आमच्याशी संपर्क साधण्याचा त्याचा हेतू म्हणजे फिडे संघटनेच्या आगामी अध्यक्षपदाच्या निवडणुकीसाठी तो आपली उमेदवारी जाहीर करणार होता आणि त्याला आमचा पाठिंबा हवा होता; पण तरीही बुद्धिबळ खेळाचं सखोल ज्ञान व मर्मदृष्टी असणारे दोन महान खेळाडू आम्हाला मार्गदर्शन करत होते ही गोष्ट आमच्यासाठी फार मोलाची व आमचं मनोधैर्य उंचावणारी होती.

आमचा आणखीही एक हितचिंतक होता. स्पर्धा सुरू व्हायला बराच अवधी असताना कार्लसनने मला फोन केला. मेक्सिको व बॉन स्पर्धेच्या आधीही त्याने मला आवर्जून फोन केला होता. आमच्या दोघांमध्ये नेहमीच मैत्रीपूर्ण, पण खटकेबाज संवाद चालत. त्या वेळी मलाही सरावाला सुरुवात करायची होती म्हणून मी त्याला आमच्या घरी यायचं आमंत्रण दिलं. आम्ही काही सराव सामने खेळलो आणि त्याने डावाची सुरुवात करण्यासाठी निवडलेल्या वेगळ्या पद्धतींचा मी स्पर्धेत वापर करायचं ठरवलं. तो घरी आल्यामुळे मला तावातावाने वाद घालण्यासाठी एक साथीदार मिळाला आणि त्याच्यापाशी असलेलं खेळाचं ज्ञान व माहिती याचं नीट आकलन करून घ्यायची मला संधीही लाभली. बॉन स्पर्धेच्या आधी आम्ही बिल्बाओ येथे एकत्र स्पर्धा खेळलो होतो आणि त्यानंतर तो माझ्या माद्रिदच्या घरी तीन दिवस मुक्कामाला आला होता. त्या काळात आमच्या गप्पांना ऊत आला होता. सोफियाच्या स्पर्धेआधी झालेल्या अंबर स्पर्धेनंतरही तो काही दिवस माझ्या घरी राहायला आला होता व त्या काळात डाव सुरू करण्याच्या नव्या कल्पनांवर चर्चा करत - आम्ही काही जलद सामने खेळलो होतो. पटावरील सोंगट्यांची स्थिती कशीही असली तरी तो त्यातून सहज मार्ग काढत असे; एवढं कौशल्य त्याच्यापाशी होतं. तो घरी परत जायला निघण्याच्या आदल्या रात्री अचानक तो, त्याला न शोभणाऱ्या औपचारिक भाषेत माझे आभार मानणारं भाषण करू लागला. माझ्याबरोबरच्या सत्रात खूप मजा आल्याचं सांगत त्याने आगामी स्पर्धेसाठी मला शुभेच्छा दिल्या. त्यानंतर मात्र लगेच तो नेहमीच्या भाषेत मला म्हणाला, 'आपण असं निरर्थक बोलणं,

टाळू या का?' आणि त्यावर आम्ही दोघेही भरपूर हसलो. मग मीही त्याला मजेत म्हटलं की, समजा, जरी पुढच्या विश्वविजेतेपदाच्या स्पर्धेत आपण एकमेकांचे प्रतिस्पर्धी असलो तरी स्पर्धेआधी तू माझ्या घरी राहायला यायचं आणि मला शिकवायचं.

आमच्यापाशी कमी दर्जाचे संगणक असले तरी आमच्याजवळ ज्ञानसंपन्न 'मनुष्यपुंज' होता. मला मदत करण्यासाठी आणि माझी तयारी करून घेण्यासाठी ते सारे एकत्र आले होते. जर ते माझ्यासोबत नसते तर स्पर्धेचा निकाल वेगळाच लागला असता.

स्पर्धेच्या उत्तरार्धात रंगबदल झाल्यानंतर मला पांढऱ्या मोहऱ्यांसह लागोपाठ दोन डाव खेळण्याची संधी मिळाली; त्यामुळे काळ्या मोहऱ्यांनी डावाला कशी सुरुवात करायची, हा आम्हाला पडलेला पेच काही काळ बाजूला ठेवता आला. मात्र, पांढऱ्या मोहऱ्याने खेळायला मिळालेल्या संधीचा मी दोन्ही डावांत लाभ उठवू शकलो नाही. दीर्घकाळ चाललेले ते डाव बरोबरीत सुटले. काळ्या मोहऱ्यांनी खेळताना मात्र आम्ही निराश मनःस्थितीत असायचो, कारण दरखेपेस आम्हाला सतत वेगवेगळ्या समस्यांनाच तोंड द्यावं लागायचं. माझा संघ त्यातून एखादा गुंतागुंतीचा उपाय शोधून काढत असे; पण अखेरीस तोही असफल ठरत असे. या वेळच्या स्पर्धेमध्ये बॉनसारखी मजा येत नव्हती. इथे आमची काहीशी दयनीय अवस्था झाली होती. एलिस्टासारख्या सुंदर पद्धतीचाही एव्हाना आम्हाला वीट येऊ लागला होता. खराब स्थिती असताना बचाव कसा करायचा हे ठरवण्यातच आमचा बराच वेळ खर्च व्हायचा; पण त्या पद्धतीवर खूप काम केल्यानंतर आम्हाला ती बाजूलाही सारता येईना. अखेर आणखी एका डावात तिचा वापर करण्याचा आम्ही निर्णय घेतला.

मला मानसिक थकवा आला होता हे आठव्या डावात अगदी उघड झालं. मी उत्तम बचाव करत डाव अनिर्णित राखण्याच्या अगदी जवळपास आलो होतो; पण एक मोठी चूक केली आणि डाव गमावून बसलो. मानसिक दमछाक झालेली असली की, माणसाच्या हातून कसं वर्तन होतं, याचं ते मूर्तिमंत उदाहरण होतं. तुम्ही आपल्या कल्पनेशीच झगडू लागता आणि मग तुमचा मेंदू तुम्हालाच फसवतो. का कुणास ठाऊक; पण टोपोलोव्हचा राजा पार दुसऱ्या टोकाला आलाय असंच समजून मी खेळत राहिलो. त्या मागचं कारण मी डाव संपल्यानंतर माझ्या साहाय्यक शिक्षकांना सांगू शकलो नाही, कारण माझ्या विचारातच गोंधळ झाला होता. त्या पराभवाने मला जोरदार दणका दिला. मी केवळ डाव गमावला नाही तर टोपोलोव्हवर मिळवलेली एका गुणाची महत्त्वपूर्ण आघाडीही गमावली. आता दोघांचेही ४-४ असे समसमान गुण झाले होते. जर मी तो डाव बरोबरीत सोडवला असता तर मी खेळाची दिशा आणि पद्धत बदलून पुढच्या डावात सहजपणे नवी पद्धत वापरली असती; पण आता केवळ हरलोय म्हणून खेळाची

पद्धत बदलणं माझ्या मनाला पटलं नसतं.

८व्या डावानंतर जेव्हा मी आमच्या सरावाच्या खोलीत प्रवेश केला, तेव्हा माझी निराश मनःस्थिती मी इतरांपासून लपवू शकलो नाही. माझ्या साहाय्यक शिक्षकांनी मात्र त्यांना झालेला मनस्ताप मला जाणवूही दिला नाही. मी तो डाव सहज अनिर्णित राखू शकलो असतो, हे त्यांना समजलेलं असलं तरी त्यांनी माझ्यापाशी तसा उल्लेखही केला नाही. मला झाली तेवढी शिक्षा पुरे आहे; त्यात आणखी भर पडायला नको असा विचार त्यांनी केला असावा. डावाचा शेवट करणाऱ्या कठीण पद्धती निवडून केवळ नशिबावर हवाला ठेवला तर असा निकाल येणं अपरिहार्य आहे यावर सर्वांचं एकमत झालं. त्यानंतर काही वेळातच कास्पारोव्ह माझ्याशी स्काइपवरून बोलू लागला आणि त्याबरोबर माझ्या प्रशिक्षकांचे चेहरे उतरू लागले. त्यांनी अतिशय जाणीवपूर्वक मी केलेल्या चुकांबद्दल बोलायचं टाळलं होतं आणि आता मी तो डाव कसा बरोबरीत सोडवू शकलो असतो हे कास्पारोव्ह मला अगदी नीट समजावून सांगत होता. कास्पारोव्ह हा नेहमीच आपली मतं मला स्पष्ट व मोकळेपणाने सांगायचा; त्यामुळे तो काय सांगणार हे मला ठाऊक होतं. अशा वेळी तुम्हाला दोघांच्याही बाजू दिसत असतात आणि पटतही असतात. तुम्ही त्या डावात कसं खेळायला हवं होतं हे डाव संपल्यानंतर इतरांकडून तुम्हाला ऐकायचं नसतं; पण दुसऱ्या बाजूला तुम्ही काय चुका केल्या ते जाणून घ्यायचीही तुमची इच्छा असते, कारण त्यामुळे तो विषय कायमचा संपणार असतो.

तो पूर्ण दिवस मी अस्वस्थ होतो.

मी मिळवलेली आघाडी आता संपुष्टात आली होती आणि नववा डाव सुरू होण्याआधी आम्हा दोघांचे ४-४ गुण झाले होते. माझ्या संघसदस्यांनी आपापसांत कामं वाटून घेतली होती. क्रॅमनिकने ग्रुनफेल्ड पद्धतीवर मांडलेल्या कल्पनांचा फक्त सूर्या एकटाच अभ्यास करणार होता आणि बाकीचे तिघेही दुसऱ्या पांढऱ्या मोहऱ्याने खेळल्या जाणाऱ्या डावासाठी निमझो-इंडियन पद्धतीचा कीस काढणार होते. स्पर्धा सुरू होण्यापूर्वी बॅड सोडेनला घेतलेल्या प्रशिक्षण शिबिरात आम्ही तिचा भरपूर सराव केला होता; पण आता आम्हाला त्यात काही अद्ययावत गोष्टींचा समावेश करायचा होता. त्याप्रमाणे माझ्या संघाने निमझो-इंडियनमधील काही नव्या कल्पना शोधूनही काढल्या; पण तरीही ९व्या डावाचा शेवट काहीसा निराशाजनक झाला. मी टोपोलोव्हसमोर काही गंभीर समस्या निर्माण केल्या आणि त्याला परिस्थितीचा नीट अंदाज आला नाही. माझे मोहरे मागे-पुढे नेत मी झटपट दिशा बदलत होतो आणि त्या प्रकारामुळे मी विजयाच्या अगदी जवळ आलो होतो; पण त्यात थोडी गुंतागुंत निर्माण झाली. त्याचप्रमाणे तोही या कोंडीतून बाहेर पडण्याच्या मार्गानिजीक येऊन पोहोचला होता; पण त्याची पूर्ण सुटका होणं

अशक्य होतं. काही काळ आम्ही दोघंही कड्याच्या टोकावर उभे होतो; पण अखेर माझी पकड ढिली झाली आणि डाव बरोबरीत सुटला.

दहाव्या डावासाठी आम्ही पुन्हा ग्रुनफेल्ड पद्धतीकडे वळायचं ठरवलं. कॅटलन पद्धतीने तिचा हेतू चोख साध्य केला असल्याने त्यात आता आणखी बदल करणं शक्य नव्हतं. आता त्यातून बाहेर पडणं गरजेचं होतं. डाव सुरू होण्याआधी रुस्तमने मला एक मोलाचा सल्ला दिला. त्याच्या मते मी आता स्वतःला मोकळं सोडायला हवं होतं. मी पुन्हा माझ्या नेहमीच्या जलद पद्धतीने खेळायला सुरुवात करायला हवी आणि सर्वोत्तम चालीविषयी अतिविचार करत बसू नये. मी त्याचं बोलणं बहुधा शब्दशः घेतलं असणार, कारण तो डाव मी काहीशा धसमुसळेपणाने खेळलो. जर एखादी चाल मला चांगली वाटली तर स्वतःवर संयम न ठेवता मी ती लगेच खेळत होतो. मी त्या डावात कधीही अडचणीत सापडलो नसलो तरी पांढऱ्या मोहऱ्यांसह खेळताना माझी प्रत्येक चाल अचूक होती, असं म्हणता आलं नसतं; पण टोपोलोव्ह मला पेचात पकडू शकला नाही. उलट पटावरील एखाद्या वाईट स्थितीचं चटकन चांगल्या स्थितीत रूपांतर होत असे. त्या दृष्टीने माझ्या जलद खेळण्याचा डावावर नक्कीच प्रभाव पडला होता. आम्ही १०वा डाव बरोबरीत सोडवल्यामुळे काळ्या मोहऱ्यांमुळे होणाऱ्या त्रासावर आम्ही नियंत्रण मिळवू शकलो. ११व्या डावात आम्ही इंग्लिश पद्धतीने डावाला सुरुवात करण्याचा निर्णय घेतला. तो एक नवा प्रयोग होता. आता दोनच डाव उरले होते. ते दोन्ही डाव अतिशय महत्त्वाचे व मोलाचे होते, कारण त्यातल्या एका डावात जरी माझा पराभव झाला असता तर मी स्पर्धेबाहेर गेलो असतो.

११व्या डावासाठी आम्ही पुन्हा आमची पद्धत बदलली. या वेळी आम्ही इंग्लिश पद्धत निवडली. त्या स्पर्धेमध्ये मी डाव सुरू करायच्या विविध पद्धती इतक्या झटपट शिकत होतो की, प्रत्येक पद्धतीमधील अत्यंत सूक्ष्म बारकावे नीट समजून घेण्याएवढा वेळ माझ्यापाशी नव्हता. पाच दिवसांमध्ये एखादी भाषा शिकण्याइतकंच ते अवघड काम होतं. ११वा डाव समतोलपणे पुढे सरकत असताना, अचानक मी स्वतःवर संकट ओढवून घेतलं; त्यामुळे डाव हरण्याची दाट शक्यता निर्माण झाली; परंतु सुदैवाने तसं काही घडलं नाही. उलट बरोबरी मान्य करण्याआधी मी काही वेळ टोपोलोव्हला चांगलंच चकवलं होतं.

आता १२व्या डावासाठी नेमकी कशी तयारी करायची, हा आमच्यासमोरचा बिकट प्रश्न होता. ज्या पद्धतींनी आम्हाला गोत्यात आणलं होतं, त्याच पुन्हा वापरायच्या की एखादी नवी पद्धत निवडायची? १२वा डावही बरोबरीत सुटला तर नंतर खेळाव्या लागणाऱ्या टाय-ब्रेकच्या शक्यतेला सामोरं जाण्यासाठीही आमचा संघ सज्ज झाला होता. १०व्या डावातील ग्रुनफेल्ड पद्धतीकडे आम्हाला पुन्हा परतायचं

नव्हतं, कारण टोपोलोव्हपाशी असलेल्या महासंगणकाने तिची पुरती छाननी केला असण्याचा धोका आम्हाला जाणवत होता. १०व्या डावात आम्ही ग्रुनफेल्ड वापरू अशी त्याने अपेक्षा केली नव्हती; पण एकदा ती वापरल्यावर आम्ही पुन्हा तिचा उपयोग करू हे गृहीत धरून त्यावर कशी मात करायची यावर त्याने नक्कीच तोडगा शोधलेला असणार, असं आम्हाला वाटत होतं. १२व्या डावावर हुकमत मिळवण्यासाठी त्याला सुरुवातीलाच एक वेगळा धक्का देणं आवश्यक होतं.

माझे सर्व प्रशिक्षक हिल्टन हॉटेलच्या सर्वांत वरच्या मजल्यावर राहायचे. रात्रंदिवस अविरत काम करत, सतत हॉटेलमध्येच राहावं लागत असल्यामुळे त्यांना थोडी मोकळीक हवी असायची. त्यासाठी आम्ही क्वचित प्रसंगी जवळच्या उद्यानामध्ये एखादा फेरफटका मारायचो. त्या वेळात आमची एखादी बैठकही होत असे. १२व्या डावाआधी आम्ही अशीच एक बैठक घेतली. त्यामध्ये मी क्वीन्स गॅम्बिट डिक्लाइन्ड (पांढऱ्याने आपलं प्यादं मारण्याची संधी दिली असली तरी काळा ती नाकारतो.) पद्धतीने डाव सुरू करण्याचा माझा विचार बोलून दाखवला. ती पद्धत नक्कीच भक्कम होती; पण मी तिचा फारसा सराव केला नसल्याने मला त्या बाबतीत अगदीच थोडा अनुभव होता; त्यामुळे माझ्या संघाला त्यासाठी जिवापाड मेहनत घ्यावी लागणार होती. बॉनप्रमाणेच डाव कोणत्या पद्धतीने सुरू करायचा हे ठरवण्याची जबाबदारी मी त्यांच्यावर सोपवली नव्हती. तो धोका मी स्वीकारायचं ठरवलं आणि आमच्यापाशी जो काही थोडा वेळ उरला होता, तो पूर्णपणे अभ्यास व सरावासाठी वापरावा लागणार असल्याने आता काही झालं तरी क्वीन्स गॅम्बिट डिक्लाइन्ड पद्धतीनेच खेळायचा निर्णय मी निश्चित केला. माझ्या साहाय्यक शिक्षकांना क्रॅमनिकनेही रात्रभर मदत केली. शिवाय आमचा एक इंग्लिश मित्र ल्यूक मॅक्शेनही पहाटे त्या पाचजणांबरोबर सामील झाला. ल्यूक हा अतिशय हुशार व होतकरू तरुण बुद्धिबळपटू होता आणि आमच्या बॅड सोडेनच्या शिबिरामध्ये तोही सहभागी झाला होता. मी सकाळी ९ वाजता जेव्हा आमच्या सरावाच्या खोलीत पोहोचलो, तेव्हा पहाटे ५ वाजता आम्ही सर्वांनी क्वीन्स गॅम्बिट पद्धतीने खेळण्याच्या निर्णयावर शिक्कामोर्तब केल्याचं त्यांनी मला सांगितलं; त्यामुळे मला आता एकच काम करायचं होतं. शांत बसायचं. एकही प्रश्न विचारायचा नाही आणि ते सर्वजण जे काही सांगतील ते लक्षपूर्वक ऐकायचं.

त्या थोड्या वेळात माझी उत्तम तयारी झाली. प्रत्यक्ष सामन्यातही मी डावाची चांगल्या प्रकारे सुरुवात करू शकलो. त्यानंतर मला एका क्षणी एकच चाल पुन्हा करावी लागली; पण त्याने पुनरावृत्ती करायला नकार दिला. नकार दिल्यामुळे त्याला काय फायदा झाला हे मला समजेना. उलट त्याने दिलेला नकार मला विचित्र वाटला; पण मी आता त्याने चूक करायची वाट बघत बसण्याऐवजी माझी

प्यादी वेगाने पुढे सरकवत पटाच्या मध्यभागी जोरदार हालचाली करायला सुरुवात केली; त्यामुळे टोपोलोव्ह चिडला व बिथरला. विनाकारण त्याने दोन विचित्र चाली खेळल्या. लवकरच मी त्याला माझं प्यादं मारण्याची संधी दिली. मला ठाऊक होतं की, त्याने जर ती संधी घेतली नाही तर पुढे काहीच घडणार नाही; पण त्याने ते प्यादं मारलं तर मी त्याला आणखी एक प्यादं मारू देणार होतो. एकूण त्याच्या हिशेब करण्यात एखादी गफलत झाली तरच मला त्याचा फायदा झाला असता. जर त्याला परिस्थितीचा अचूक अंदाज आला असता, तर त्याचा निर्णय हुशारीचा ठरला असता; परंतु तो पुढच्या चाली झटपट खेळत गेला आणि त्यातच त्याच्या हातून मोठी चूक झाली आणि त्यामुळे त्याच्या राजाजवळ जाण्याचा मार्ग त्यानेच खुला करून दिला.

लढाईचं वातावरण जसजसं तापत जातं, तसा भल्याभल्यांचाही मेंदू काम करेनासा होतो.

सामना संपल्यानंतर टोपोलोव्हने त्याची मोठी चूक सर्वांसमोर कबूल केली. जलद बुद्धिबळ खेळण्यात मी त्याच्यापेक्षा सरस आहे, असं त्याला वाटत होतं. म्हणून स्पर्धा टाय-ब्रेकरपर्यंत पोहोचू नये यासाठी त्याने १२वा डाव जिंकण्याचा आटापिटा केला आणि त्यातच तो नको ती चूक करून बसला. तीच चूक त्याला भोवली. तुमच्या विजयाची शक्यता जास्त असो वा कमी, तुम्ही नसता जुगार खेळणं सर्वस्वी चुकीचं असतं. जुगार खेळणं आणि हिशेबी धोका पत्करणं यात खूप मोठा फरक आहे. टोपोलोव्हने भावनेच्या भरात फारसा विचार न करता निर्णय घेतला आणि त्यानंतर फक्त तीन चालींत मी त्याच्यावर मात करू शकलो. तिकडे हॉटेलमध्ये माझा संघ रात्रभर मेहनत करून दमला होता. मी डावाची केलेली कंटाळवाणी सुरुवात त्यांनी हॉटेलमध्ये बसूनच पाहिली. त्यानंतर मी हळूहळू सावरलो आणि त्यामुळे आता सामना बरोबरीत सुटणार अशी अटकळ बांधून सर्वजण झोपी गेले. रुस्तमला मात्र झोप येईना. तो उठून सरावाच्या खोलीत परत आला. तिथे निलसनच्या आनंदाला पारावर उरला नव्हता. असं काही घडेल याची रुस्तमने जराही अपेक्षा केली नव्हती.

मी जिंकत होतो.

मलाही तो क्षण आठवतो. त्या क्षणी मला आनंदाने उड्या माराव्याशा वाटत होत्या; पण मी स्वतःवर संयम ठेवला. मी खुर्चीवरून उठलो आणि मंचाच्या मागे खेळाडूंसाठी खास असलेल्या विश्रामकक्षात गेलो. तिथे असलेल्या टीव्हीच्या पडद्यावरून टोपोलोव्हने खेळलेली चाल मला दिसली. मी पुन्हा मंचावर गेलो आणि त्याने ती चाल खेळली असल्याची खात्री करून घेतली. त्यानंतर परत विश्रामकक्षात जाऊन शांतपणे चहाचे दोन घोट घेतले आणि स्वतःशीच मनापासून

हसलो. मग पटावर जाऊन मी पुढची चाल खेळत सामना, स्पर्धा आणि विश्वविजेतेपदाचा किताबही जिंकला.

भारतातील टीव्ही चॅनल्सचे पत्रकार सूर्याशी संपर्क साधण्याचा प्रयत्न करत होते. तो झोपला असेल याची त्यांना कल्पनाच नव्हती. हळूहळू माझ्या सर्व संघसदस्यांना माझ्या विजयाची बातमी कळली आणि आनंदोत्सव सुरू झाला.

खरं म्हणजे जेव्हा तुम्ही स्पर्धा जिंकता किंवा हरता, तेव्हा तुम्ही खेळण्यासाठी घेतलेल्या मेहनतीत काहीच कसर ठेवलेली नसते; पण जेव्हा तुम्ही स्पर्धा जिंकता, तेव्हा तुम्हाला आपल्या कष्टाचं चीज झाल्यासारखं वाटतं तर जेव्हा तुम्ही हरता, तेव्हा आपण उगाचच इतकी मेहनत घेतली असं तुम्हाला वाटतं. हा विजय बॉनमधील विजयाइतका खात्रीदायक निश्चितच नव्हता; पण त्या सामन्यावरून माझा प्रतिस्पर्धी आपल्या खेळाची तयारी करेल, काही नव्या पद्धतींनी खेळून मला चकित करेल व मी कोणत्या चाली खेळणार याची त्याला आधीच कल्पना असेल, अशी आमची अपेक्षा होती.

आमच्यापुरतं बोलायचं तर कोणत्याही वेळी अत्यंत लवचीक राहण्याची माझ्या संघाची असलेली क्षमता व तयारी हीच आमची खरी जमेची बाजू होती. ज्वालामुखीतून उसळलेला राखेचा ढग असो, प्रवासाच्या वेळापत्रकाची झालेली फरफट असो किंवा प्रतिस्पर्ध्याकडे एक महान शस्त्र असल्याची भीतिदायक बातमी असो. या सर्व अचानक उद्भवलेल्या अडचणींनी ते डगमगले तर नाहीतच, उलट त्यातून कसा मार्ग काढता येईल याचाच त्यांनी अत्यंत व्यावहारिक पातळीवरून विचार केला. अशा कोणत्याही घटनांमुळे आम्ही जराही खचलो नाही. आम्ही नशिबाला दोष न देता, ज्या गोष्टी आपण नियंत्रित करू शकतो असं आम्हाला वाटलं, त्यावर आमची सारी सकारात्मक ऊर्जा खर्च केली. स्पर्धा चालू असताना अनेकदा आम्हाला आधी ठरवलेली दिशा पूर्णपणे बदलावी लागली तरी तिचा संघाच्या मनोधैर्यावर मुळीच परिणाम झाला नाही. नव्या पद्धती, नवे मार्ग शोधण्याचा त्यांचा उत्साह तसूभरही कमी झाला नाही.

स्पर्धेच्या काळात अचानक उद्भवणाऱ्या आणीबाणीच्या प्रसंगावर अतिविचार करत बसण्यापेक्षा अशा वेळी मी रोजच्या दिनचर्येत स्वतःला पार गुंतवून टाकतो; त्यामुळे माझा प्रतिस्पर्धी जरी माझ्यावर मानसिक दडपण आणण्याचा प्रयत्न करत असला तरी तो माझी लय बिघडवू शकत नव्हता किंवा माझं लक्ष विचलित करू शकत नव्हता. तुम्ही दैनंदिन कामात गर्क राहिलात की, नको त्या गोष्टींची चिंता करण्याइतका वेळच तुमच्यापाशी शिल्लक राहत नाही. सोफियामध्ये असताना माझ्याकडे फक्त रात्री ११ ते १२ एवढाच मोकळा वेळ असायचा आणि त्या वेळी माझ्या प्रतिस्पर्ध्याचा विचार करत बसण्यापेक्षा मी यस मिनिस्टर मालिकेतील

सतत चुका करणाऱ्या अविचारी, दुर्दैवी; पण तरीही भोळ्या व दयाळू असलेल्या ब्रिटिश मंत्री जिम हॅकरच्या सहवासात रमलेला असायचो.

मला लवकरच एक वेगळाच साक्षात्कार होणार होता.

स्पर्धेच्या दरम्यान एक उंच, मध्यमवयीन, पिंगट केसांचा माणूस मला माझ्या संघाच्या आसपास फिरताना दिसायचा. त्याची खोली हॉटेलच्या आमच्याच भागात होती; पण तो कोण होता याची मला काहीच कल्पना नव्हती. मी त्याला क्वचित प्रसंगी आमच्या खोल्यांमध्ये डोकावताना किंवा हातात फ्लॅशलाइट ठेवून खोलीच्या पडद्यांमागे वावरताना पाहिलं होतं. तो आपल्या संघाचा सांस्कृतिक साहाय्यक आहे असं सांगत अरुणाने माझ्या मनातील संशय दूर करण्याचा प्रयत्न केला. त्या उत्तराने माझं विशेष समाधान झालं नसलं तरी मी त्यावर अधिक विचारही करत राहिलो नाही, कारण मला सामना खेळायचा असायचा. खरंतर त्याची आम्हाला खूप मदतही व्हायची. त्याला शहरातील पिझ्झा मिळण्याची ठिकाणं ठाऊक होती आणि त्याच्याकडे गाडी चालवण्याचा स्थानिक परवानाही होता. तो आम्हाला बीजी मेनू (आपल्याकडील स्विगी किंवा झोमॅटोप्रमाणे) वरून कुठल्याही रेस्टॉरंटमधील जेवण मागवून देत असे; त्यामुळे चांगले कपडे चढवून एखाद्या उपाहारगृहात जाण्याचा आमचा बहुमूल्य वेळ वाचत असे. स्पर्धेच्या अखेरीस मला समजलं की, आमच्या खोल्यांमध्ये कुणी छुपा कॅमेरा किंवा मायक्रोफोन तर ठेवला नाही ना, यावर सतत लक्ष ठेवण्यासाठी फ्रेडरिकने त्या गुप्त सुरक्षा हेराची नेमणूक केली होती, कारण आमच्यावर मात करण्यासाठी आमचा प्रतिस्पर्धी संघ कोणत्याही थराला जाण्याची शक्यता नाकारता येत नव्हती.

स्पर्धा संपल्यावर मी माझ्या टर्मिनेटर या आवडत्या चित्रपटातील सतत हातात पिस्तूल घेऊन तोऱ्यात फिरणाऱ्या नायकाच्या जागी स्वतःची कल्पना करू लागलो. मला त्याच्याच सारखं 'हस्ता ला विस्ता' (चला, निरोप घेऊ या, पुन्हा भेटू!) म्हणावंसं वाटलं.

या स्पर्धेची गोष्ट मला कृत्रिम ध्वनीपरिणामांच्या म्हणजे फटाक्यांच्या आतषबाजीच्या साथीने माझ्या नातवंडांना सांगायची आहे. ती गोष्ट थरारक व लोकप्रियही होऊ शकेल आणि मग जगाला कळेल की, बुद्धिबळपटू केवळ पटावरील मोहऱ्यांकडे पाहत स्तब्ध बसलेले नसतात, त्याहून बरीच व्यवधानं त्यांना हाताळावी लागतात.

मी ज्वालामुखीतून उसळलेल्या राखेच्या ढगांमुळे उद्भवलेले परिणाम भोगले आणि त्यातून स्वतःला सावरलं. युरोपमध्ये गाडीमधून ४० तासांचा प्रवास केला. महासंगणकाने निर्माण केलेल्या जबरदस्त आव्हानाशी झुंज दिली आणि विश्वविजेतेपदाचा किताब मिळवून जगभरात आपल्या देशाची मान उंचावली. मी सारं काही भोगलंय आणि उपभोगलंय! निदान माझा तरी तसा समज आहे.

या सामन्यात मी ठरवलेली एकही गोष्ट घडत नव्हती व त्यामुळे मी काहीसा गोंधळून गेलो होतो. ११व्या डावात माझी स्थिती खूपच वाईट होती. मी सामना गमावणारच होतो. वातावरणही तणावपूर्ण झालं होतं; पण त्याच क्षणी माझा प्रतिस्पर्धी आपल्या मनाचा तोल सावरू शकला नाही व त्याची डावावरची पकड ढिली पडली. तोच कोंडी फुटण्याचा क्षण होता; त्यामुळे प्रतिकूल परिस्थिती हळूहळू अनुकूल होत जाते, असा विश्वास वाटू लागला. सामन्यातील भावनिक उद्रेक व गोंधळातूनच शेवटी एका क्षणी नशिबाचे फासे माझ्या बाजूने पडले आणि तो क्षण माझ्यासाठी संस्मरणीय होऊन गेला.

♛

प्रतिकूलतेशी संघर्ष करण्यासाठी तुमच्याकडे मानसिक कणखरपणा हवा. अनेकदा गारपीट व्हावी तसे कठीण प्रसंग तुमच्यावर आदळत राहतात. असं काही घडू नये अशी तुमची कितीही तीव्र इच्छा असली तरी सर्वप्रथम तुम्हाला त्या विपरीत स्थितीचा शांतपणे स्वीकार करावा लागतो आणि मग व्यावहारिकतेचं भान ठेवून ती कशी हाताळायची हे ठरवावं लागतं. इथे एक गोष्ट लक्षात ठेवायला हवी की, तुमचा शत्रू कितीही बलाढ्य असला तरी

आपण त्याचा पाडाव करू शकतो, असा विश्वास तुम्हाला असला पाहिजे. त्यासाठी तुमच्यापाशी असलेले मार्ग आणि क्षमता यांचा तुम्ही खोलवर शोध घ्यायला हवा; पण तुम्ही जर स्वतःला कमी लेखू लागलात तर मिळालेली संधी तुमच्या हातून निसटण्याची शक्यता अधिक असते.

शहरं दोन, कथा तीच
अंगवळणी पडलेल्या अगतिकतेचा
मुकाबला करताना

तुझा विश्वविजेतेपदाचा काळ आता संपत आलाय, माझं मन मला विद्रूपणे ओरडून सांगत होतं. मी सारं चैतन्य हरवल्यासारखा यांत्रिकपणे चालत आमच्या सरावाच्या खोलीत आलो. संगणकात डोकं खुपसलेल्या माझ्या साहाय्यक प्रशिक्षकांनी आपल्या माना वर करत माझ्याकडे पाहिलं. त्यांचे चेहरे निस्तेज दिसत होते. खोलीत एक विचित्र शांतता पसरली होती. कोणीतरी तिचा भंग करेल, याची सर्वजण वाट पाहत होते. दोन वर्षांपूर्वी सोफियाला झालेल्या विश्वविजेतेपदाच्या स्पर्धेतील पहिल्याच डावात टोपोलोव्हकडून पराभव स्वीकारल्यावरही मी इतका निराश झालो नव्हतो. उलट त्या वेळी मी स्वतःला व माझ्या संघाला धीर दिला होता. त्या वेळचे माझे ते शब्द आठवण्याचा मी निकराने प्रयत्न केला. मी पुन्हा तोच प्रयत्न करून पाहायचं ठरवलं आणि बोलू लागलो. आपल्याला वाटते तितकी काही ही परिस्थिती वाईट नाही, आपल्यापाशी अजून जिंकण्याच्या बऱ्याच संधी आहेत. मी बोलत होतो; पण माझ्या आवाजात तितकासा जोर नव्हता. माझाच माझ्या बोलण्यावर विश्वास नव्हता आणि माझ्या संघालाही त्यातला निराशावादी सूर सहज समजत होता.

२०१२ मध्ये मॉस्को येथे सुरू असलेल्या बुद्धिबळ विश्वविजेतेपदाच्या स्पर्धेत या वेळी माझा जवळचा मित्र गेलफंड हाच माझा प्रतिस्पर्धी होता. पहिले सहा डाव सलग बरोबरीत सोडवल्यामुळे आमच्यात एक प्रकारची छान समानतेची भावना होती; पण अचानक त्या खेळीमेळीच्या वातावरणाला धक्का देत त्याने मला अक्षरशः धूळ चारली होती.

मला माझा विश्वविजेतेपदाचा किताब नक्कीच गमवायचा नव्हता. प्रतिस्पर्धी असूनही गेलफंड आणि माझ्यामध्ये कुठेही कडवटपणा किंवा कटुता नव्हती. आम्ही दोघेही एकमेकांना अटीतटीची झुंज देत होतो; परंतु डाव अनिर्णित घोषित

झाल्यावरही त्याबद्दल आम्हाला ना खंत वाटत होती, ना खेद! त्या सहाही डावांच्या दरम्यान आम्ही एकमेकांसमोर बसून जणू नेहमीसारखा सराव करत होतो. काही ठिकाणी चमक दाखवत होतो तर काही बाबतींत सुधारणा करण्याचा प्रयत्न करत होतो. दोघांपैकी कुणीही एकमेकांवर जास्त दडपण आणत नव्हतं. परंतु ७व्या डावातील पराभवामुळे मला आमच्यातील त्या काल्पनिक कराराचा गेलफंडने भंग केल्यासारखं वाटलं. मी अस्वस्थ होऊन गेलो. अचानक एक मोठा प्रश्न माझ्यापुढे आ वासून उभा राहिला. आता मला एक डाव जिंकणं आवश्यक होतं.

अर्थात माझ्यासाठी ही काही नवीन समस्या नव्हती. अलीकडे मला विजयासाठी खूपच झगडावं लागत होतं. सोफियातील विश्वविजेतेपदाची स्पर्धा २०१० मध्ये जिंकल्यानंतर बिलबाओ व नॅनजिंग येथे झालेल्या स्पर्धेमध्ये मी उपविजेता ठरलो होतो. लंडन बुद्धिबळ क्लासिक स्पर्धेत संयुक्त दुसरे स्थान मिळवले होते. त्यानंतरच्या वर्षी जानेवारी २०११ मध्ये विक आन झी स्पर्धेतही मला दुसऱ्याच स्थानावर समाधान मानावं लागलं होतं. थोडक्यात म्हणजे विश्वविजेता असूनही मी गेल्या दोन वर्षांत एकही स्पर्धा जिंकू शकलो नव्हतो. फक्त त्यातल्या त्यात समाधान म्हणजे माझ्या मूल्यांकनामध्ये फारशी घसरण झाली नव्हती. एप्रिल २०११ मध्ये माझा मुलगा अखिल याच्या जन्मानंतर मी काही काळ स्पर्धेमध्ये भाग घेणं थांबवलं होतं. अखिल जन्माला यायच्या आदल्या रात्री मी अरुणाबरोबर इस्पितळामध्ये होतो, त्याच वेळी मला आमचं जीवन यापुढे आमूलाग्र बदलून जाणार आहे याची कल्पना आली. मी माझ्या परीने अरुणाला, बाळाला सांभाळण्यास मदत केली. अगदी खरं सांगायचं तर मी फक्त बाळाचे डायपर्स बदलायचो आणि त्यातही बहुतेक वेळा अंगावर फवारा उडवून घ्यायचो. मग मात्र मला स्वतःलाच बदल हवासा वाटू लागला.

जुलै महिन्यात मला मागे सारत कार्लसन हा विश्वातील प्रथम क्रमांकाचा बुद्धिबळपटू ठरला आणि त्याच दरम्यान कधीतरी माझ्या खेळातील प्रगतीच खुंटली. २०११च्या बिलबाओ मास्टर्समध्ये मी खूपच खालच्या स्थानावर फेकला गेलो. ताल मेमोरियल स्पर्धेत मला नऊ डाव बरोबरीत सोडवावे लागले आणि त्याच वर्षी लंडन बुद्धिबळ क्लासिकमध्ये तर माझी कामगिरी सुमार झाली. तीन महिन्यांत तीन धक्कादायक निकालांना मला सामोरं जावं लागलं. पहिल्या खेपेस असं क्वचित घडू शकतं असं म्हणत मी माझ्या मनाचं समाधान करून घेतलं आणि त्यातून आपण लवकरच सावरू असंही मला वाटलं; पण त्यात आणखीही एक छोटी समस्या होती आणि ती म्हणजे माझ्यात नेमका कोणता दोष निर्माण झाला होता, हेच मला उमगत नव्हतं. म्हणजे समजा, एका हवाई छत्रीधारकाने

विमानातून बेधडक खाली उडी मारली आणि जमिनीवर येईपर्यंत त्याचं पॅराशूट उघडलंच गेलं नाही तर त्याची जी अवस्था होईल तीच माझी झाली होती.

पण त्यावर विचार करत बसण्याएवढा वेळ माझ्यापाशी नव्हता. मे २०१२ मध्ये मला विश्वविजेतेपद स्पर्धेत भाग घ्यायचा होता आणि त्यामुळे माझ्या सर्व चिंता, क्लेश बाजूला सारून मला माझा किताब टिकवणं जास्त महत्त्वाचं होतं; परंतु मला माझ्या निर्मितीक्षमतेच्या बाबतीत गंभीर परिणाम भोगावे लागणार आहेत, याची मात्र मला त्या वेळी जराही कल्पना नव्हती. त्यानंतर हळूहळू ती समस्या अधिकच बिकट होत गेली.

ही आपत्ती माझ्यावर अचानक ओढवलेली नव्हती. एकआड एक वर्ष मी विश्वविजेतेपद स्पर्धा खेळत होतो. मधल्या काळात होणाऱ्या स्पर्धा जिंकण्याचं प्रमाण मात्र माझ्या बाबतीत अगदीच अत्यल्प होतं; पण त्याबद्दल मी जास्त विचार करत राहायचो नाही. मी तो विचार बाजूला सारून खेळत असलेल्या सामन्यावर सारं लक्ष केंद्रित करायचो. तीच मोठी चूक होती. मी एखाद्या सामन्यासाठी व्यवस्थित तयारी करायचो आणि तो डावही जिंकायचो; पण माझ्या खेळात जराही सुधारणा झालेली नसायची, कारण सामना जिंकल्यामुळे माझे सारे दोष झाकले जायचे. मीही अशा भ्रमात राहायचो की, आता आपल्याला फॉर्म पुन्हा गवसलाय; त्यामुळे यापुढे आपल्या यशाचा आलेख उंचावत जाणार आहे. शिवाय प्रत्येक विश्वविजेतेपदाच्या स्पर्धेत सतत दडपणासह खेळल्यामुळे मी इतका थकून जायचो की, त्यानंतर बुद्धिबळ खेळण्याचा अक्षरशः उबग यायचा.

२०११च्या उत्तरार्धापासून ते गेलफंडशी सामना होईर्पयत मी फक्त क्लासिकल स्पर्धेतील केवळ चार डाव जिंकू शकलो होतो. काही वेळा अशी विचित्र आकडेवारी एखाद्या जुन्या गाण्यासारखी डोक्यात घट्ट रुतून बसते. जानेवारी २०१२च्या मध्यात आम्ही बॅड सोडेनला तीन महिन्यांचं सराव शिबिर आयोजित केलं. त्या शिबिरात जलद सामन्यांचा सराव करताना मी रुस्तमकडून सतत हरू लागलो, तेव्हा मला भेडसावत असलेल्या समस्येची माझ्या संघसदस्यांनाही जाणीव झाली, कारण पूर्वी कधीच असं घडलं नव्हतं. त्या वर्षाच्या एप्रिल महिन्यात बंडेस्लिगा येथे झालेल्या स्पर्धेत अटीतटीच्या लढतीनंतर मला सर्गे टिव्हिआकोव्हकडून हार पत्करावी लागली असली तरी त्या आधी मी रेनर बुहमन या जर्मन खेळाडूवर विजय मिळवला होता. अधूनमधून जरी मी सामने जिंकत असलो तरी माझ्या खेळात नक्कीच काहीतरी चुका होत असणार, हे आता निश्चित झालं होतं. मानसिकदृष्ट्या माझं साळिंदर झालं होतं. सामना खेळताना योग्य संधी मिळेपर्यंत मला शांतपणे वाट पाहायची सवय लागली होती, कारण जोपर्यंत तुम्ही सामने हरत नाही, तोपर्यंत सामने न जिंकले तरी फार मोठा फरक पडत नाही; पण

तरीही मला माझ्या खेळात कोणता नवा बदल करायला हवा हे सुचत नाही.

२०१२च्या मे महिन्यात मॉस्कोला झालेल्या गेलफंडविरुद्धच्या स्पर्धेत ज्या दोषांमुळे माझा खेळ बाधित झाला होता, ते सर्व दोष साऱ्या जगासमोर उघडे पडले. आज जेव्हा मी त्याकडे वळून पाहतो तेव्हा माझ्या लक्षात येतं की, त्या काळात एक खेळाडू म्हणून माझी प्रगतीच खुंटली होती. माझ्या पुढच्या पिढीतील खेळाडू नव्या नव्या कल्पना घेऊन येत होते आणि मी मात्र कूर्मगतीने पुढे जात होतो. मी माझ्या प्रतिस्पर्ध्यांना पुरेशा दडपणाखाली न आणू शकण्यामागचं तेच कारण होतं. गेलफंड हा तसा माझा परिचित प्रतिस्पर्धी होता. माझ्यापेक्षा तो फक्त एका वर्षाने मोठा होता आणि आम्हा दोघांचा खेळाकडे पाहण्याच्या दृष्टिकोनात खूपच साम्य होतं. पारंपरिक बुद्धिबळ सामन्यात गेलफंड मला १९९३ नंतर हरवू शकला नव्हता. त्यामुळे आमच्या दोघांच्या गुणांमध्ये बराच फरक पडला होता. खरंतर त्यामुळे मला फारशी चिंता बाळगायची गरज नव्हती. पण प्रत्यक्षात उलटंच घडलं.

एव्हाना माझे संघसदस्य बरीच वर्षे एकत्र काम करत होते. गेल्या पाच वर्षांत आम्ही तिसऱ्यांदा विश्वविजेतेपद स्पर्धेत उतरत होतो; पण महिनोंमहिने एकत्र कोंडल्यासारखे राहत असल्यामुळे आमच्यात एक प्रकारचा मानसिक थकवा आणि रुक्षपणा आला होता. २००८ मध्ये बॉनमध्ये सर्वांमध्ये एक वेगळंच चैतन्य व सळसळता उत्साह होता. काहीतरी नवीन शोधून काढण्याची उमेद व जिद्द होती. त्याउलट या वेळची स्पर्धा म्हणजे सर्वांना जणू एक प्रकारचं बंधन, ओझं वाटू लागलं होतं. ते ओझं लवकरात लवकर डोक्यावरून खाली उतरवायचं होतं. अर्थात प्रत्येकाचं काम अगदी चोख आणि अद्ययावत होतं; पण त्यात पूर्वीची ती चमक नव्हती. आम्हाला स्पर्धेतील प्रत्येक सामना लवकरात लवकर संपवायचा होता आणि पाचजणांच्या घोळक्यातून चटकन आपापल्या खोल्यांमध्ये जाऊन मनात साचलेला संताप आणि वैताग एकान्तामध्ये व्यक्त करावासा वाटायचा. त्यात कोणाचीच चूक नव्हती. आम्ही पाचजण जवळजवळ पाच वर्षांहून अधिक काळ आपापल्या कुटुंबांपासून, बायका-मुलांपासून दूर राहत होतो. निकस व अरबट-चरबट अन्न सेवन करत होतो आणि दिवस-रात्र कॉफीचे पेल्यांमागून पेले रिचवत होतो. मॉस्कोमध्येही आम्ही अहोरात्र अभ्यास, सराव आणि चर्चा करत होतो. एक दिवस आम्हाला अचानक एरिकच्या (तोही आमच्याबरोबरच प्रवास करत होता.) ब्लॉगवर दिव्यांच्या रोषणाईने सजलेला क्रेमलिन आणि सेंट बेसिल चर्चचा अतिशय सुंदर फोटो दिसला. आम्ही आमच्या खिडक्यांचे पडदे बाजूला सारले तर खिडकीबाहेरही तेच दृश्य होतं. स्पर्धेला सुरुवात होण्यापूर्वी आम्ही आमचं शरीर अधिक तंदुरुस्त राखण्याच्या दृष्टिकोनातून आमचा दिनक्रम आखला

होता. कॉफी पिण्याचं प्रमाण अगदी कमी करून आम्ही व्यायामावर अधिक भर द्यायचं ठरवलं होतं. सूर्याने खास पाठ व कमरेच्या व्यायामासाठी सरावाच्या खोलीत एक भला मोठा एक्सरसाइज बॉल आणून ठेवला होता. आम्ही दोन सरावांच्या मधल्या काळात वेगवेगळे व्यायाम करायचो; त्यामुळे माझ्या दुखऱ्या पाठीला थोडा आराम मिळायचा. काही महिन्यांपूर्वी अखिलबरोबर खेळण्याच्या अतिउत्साहात मी त्याच्यासाठी आणलेल्या सायकलवरून फेरी मारताना खाली पडलो होतो आणि त्यात माझ्या पाठीला खूपच दुखापत झाली होती. ९ मे रोजी म्हणजे स्पर्धा सुरू होण्याच्या आदल्या दिवशी आमच्या खोलीत अचानक शस्त्रधारी सुरक्षारक्षक घुसल्यामुळे थोडी खळबळ उडाली होती. आमच्या खोलीतील क्रेमलिनच्या दिशेला असलेली खिडकी चुकून उघडी राहिली होती आणि रशियाने दुसऱ्या महायुद्धात जर्मनीवर मिळवलेल्या विजयाचा तो वर्धापन दिन असल्यामुळे रशियाचे अध्यक्ष ब्लादिमिर पुतीन त्याच ठिकाणाहून भाषण करणार होते. जवळच्या मोस्क्व्हा नदीतील पोलीस बोटीतून सुरक्षेसाठी संपूर्ण परिसराची टेहळणी करत असताना, आमच्या खोलीतील उघडी राहिलेली खिडकी पोलीस अधिकाऱ्यांना दिसली आणि त्यांनी लगेच ती गोष्ट सुरक्षा अधिकाऱ्यांच्या निदर्शनास आणून दिली होती.

असो, तर ७व्या डावाअखेरीस एक गोष्ट अगदी स्पष्ट झाली होती की, माझ्या डाव सुरू करण्याच्या पद्धतीमुळे गेलफंड ना कधी गोंधळून गेला होता ना अडचणीत सापडला होता. म्हणजेच त्याच्यावर कुरघोडी करता येईल अशी एकही नावीन्यपूर्ण पद्धत मला नीट शोधता, आखता आली नव्हती. आमच्या तीन महिन्यांच्या शिबिरातील बहुतेक काळ हा काळ्या मोहऱ्यांनी खेळताना उत्तम बचाव कसा करायचा यामध्येच व्यतीत झाला होता, कारण काळ्या मोहऱ्यांनी खेळताना हरायचं नाही आणि पांढऱ्या मोहऱ्यांनी खेळताना जास्तीतजास्त डाव जिंकण्याचा प्रयत्न करायचा ही त्यामागची कल्पना होती; त्यामुळे त्याच बचावात्मक भूमिकेतून मी तो डाव खेळलो होतो. मला जिंकायचं होतं, कारण मला हरण्याची भीती वाटत होती.

७व्या डावामधील पराभव मला चांगलाच झोंबला. त्या रात्री आता माझी कारकीर्द संपुष्टात आली आहे अशा निराशेच्या सुरातच मी अरुणाशी बोलत होतो. जणू एखादा संन्यासी गेल्या जन्मात आपण खेळलेल्या बुद्धिबळाच्या कथा तिला सांगत होता. खरोखरच त्या दिवसाइतका मी कधीच खिन्न झालो नव्हतो. त्या पराभवानंतर माझ्या संघानेही मला दिलासा किंवा उत्तेजन देण्याचा प्रयत्न केला नव्हता. अर्थात त्याचा काही उपयोग होणार नाही, हे त्यांना ठाऊक होतं. त्याऐवजी दुसऱ्या दिवशी सकाळी नाश्ता होण्याच्या आत आपण पांढऱ्या मोहऱ्यांनी खेळण्यासाठी काही नव्या कल्पना सुचवू असं त्यांनी मला सांगितलं. त्याप्रमाणे ८व्या सामन्याच्या

दिवशी सकाळी ९ वाजता मी आमच्या सरावाच्या खोलीत पाऊल ठेवलं आणि त्याच क्षणी माझ्या लक्षात आलं की, माझ्यासमोर बसलेले चौघेहीजण रात्री मिनिटभरही झोपलेले नाहीत. त्यांनी घेतलेली मेहनत पाहून माझ्यात एक वेगळाच उत्साह संचारला आणि त्याचबरोबर थोडं अपराधीही वाटलं. मला आता निराशेच्या गर्तेतून बाहेर येऊन स्वतःला सावरणं गरजेचं होतं. मी माझ्या संघाचं निश्चितच काही देणं लागत होतो. माझ्यात नव्याने आलेला हा उत्साह किती काळ टिकेल याची मलाही खात्री वाटत नव्हती; त्यामुळे मला लवकरात लवकर विजय मिळवणं आवश्यक होतं.

गेलफंडला जोरदार झुंज द्यायची, असा मनाशी चंग बांधूनच मी सामनास्थळी पोहोचलो. गेलफंडने आपल्या नेहमीच्या वापरातील पद्धतीप्रमाणेच डावाला सुरुवात केली; पण खेळाची दिशा मात्र पूर्णपणे बदलली; त्यामुळे मीही सरावात शिकलेल्या गोष्टी बाजूला ठेवून त्वरेने कोणालाही विक्षिप्त वाटेल अशी दिशा निवडली. ते पाहून गेलफंडही विचारात पडला, कारण मी त्याच्यासमोर अचानक नवं आव्हान उभं केलं होतं. आता डावाला रंगतदार कलाटणी मिळाली होती आणि मी तीच संधी शोधत होतो. आता माझ्या कल्पकतेला वाव मिळणार होता. मी आगळ्यावेगळ्या चाली रचून पटावर मला हवी ती स्थिती निर्माण करू शकत होतो. गेलफंडसमोर अनेक छोट्या; पण अनाकलनीय अडचणी उभ्या राहिल्या. मी डावावर चांगलीच पकड मिळवली आणि माझा राजाही सुरक्षित व अगदी हातपाय पसरून आरामात बसला होता. म्हणून मी राजाच्या बाजूनेच आक्रमण करायचं ठरवलं. माझा प्रतिस्पर्धी पार कोंडीत सापडला होता; पण त्यात काहीच नवल नव्हतं. लागोपाठ त्रासदायक घटना घडू लागल्या की, माणूस त्याला कसा सामोरा जातो, याचा तो नमुनेदार मासला होता. अनपेक्षितपणे जेव्हा एखादी छोटी समस्या समोर येते, तेव्हा तिला आपण टाळण्याचा प्रयत्न करतो; पण हळूहळू तीच समस्या उग्र रूप धारण करते. मग गेलफंडने डाव दीर्घकाळ चालेल, या हिशेबाने आपल्या खेळण्याच्या दिशेत बदल केला. जर तो यशस्वी ठरला असता तर त्याच्या मार्गातील बऱ्याच अडचणीही संपल्या असत्या.

गेलफंड पटावरचा केंद्रबिंदू हलवण्याच्या प्रयत्नात होता. डाव दीर्घकाळ चालण्याची जुगारी रणनीती आखत असताना तो एक छोटी पण अगदी प्राथमिक चाल खेळायला विसरला; त्यामुळे पटावरील मोहऱ्यांच्या त्या स्थितीत मी वजिराच्या दोन चाली खेळू शकत होतो. गंमत म्हणजे ती Qf 6 ही चाल खेळायची माझ्या हातून राहून गेली. नेमकी तीच चाल गेलफंड खेळला; त्यामुळे मी बराच वेळ विचारमग्न स्थितीत होतो. मी Qf 4 ही चाल खेळावी असं मनात आलं होतं; पण मग गेलफंडने Qg1 खेळत आपल्या वजिराची सुटका करून घेतली असती

हेही मला लगेच जाणवलं. त्याची स्थिती कुठेतरी डळमळीत झाली आहे हे मला समजत होतं आणि त्याच वेळी माझ्या डोक्यात भोवऱ्यासारखं काहीतरी गरगर फिरू लागलं होतं. माझ्या मनात पहिला विचार आला की, काही करून त्याला Qg1 या स्थानावर येण्यापासून रोखायला हवं आणि त्यानंतर क्षणार्धात वीज चमकावी तशी मला ती चाल खेळण्याचं सुचलं. Qf4 च्या ऐवजी Qf2 ही चाल खेळली तर त्याच्या वजिराला सुटकेचा मार्गच उरणार नव्हता. माझं हृदय जोरात धडधडू लागलं, पाय बधिर झाले आणि मी मनातल्या मनात ओरडत म्हणालो, 'ही तर कमाल झाली! मी डाव जिंकतोय!' पण मी लगेच माझ्या आनंदाला आवर घालत, चेहरा शांत ठेवायचा प्रयत्न केला. 'हे बघ, आता डाव संपायला फक्त थोडाच अवधी उरलाय... जराही गोंधळून जाऊ नकोस, तू काढलेली टिपणं आठव... जेव्हा तू विजयाच्या उंबरठ्यावर असशील, तेव्हा चहाचे दोन घोट पिऊन ये,' मी स्वतःलाच बजावलं. तोपर्यंत गेलफंडला संभाव्य संकटाची बहुधा कल्पना आली होती. मी मला सुचलेल्या त्या चालीबद्दल पुनःपुन्हा विचार केला. मग Qf2 ही चाल खेळलो आणि शांतपणे पटावरून उठत चहा प्यायला निघून गेलो. गेलफंड खोल विचारात गढून गेला होता. मी टेबलाकडे परतल्यावर त्याने चटकन आपला पराभव मान्य केला.

मी शिताफीने सर्व अडथळे पार करत सुखरूपपणे पैलतीर गाठला होता.

सुदैवाने मी तो डाव जिंकला होता; जिद्दीच्या, लढाऊ वृत्तीच्या किंवा अफाट कल्पनाशक्तीच्या जोरावर नव्हे. क्वचित लाभणारी संधी माझ्या वाट्याला आली होती. त्यानंतर वर्षभरातच माझ्या लक्षात आलं की, शोधत राहून किंवा वाट पाहत राहून अशी संधी तुमच्यापाशी कधी येत नाही. सकाळी जॉगिंग करताना अवचित औस किंवा हिम-बिबट्या दृष्टीस पडावा इतकी दुर्मीळ संधी मला त्या डावात लाभली होती. खरोखरच गेलफंडने मुक्त हस्ते मला एक गुण बहाल केला होता आणि मी आनंदात न्हाऊन गेलो होतो.

सोफियामध्ये दुसऱ्या डावानंतरचीच स्थिती मी पुन्हा अनुभवत होतो. नवव्या सामन्याआधी एक मोकळा दिवस होता आणि माझ्या मनावरचं सारं दडपण दूर झालं होतं. एक मोठी संधी आपण वाया घालवली याबद्दल गेलफंड मनात नक्कीच चरफडत असणार. मी अशा संधीसाठी अगदी तरसलो होतो. आता दोघांनाही थोडी वेगळ्या पद्धतीने डावाची सुरुवात करावी लागणार होती आणि पुन्हा आधीप्रमाणे एकमेकांवर दडपण न आणण्याचं धोरण स्वीकारणं भाग होतं.

संघ म्हणून आम्हाला एक गोष्ट मान्य करावीच लागली की, आमच्यात आता ती पूर्वीची स्फूर्ती किंवा जिद्द उरली नव्हती आणि त्यामुळे आम्ही या स्पर्धेची उत्तम तयारी करू शकलो नव्हतो. नवव्या डावात मी काळ्या मोहऱ्यांनिशी

खेळणार होतो. त्या डावात गेलफंडला चकित करण्यासाठी आम्ही सिसिलियन बचावात रॉसोलिमोने बदल केलेल्या पद्धतीने सुरुवात करण्याचं ठरवत होतो. आमच्या संघातील कोणीच त्या पद्धतीमध्ये तरबेज नसल्यामुळे आपण ॲडम्सची मदत घ्यायला हवी असं रुस्तमने सुचवलं. रुस्तमने पूर्वी त्याच्याबरोबर काम केलं होतं आणि आमचा प्रस्ताव ऐकताच ॲडम्सही मदत करण्यासाठी चटकन राजी झाला. आता स्पर्धेमध्ये रंग भरू लागला होता. गेलफंडची तयारी भक्कम व सखोल होती. ते पाहून आपणही पहिल्या डावापासून अशीच तयारी करायला हवी होती, अशी रुखरुख आम्हाला लागली. पुढचे तीन डाव बरोबरीत सुटल्यामुळे स्पर्धेचा विजेता ठरवण्यासाठी आता चार जलद डाव खेळावे लागणार होते.

जलद डावांच्या मध्यंतरात प्रत्येक खेळाडूला आपल्या संघसदस्यांना भेटण्याची परवानगी होती. मी त्यासाठी निलसन व रुस्तम या दोघांची निवड केली. सामन्यांच्या वेळी दोघंही आपले लॅपटॉप्स घेऊन मंचाच्या मागच्या बाजूला बसले. मधल्या काळात सूर्यने मला एक नवी पद्धत दाखवली होती – ज्यामध्ये राजा (उंट व वजिराप्रमाणे) पटावर मुक्तपणे वावरत राहतो आणि मी त्या कल्पनेवर अगदी लुब्ध होऊन गेलो. तरीही मी माझ्या संघाला त्यावर जास्त विचार करण्यापासून परावृत्त केलं, कारण मी ती पद्धत प्रत्यक्षात वापरण्याची शक्यता फारच कमी होती. शिवाय त्यामागे माझा आणखीही एक अंतस्थ हेतू होता की, तिच्या बारीकसारीक तपशिलात न जाता, माझ्या क्षमतेवर भरवसा ठेवून तिचा उत्स्फूर्तपणे उपयोग करायचा. बुद्धिबळपटू हा केवळ तयार केलेली टिपणं वाचून दाखवणारा प्राध्यापक नसतो, त्याने अनेक कलाकौशल्येही विकसित केलेली असतात. माझी आजपर्यंतची जलद बुद्धिबळ स्पर्धेतील सरस कामगिरी ठाऊक असल्यामुळे मी यशस्वी होईन असा माझ्या संघाला विश्वास वाटत होता; पण त्याच वेळी जर मी हरलो तर या स्पर्धेनंतर माझा उल्लेख 'भूतपूर्व विजेता' असा केला जाईल ही भीतीही मनाला छळत होती.

तरीही सातव्या डावानंतर मी जितका हताश झालो होतो, तितकी वाईट अवस्था मात्र आता नक्कीच नव्हती. जलद सामन्यांमधील पहिला डाव मला खूपच कठीण गेला. एका वेळी विजय अगदी माझ्या हाताशी आला होता; पण गेलफंडच्या अचूक हिशेबी चालीमुळे माझी डावावरची पकड सुटत गेली आणि अखेर डाव अनिर्णित घोषित झाला. मला तो अशुभ संकेत वाटला. माझा खेळ खराब होत असल्याचा तो पुरावाच होता. मी सूर्यच्या कल्पनेचा वापर करत दुसरा डाव खेळायला सुरुवात केली. त्याला सामोरं जाताना गेलफंडने लढाऊ वृत्ती दाखवली. तो डाव सतत हेलकावे खात राहिला. पुन्हा एकदा मिळालेल्या वर्चस्वावर पाणी सोडायची पाळी आली; पण ते टिकवून ठेवण्यासाठी नेमकं काय करायला

हवं हे मात्र मला उमगेना. मग डाव बरोबरीत सोडवण्याचा प्रयत्न करण्याऐवजी मी त्याच्यापाशी असलेला अपुरा वेळ लक्षात घेत त्याच्यावर दडपण आणायचं ठरवलं.

मी केलेल्या त्या आक्रमणामुळे नंतर मला कास्पारोव्हच्या टीकेला सामोरं जावं लागलं. तो म्हणाला की, त्याच्या काळात त्याने हाच डाव बरोबरीत सोडवला असता. त्याने या स्पर्धेसाठी गेलफंडला मदत करायची तयारी दाखवली होती; पण गेलफंडने ती नाकारली होती. माझ्याविरुद्ध खेळणाऱ्या कोणालाही मदत करायला कास्पारोव्ह तयार होता, कारण फिडे संघटनेच्या निवडणुकीत मी त्याला जाहीरपणे पाठिंबा न दिल्याने आमचे संबंध बिघडले होते. त्या काळात तो प्रत्येक बाबतीत माझ्यावर घणाघाती टीका करत असला तरी त्याने केलेली सर्वच विधाने नक्कीच अन्यायकारक नव्हती. त्याचे अनेक विचार मला पटायचे, कारण ते योग्यच होते. अर्थात मी ते जाहीरपणे मान्य करू शकत नव्हतो; पण या डावाबद्दल त्याने मांडलेलं मत मात्र अगदीच हास्यास्पद होतं, असं मला वाटलं. माझ्या मते स्पर्धेत आलेली संधी तुम्ही घ्यायलाच हवी आणि जर तुमच्या प्रतिस्पर्ध्याकडे कमी वेळ असेल तर तुम्ही त्याचा फायदा उठवलाच पाहिजे. मुळात जे करायला हवं तेच तुम्ही करता. मोकळेपणाने बोलायचं तर नव्या पिढीतील कोणाही बुद्धिबळपटूने जराही चलबिचल न होता, माझ्यासारखाच आक्रमक पवित्रा घेतला असता. उदाहरणार्थ, हिकारू नाकामुरा किंवा कार्लसनसारख्या खेळाडूंनीही डाव बरोबरीत सोडवणं हा एकच पर्याय उरला आहे असा विचार करून तसा प्रस्ताव कधीही माझ्यासमोर ठेवला नसता. त्या डावात मी चिकाटीने त्याच्यावर दबाव आणत राहिलो आणि अखेर गेलफंडने मोठी चूक केली व डावाच्या शेवटी त्याला त्याचा हत्ती गमवावा लागला.

तिसऱ्या डावामध्ये मी स्वतःला अत्यंत चांगल्या स्थितीत आणून ठेवलं होतं; पण गोंधळ केला आणि खोल पाण्यात जाऊन फसलो. तो डाव खेळताना मी इतका बेचैन व अस्वस्थ झालो होतो की, आपल्या साऱ्या रक्तवाहिन्या फुटून जातील, असं मला वाटत होतं. मी जिद्दीने अडचणीतून मार्ग काढला; पण पुन्हा नव्या संकटात सापडलो. मला ते दडपण सहनच होत नव्हतं. गेलफंडलाही तो डाव जिंकणं अत्यावश्यक होतं. अखेरीस आम्ही अशा स्थितीला येऊन पोहोचलो की, मी तो डाव सहज बरोबरीत सोडवू शकलो असतो; पण अचानक मला ती स्थिती गुंतागुंतीची वाटू लागली. आपला सारा हिशेब चुकलेला आहे आणि आता हार अटळ आहे या विचारांनी माझं सारं अवसान गळून गेलं; पण मी मनातील कोलाहल बाहेर न येऊ देता निर्विकार चेहऱ्याने बसून राहिलो. समोर पाहिलं तर गेलफंडही गडबडून गेला होता. त्याला वाटत होतं की, डाव अनिर्णित अवस्थेकडे

झुकतोय आणि ते टाळण्याचा मार्ग तो शोधत होता. आम्हाला दोघांनाही भ्रम झाला होता; पण तो वेगवेगळ्या प्रकारचा होता. शेवटी डाव बरोबरीत सोडवायला तो तयार झाला. ते सर्व इतकं सहज घडेल असं मला मुळीच वाटलं नव्हतं, कारण गेलफंडने जर आपला राजा पुढे सरकवला असता तर त्याचा विजय निश्चित होता.

चौथा डाव क्लेशकारक ठरला. मी केलेली मोठी चूक म्हणजे सुरुवातीपासूनच मी सामना अनिर्णित राखण्याच्या उद्देशाने खेळलो. निष्क्रिय आणि उदासीनपणे खेळल्यामुळेच मी अडचणीत सापडलो; परंतु त्यातून मी कसाबसा बाहेर पडू शकलो आणि त्यानंतर मात्र माझा खेळ गेलफंडपेक्षा सरस ठरला. अखेर एक वेळ अशी आली की, मी त्याच त्याच चाली खेळत त्याच्यासमोर फारसा पर्याय ठेवला नाही. आपण वेळ व्यर्थ वाया घालवतोय हे लवकरच त्याच्याही लक्षात आलं आणि विश्वविजेतेपदाचा किताब राखल्याबद्दल हस्तांदोलन करत त्याने माझं अभिनंदन केलं. माझ्या मते मी ती स्पर्धा केवळ जिंकली म्हणून जिंकली असं म्हणायचं. खरं पाहता मी त्या स्पर्धेचं विजेतेपद मिळवण्यास पात्र नव्हतो; पण त्याच वेळी स्पर्धा न हरण्यासाठी गेलफंडनेही विशेष प्रयत्न केले नव्हते.

अखेर मानसिक ताणतणावांनी मला घेरून टाकणारा तो महिना संपला. जगभरातून मला शुभेच्छा संदेश येत होते आणि आम्ही नेहमीच्या रिवाजाप्रमाणे भारतीय रेस्टॉरंटमध्ये जाऊन विजयाचा आनंद साजरा केला. शारीरिक, मानसिक व निर्मितीक्षमतेचा थकवा येऊनही माझ्या संघाने आपली सारी शक्ती माझ्यासाठी पणाला लावली होती.

अध्यक्ष पुतीन यांनी स्पर्धा संपल्यावर दुसऱ्या दिवशी गेलफंड व मला त्यांच्या निवासस्थानी भेटायला बोलावलं. आम्ही दोघं एकाच गाडीतून गेलो. गेलफंडच्या निर्मळ व निखळ प्रेमळवृत्तीने मी भारावून गेलो. आम्ही अतिशय जवळचे मित्र होतो; पण इतक्या अनन्यसाधारण समजल्या गेलेल्या स्पर्धेत हार पत्करावी लागल्यानंतर मनात अपमानाचा एखादा तरी निखारा धगधगत असतोच. मी जर त्याच्या जागी असतो तर नक्कीच त्याच्याइतका शांत व निर्विकार राहू शकलो नसतो. गेलफंडची ही उमदा वृत्तीच त्याच्या सभ्यपणाची साक्ष देते. तो खरोखरच बुद्धिबळ खेळाचा राजदूत आहे. आमच्या भेटीमध्ये पुतीन यांना समजलं की, मी बुद्धिबळाचे प्राथमिक धडे मद्रासमधील ताल बुद्धिबळ क्लबमध्ये शिकलो होतो. त्यावर ते मिश्कीलपणे म्हणाले, 'अच्छा, म्हणजे आमच्या समस्येला आम्हीच कारणीभूत ठरलो तर!'

मी विश्वविजेता झालो असलो तरी माझ्या खेळाचा दर्जा खूपच खालावला होता आणि आता ही गोष्ट इतकी स्पष्ट झाली होती की, मी ती नाकारू शकत

नव्हतो. छोट्या समस्येनं आता गंभीर रूप धारण केलं होतं. मी समर्थपणे गेलफंडचा मुकाबला करू शकलो नव्हतो. केवळ चिकाटीने प्रत्येक डाव दीर्घकाळ खेळत मी स्पर्धेत टिकाव धरू शकलो होतो. माझ्याशी खेळायला पात्र ठरल्यापासून गेलफंडचा खेळही ऐन भरात आलेला नव्हता; पण स्पर्धेनंतर वर्षभर तो उत्कृष्ट खेळला. याचा अर्थ स्पर्धेचा काळ त्याच्यासाठी दुर्दैवी होता. मी त्याच्या डावपेचांना प्रत्युत्तर देऊ शकलो, कारण आमच्या दोघांच्या खेळण्याच्या पद्धतीत खूपच साम्य होतं. अशा प्रकारे मिळवलेल्या विजयातून एक वेगळा प्रश्न निर्माण होऊ शकतो. एखादी समस्या जर आपल्या आटोक्यात असली आणि ती तुम्ही सहज हाताळू शकलात तर आपण एक सक्षम खेळाडू आहोत या भ्रामक कल्पनेत तुम्ही राहता. मी स्पर्धेचा किताब राखण्यात यशस्वी ठरलो असलो तरी आता जोरजोरात धोक्याच्या घंटा वाजू लागल्या होत्या.

त्यानंतर थेट जून २०१२ मध्ये होणाऱ्या स्पर्धेमध्ये भाग घ्यायचा असं ठरवून मी मधल्या काळात खेळापासून दूर राहायचा निर्णय घेतला; परंतु जूनमधील स्पर्धा अखेरच्या क्षणी रद्द करण्यात आली; त्यामुळे माझ्यात जो थोडा फार उत्साह उरला होता, तो टिकवून धरण्यासाठी मला ऑक्टोबर महिन्यात बिलबाओ येथे होणाऱ्या स्पर्धेपर्यंत वाट पाहावी लागली. सहा खेळाडूंचा सहभाग असलेल्या बिलबाओ स्पर्धेत माझी पाचव्या क्रमांकावर घसरण झाली तर नऊ खेळाडूंच्या लंडन क्लासिक बुद्धिबळ स्पर्धेत मला पुन्हा पाचव्या स्थानावरच समाधान मानावं लागलं. त्या दोन्ही स्पर्धा कार्लसनने जिंकल्या. माझ्याभोवती पुन्हा अंधार पसरला होता. विश्वविजेतेपदाचा अपवाद सोडल्यास एखाद्या प्राचीन अवशेषासारखी माझी अवस्था झाली होती.

पुढच्या विश्वविजेतेपदाच्या स्पर्धेत माझा प्रतिस्पर्धी कोण असेल हे कळण्यासाठी मला फेब्रुवारी २०१३ पर्यंत वाट पाहावी लागली. त्या स्पर्धेसाठी मला पात्रता सिद्ध करावी लागणार नव्हती; हीच एक समाधानाची बाब होती. तशी परिस्थिती असती तर मी नक्कीच पात्र ठरलो नसतो. मागच्या स्पर्धेत गेलफंडऐवजी क्रॅमनिक, कार्लसन किंवा एरोनियनशी माझा मुकाबला झाला असता तर त्यांच्यापैकी एकाविरुद्धही माझी डाळ शिजली नसती; पण त्या स्पर्धेत गेलफंड पात्र ठरल्याने त्याच्याविरुद्ध खेळताना मला फारशी अडचण आली नाही. तो माझ्यापेक्षा वयाने मोठा असल्यामुळे मला विशेष त्रास होईल असं काही करू शकला नाही. आमच्या दोघांचीही खेळण्याची पद्धत जुनी व पारंपरिक होती. माझ्या खेळात जरी नावीन्याची किंवा निर्मितीक्षमतेची उणीव असली तरी आम्ही एकमेकांना अटीतटीची झुंज देऊ शकलो; पण त्याच्या जागी एखादा तरुण प्रतिस्पर्धी असता तर त्याने मला सळो की पळो करून सोडलं असतं. त्या परिस्थितीत मी जिंकू शकलो असतो का? या

प्रश्नाचं उत्तर देणं अवघड आहे. पुढच्या विश्वविजेतेपदासाठीच्या पात्रता स्पर्धेत क्रॅमनिक व कार्लसन यांच्यात कडवी लढत झाली आणि त्यात कार्लसनने बाजी मारली. क्रॅमनिकची हार झाली असली आणि तो माझ्याच पिढीतील खेळाडू असला, तरी तो इतका सुंदर व कल्पकतेने खेळत होता की, तो माझा प्रतिस्पर्धी ठरला असता तर तोच यशस्वी होण्याची शक्यता अधिक होती.

त्या काळात माझी मनःस्थिती फारच विचित्र झाली होती. आपल्याला या प्रतिकूल परिस्थितीतून कधीच बाहेर पडता येणार नाही, आपण अगतिक झालो आहोत अशी मीच माझ्या मनाची समजूत करून घेतली होती. चिखलात रुतलेल्या गाडीचं चाक नुसतं फिरतं राहावं तसं माझं मन त्याच त्याच विचारांत अडकून पडलं होतं. अशा वेळी परिस्थिती पूर्णपणे बदलण्याची संधी समोर आली तरी आपण नाकारतो, कारण आपला स्वतःवरच विश्वास उरलेला नसतो.

अमेरिकन मानसशास्त्रज्ञ मार्टिन सेलिगमन आणि त्यांच्या सहकाऱ्यांनी अनुक्रियात्मक अधिसंधान (क्लासिक कंडिशनिंग) या संकल्पनेवर संशोधन केलं. एखादा प्राणी किंवा मनुष्य एका गोष्टीची दुसऱ्या गोष्टीशी कशी सांगड घालतो, याचा ते शोध घेत होते. त्या प्रयोगाचा एक भाग म्हणून सेलिगमन आधी एक घंटा वाजवायचा आणि त्या पाठोपाठ एका कुत्र्याला विजेचा सौम्य झटका द्यायचा. असं बऱ्याच वेळा केल्यानंतर विजेचा झटका देण्याआधीच कुत्रा प्रतिक्रियात्मक हालचाल करू लागला. म्हणजे घंटेचा आवाज ऐकल्यावर लगेच जणू आपल्याला झटका बसलाय असं समजून तो आपलं अंग विचित्रपणे हलवायचा; पण त्यानंतर एक अनपेक्षित गोष्ट घडली. सेलिगमनने त्या कुत्र्याला एका मोठ्या खोक्यात ठेवलं. खोक्याच्या खालच्या बाजूला मधोमध एक जाळी ठेवून खोक्याचे दोन भाग केले होते. एका भागात विद्युतपुरवठा सुरू होता आणि दुसऱ्या भागात मात्र तो बंद ठेवला होता. कुत्र्याला खोक्याचा दुसरा भाग दिसत होता आणि आवश्यकता भासल्यास तो दुसऱ्या भागात सहज उडी मारू शकत होता. ज्या वेळी सेलिगमनने वीजपुरवठा सुरू असलेल्या भागात कुत्र्याला ठेवलं, तेव्हा तो चटकन उडी मारून पलीकडच्या भागात जाईल अशी अपेक्षा होती; परंतु कुत्रा शांतपणे तसाच तिथे बसून राहिला. जणू काही पहिल्या अनुभवावरून तो एक गोष्ट शिकला होता की, जेव्हा आपल्याला विजेचा झटका बसतो, तेव्हा आपण काहीच करू शकत नाही. आपल्याला तो झटका निमूटपणे सहन करावा लागतो आणि म्हणूनच दुसऱ्या अनुभवाच्या वेळी तो होता तिथेच निपचित पडून राहिला.

मानसशास्त्रज्ञांनी आणखी एक गोष्ट सिद्ध केली की, ज्या कुत्र्यांना पहिल्या खेपेस विजेचा झटका दिलेला असतो ते दुसऱ्या खेपेस स्वतःची सुटका करून घेण्याचाही प्रयत्न करत नाहीत. सेलिगमनने त्यांच्या या अवस्थेला 'अंगवळणी

पडलेला अगतिकपणा' असं म्हटलेलं आहे. याचाच अर्थ आपण एका विशिष्ट परिस्थितीमध्ये अगतिक बनतो आणि त्यातून स्वतःला बाहेर काढू शकत नाही अशी जर पूर्वानुभवातून आपली ठाम समजूत झाली असेल तर पुन्हा जेव्हा तशीच नकारात्मक परिस्थिती उद्भवते, तेव्हा आपण आपला बचाव करण्याचा प्रयत्नही करत नाही. त्यानंतर ज्या कुत्र्यांवर पहिला प्रयोग केला नव्हता, अशा कुत्र्यांवर सेलिगमनने फक्त दुसरा प्रयोग करून पाहिला. ते सर्व कुत्रे विजेचा झटका बसताच टुणकन उडी मारून दुसऱ्या भागात जाऊन बसले. त्यावरून सेलिगमनच्या लक्षात आलं की, जे कुत्रे असाहाय्यपणे बसून राहिले, त्यांनी तो अगतिकपणा पहिल्या प्रयोगातून शिकला होता.

बुद्धिबळपटूंमध्ये जेव्हा आत्मविश्वासाचा अभाव दिसू लागतो, तेव्हा ते साशंकपणे खेळू लागतात. परिणामी, त्यांच्या मनाविरुद्ध निकाल लागण्यास सुरुवात होते आणि मग हे चक्र चालूच राहतं. त्यांचा स्वतःवर विश्वास उरलेला नसतो, ते खात्रीपूर्वक चाली रचू शकत नाहीत, कोणत्याही प्रकारचा धोका घेण्याचं ते पूर्णपणे टाळू लागतात आणि अखेरीस चुकीचा निर्णय घेतात.

२०१३ मधील विश्वविजेतेपद स्पर्धेत जेव्हा माझी गाठ कार्लसनशी पडली, तेव्हा मी अशाच मानसिक स्थितीतून जात होतो. कोणत्याही प्रतिस्पर्ध्याविरुद्ध मी डाव बरोबरीत सोडवू शकेन असा मला ठाम विश्वास असायचा; पण त्यांच्याविरुद्ध विजय मिळवू शकेन याचा जराही भरवसा वाटत नसे. खेळताना एखादी गोष्ट माझ्या नजरेतून सुटेल किंवा माझ्या प्रतिस्पर्ध्याने रचलेल्या डावपेचांना मी प्रत्युत्तर देऊ शकणार नाही अशी मला सतत भीती वाटत असे. जेव्हा तुम्ही एखाद्या बुद्धिबळपटूविरुद्ध १०/१२ वेळा हरलेले असता, तेव्हा तुमच्यामध्ये तो 'अंगवळणी पडलेला अगतिकपणा' आलेला असतो. एरोनियम व नाकामुरा या दोन खेळाडूंविरुद्ध खेळताना मला हा अनुभव आलेला आहे. एक वेळ तर अशी आली होती की, मी त्यांच्याविरुद्ध एकही गुण मिळवू शकत नव्हतो आणि त्यांच्या जवळपास पोहोचण्याच्या माझ्या साऱ्या आशा संपुष्टात आल्या होत्या; पण अशा वेळेस जणू काही घडलंच नाही असं स्वतःला भासवत मी गुणनिकालांची पाटी पुसून कोरी करायचो. 'उद्या तू नाकामुराविरुद्ध आयुष्यात पहिल्यांदाच खेळतो आहेस अशी कल्पना कर.' मी स्वतःला बजावत असे; परंतु तांत्रिक स्तरावर मात्र तसं करू शकायचो नाही. तिथे मला त्याच्याविरुद्ध आधीच्या डावात लढवलेल्या यशस्वी व अयशस्वी डावपेचांचा साकल्याने विचार करावा लागायचा. उदाहरणार्थ, नाकामुराविरुद्ध जेव्हा जेव्हा मी डावात उत्स्फूर्तपणे वेगळ्याच पद्धतीने खेळायचा प्रयत्न करायचो, तेव्हा त्या नव्या पद्धतीवर माझं प्रभुत्व नसेल तर ते माझ्या अंगाशी यायचं. याचा अर्थ मी ज्या चाली उत्स्फूर्तपणे खेळायचो, त्यांचाही मी त्याआधी सराव केलेला असणं

आवश्यक असायचं.

तुम्ही जर भावनिक पातळीवर काही वेगळ्या कल्पना करून तशी चित्रं डोळ्यांसमोर आणू शकलात तर तुम्हाला आलेला 'अगतिकपणा' काही प्रमाणात कमी व्हायला नक्कीच मदत होते. उदाहरणार्थ, काहीजण निराशेच्या क्षणी त्यांच्या आयुष्यात पूर्वी घडलेले आनंदाचे प्रसंग आठवून स्वतःचं मनोधैर्य उंचावण्याचा प्रयत्न करतात. आपण स्पर्धा जिंकलो आहोत, आपल्या गळ्यात पदक आहे किंवा आपण विजेतेपदाचा करंडक हातात धरलाय असं कल्पनाचित्रं रंगवून ते मनामध्ये नवी उमेद निर्माण करण्याचा प्रयत्न करतात. या बाबतीत माझी पद्धत वेगळी आहे. जास्तीतजास्त वाईट काय घडू शकेल याची मी कल्पना करतो आणि समजा, मी डाव हरलो तर माझी काय अवस्था होईल, याचं चित्रही मी मनाशी रेखाटतो. अनेकदा मी बुद्धिबळ सोडून स्वतःला इतर कामांमध्ये गुंतवतो. एखादं पुस्तक वाचण्यात मी गुंग होतो किंवा एखाद्या शक्तिशाली दुर्बिणीतून ग्रह- ताऱ्यांनी गच्च भरलेल्या आकाशाचं मी अवलोकन करतो. त्यासाठी मी (itelescope.net) या संकेतस्थळावर जातो. तिथे मला अंतरिक्षातील उत्तर व दक्षिण गोलार्धाच्या प्रतिमा पाहायला मिळतात. अशी भव्य चित्रं बघितल्यावर भीती, निराशा, उत्कंठा अशा मनातील त्यामानाने क्षुल्लक भावनांवर नियंत्रण ठेवणं सोपं जातं. मनावर प्रतिकूल परिणाम होऊ नये म्हणून मी वास्तव परिस्थितीचं महत्त्वच कमी करण्याचा प्रयत्न करतो. माझ्या कारकिर्दीच्या सुरुवातीच्या काळात मी विजेता झाल्याची स्वप्नं पाहायचो, कारण तोपर्यंत मी विजय अनुभवलेलाच नव्हता; परंतु नंतर जेव्हा मी अनेक स्पर्धा जिंकल्या, तेव्हा मात्र यशापाठोपाठ अपयशही येणार ही चिंता मनाला ग्रासू लागली, तेव्हा साहजिकच माझी कल्पनाचित्रंही बदलू लागली.

याची दुसरी बाजू म्हणजे प्रशिक्षण किंवा तांत्रिक कल्पनाचित्रांचा सराव. मी माझ्या प्रशिक्षकाला पट मांडून माझ्याबरोबर बसवतो आणि डावामध्ये होऊ शकणाऱ्या मोहऱ्यांच्या वेगवेगळ्या स्थितीची कल्पना करतो. मग त्यातून स्वतःचा बचाव कसा करता येईल किंवा दुसऱ्या एखाद्या स्थितीत प्रतिस्पर्ध्यावर कशी मात करता येईल याचा विचार करू लागतो अथवा त्यावरून माझ्या शिक्षकाबरोबर वाद घालू लागतो. जर तो मला म्हणाला, 'हे बघ, तू या ज्या तीन चाली खेळ्लास, तीच तुझी मोठी चूक होती.' त्या धक्क्यामुळे मी खडबडून जागा होतो. अचानक माझ्या विचारांना नेमकी दिशा मिळते, हृदयाची स्पंदनं वाढू लागतात. उत्साह व ऊर्जा वाढवण्यासाठी ते अतिशय उपयुक्त तंत्र आहे.

मला भावनिक कल्पनाचित्रापेक्षा तांत्रिक कल्पनाचित्र अधिक महत्त्वाचं वाटतं. तुम्ही सराव करत असलात तरी आपण प्रत्यक्ष सामना खेळतोय अशी कल्पना

करायची. आपल्या मदतीला कोणीही नाही असं स्वतःला सांगायचं म्हणजे तुम्हाला आपल्या हिमतीची, धैर्यांची परीक्षा पाहता येते. भोवतालचं वातावरण अधिकाधिक उत्तेजित केल्यावर (जरी ते तसं पूर्णपणे क्वचितच करता येतं.) तुमच्या नजरेतून आधी निसटलेले बारीकसारीक तपशील तुम्हाला दिसू लागतात. मग तुम्ही ते तपशील तुमच्या टिपणात आणि सरावात प्रत्यक्ष वापरू शकता. जेव्हा या सर्व गोष्टी नीट एकत्र जुळून येतात, तेव्हा आपोआप तुमचा आत्मविश्वास वाढू लागतो आणि तुम्ही एक प्रभावी खेळाडू बनता.

एव्हाना माझा संघही विखरू लागला होता. रुस्तमला संघातून बाहेर पडायचं होतं, कारण स्पर्धांमध्ये आपला खूप वेळ जातोय असं त्याचं म्हणणं होतं. निलसनने मला कळवलं होतं की, कार्लसनने त्याला आपल्या संघात यायचं आमंत्रण दिलंय आणि त्यालाही आता दुसऱ्या संघात जावंसं वाटतंय. शेवटी आमच्यात असं ठरलं की, निदान चेन्नईच्या स्पर्धेत तरी त्याने माझ्याविरुद्ध काम करू नये. रुस्तम व निलसन हे मी मिळवलेल्या मोठ्या विजयाचे साक्षी होते आणि आमच्यात अतिशय मैत्रीचे आणि सौहार्दाचे संबंध जुळले होते. मला यश मिळवून देणारे माझे संघसदस्य माझ्यापासून दूर जात असल्यामुळे मी खूपच व्यथित झालो होतो; पण एका अर्थाने जे घडत होतं, ते सर्वांच्याच भल्याचं होतं. आमच्यापैकी प्रत्येकालाच आता नव्याने स्वतःचा शोध घ्यायचा होता, आपल्यातील स्वतंत्र चमक सिद्ध करायची होती. शिवाय ते जरी गेले नसते तरी मीच त्यातील एक-दोघांना निरोप देऊन काही नवे सदस्य निवडले असते. ती गोष्ट आपोआपच घडली, याचं मला खरोखरच समाधान वाटलं.

कॅन्डिडेट स्पर्धेच्या खूप आधी म्हणजे जानेवारी २०१३ मध्ये मी काही काळ आत्मचिंतन करून स्वतःला प्रेरित करण्याचा प्रयत्न केला. आत्तापर्यंत तो आत्मप्रेरणेचा क्षण आपोआप आपल्या वाट्याला येईल अशी वाट पाहत मी शांत बसून राहिलो होतो; पण त्यामुळे आलेली सुस्ती मला झटकून टाकायची होती. मग मी सज्ज होत विमानाने विक आन झीला पोहोचलो आणि प्रत्यक्ष पटावरचा सराव करण्यासाठी अधिक वेळ देऊ लागलो. त्या स्पर्धेत मी कारुआना, एरोनियन, (मी खेळलेल्या सर्वोत्कृष्ट डावांपैकी एक) लोक व्हॅनवेली आणि एर्विन लामी या चौघांविरुद्धचे सामने जिंकून झोकात सुरुवात केली; पण वँग हाओविरुद्धच्या अखेरच्या सामन्यात मात्र माझी घोर निराशा झाली. त्या शेवटच्या सामन्यात मला वाटलं की, डाव सहज बरोबरीत सुटणार आहे; म्हणून मी थोडा सैलावलो. ती माझ्या हातून झालेली घोडचूक होती. डावात अजूनही थोडी धुगधुगी बाकी होती. अशा वेळी त्यात रस न दाखवल्यामुळे त्याचा परिणाम चांगला होणं शक्यच नव्हतं. डाव अनिर्णित राहणार असं गृहीत धरूनच मी चाललो होतो. त्यानंतर खेळलेल्या

तीन खराब चालींमुळे मी पूर्णपणे गोत्यात आलो. मी माझ्या मानसिक समस्येतून बाहेर पडण्याचा प्रयत्न करत होतो; पण शेवटच्या डावातील पराभवामुळे त्याला पुन्हा खीळ बसली. जर तो डाव मी हरलो नसतो तर स्पर्धा संपल्यानंतर मी अतिशय आनंदात घरी परतलो असतो; माझ्या खेळात नवा आत्मविश्वास आला असता. त्यानंतरच्या स्पर्धांमध्ये माझी कामगिरी चांगली झाली असती की नाही हे कदाचित मला सांगता येणार नाही. मात्र, माझ्यामध्ये नक्कीच सकारात्मक बदल झाले असते आणि त्यामुळे माझ्या खेळामध्ये प्रगतीही झाली असती; परंतु तसं घडलं नाही.

त्यानंतर फेब्रुवारी २०१३ मध्ये मी बादन-बादन येथे झालेल्या स्पर्धेचं विजेतेपद मिळवलं. २००८ मध्ये लिनारेसची स्पर्धा जिंकल्यानंतर पाच वर्षांनी मी प्रथमच विजेता ठरलो होतो; परंतु त्याच वर्षी नॉर्वे येथे झालेल्या स्पर्धेत पुन्हा स्वतःला सिद्ध करण्याच्या साऱ्या आशा धुळीला मिळाल्या. शेवटची फेरी जर मी बरोबरीत सोडवली असती तर स्पर्धेच्या अखेरीस मी कार्लसन व नाकामुरासह दुसरं स्थान पटकावलं असतं आणि माझे उरलेले महिने अगदी आनंदात घालवले असते; परंतु मी पुन्हा वँग हाओविरुद्धची लढत हरलो. त्यानेच मला विक आन झीला हरवलं होतं आणि या वेळीही मी अगदी तीच चूक करून पराभूत झालो होतो. मी वँग हाओचा बकरा आहे, असंच त्या वर्षी चेष्टेने म्हटलं जात असे. त्या दोन्ही डावांत मी खूप आधीपासूनच सामना अनिर्णित राहाणार अशी खात्री पटल्याने पुरेशा गांभीर्याने ते डाव खेळलो नव्हतो. त्या दोन्ही डावांतील पराजयामुळे मी मनाने पार खचून गेलो. आता आपल्यात सामना जिंकण्याची क्षमताच उरलेली नाही असं मला प्रकर्षाने वाटू लागलं. पटावरील स्थिती कशीही असली तरी आपण आता इतके मूर्खासारखे खेळत आहोत की काहीतरी चूक करून आपण हरणारच इतका माझा स्वतःवरचा विश्वास डळमळीत झाला होता. एव्हाना कार्लसन माझ्याविरुद्ध विश्वविजेतेपदाचा किताब मिळवण्यासाठी पात्र ठरला होता. कोणताही डाव अगदी शुष्क, नीरस अवस्थेत आला असला तरी त्यातून तो डाव जिंकायचं कसब कार्लसनपाशी होतं आणि हा विचारच माझ्यासाठी थरकाप उडवणारा होता. मी एकटाच विचार करत राहायचो आणि मला वाटायचं की, आपण भलेही स्पर्धा उत्तमपणे खेळू; पण अखेरीस कुठेतरी मूर्खासारखी चूक करून वँग हाओविरुद्ध हरलो तसाच विश्वविजेतेपदाचा किताबही गमावून बसू.

माझ्या खेळाच्या दर्जात झालेली घसरण हेच माझ्या विनाशाचं एकमेव कारण नव्हतं. मागच्या खेपेस गेलफंडविरुद्ध झालेल्या विश्वविजेतेपदाच्या स्पर्धेच्या वेळी हुकलेल्या संधीची भरपाई करण्यासाठी फिडे संघटनेने या वेळी स्पर्धेचं यजमानपद भूषवण्याचा मान चेन्नईला दिला होता. माझ्या घरच्या मैदानावर खेळायला मी

नाराज होतो अशातला भाग नव्हता; पण मी माझ्या वैयक्तिक समस्यांशी झगडताना आधीच दमून गेलो होतो. जर ही स्पर्धा परदेशात खेळवली गेली असती तर मी तिथे माझ्या मनासारखं मोकळेपणाने खेळू शकलो असतो. चेन्नईमध्ये मात्र मी केलेल्या प्रत्येक गोष्टीची अतिचिकित्सा केली गेली असती. मुळात माझा आत्मविश्वास हरवलेला असताना, मला एवढी मोठी स्पर्धा नेमकी माझ्या जन्मगावी खेळावी लागणं हा माझ्यासाठी आणखी एक मोठा धक्का होता. आज इतक्या वर्षांनी जेव्हा मी मागे वळून बघतो, तेव्हा मला असं निश्चित वाटतं की, स्पर्धा अगदी ऑन्डेसच्या उतारावर किंवा गोठलेल्या तळ्याजवळ जरी खेळवली गेली असती तरी मी ती खात्रीने हरलो असतो; पण त्या वेळी चेन्नईमध्ये मी माझ्या अंतर्गत समस्यांनी तर बेजार झालोच होतो; पण माझ्यावर देशवासीयांच्या अपेक्षांचंही प्रचंड दडपण आलं होतं.

२००८ च्या तुलनेमध्ये माझा खेळ व माझी मानसिक स्थिती फारच दुबळी झाली होती. एखाद्या भयंकर दुःस्वप्नातून जाग यावी तशी माझी अवस्था झाली होती. कार्लसन मात्र त्या वेळी जणू उंच शिखरावर उभा होता. त्याचा खेळ ऐन भरात आला होता. स्पर्धा सुरू होण्यापूर्वी माझ्यापाशी विश्वविजेतेपदाचा किताब होता; पण तरीही मी कार्लसनपेक्षा ७० गुणांनी पिछाडीवर होतो. त्या वर्षाच्या जून महिन्यात ताल मेमोरियल येथे झालेल्या स्पर्धेत मी खालून दुसऱ्या क्रमांकावर होतो आणि त्या स्पर्धेत फक्त दहा खेळाडूंनी भाग घेतला होता. त्या धक्कादायक निकालाने मी पार कोलमडून गेलो. विश्वविजेतेपदाची स्पर्धा अवघ्या चार महिन्यांवर येऊन ठेपलेली असताना हा धक्का पचवणं मला खूप अवघड गेलं.

प्रत्येक विश्वविजेतेपदाच्या स्पर्धेआधी मी सुट्टी घेऊन कुटुंबासह एखाद्या निसर्गरम्य स्थळी जात असे; पण त्या वर्षी प्रथमच मी कुठेही गेलो नाही. बॉनला झालेल्या स्पर्धेआधी आम्ही व्हेनिसला भेट दिली होती. सोफियाच्या वेळी आम्ही रोमला जाऊन आलो होतो आणि मॉस्कोला गेलफंडविरुद्ध खेळण्याआधी आम्ही केरळमधील कोवलम किनारपट्टीवरील निसर्गसौंदर्याचा मनमुराद आनंद लुटला होता. स्पर्धेच्या विचारात मन जास्त गुंतून राहू नये हा माझा सुट्टीवर जाण्यामागचा उद्देश असायचा. तिथे माझ्या मनावरचा सारा ताण निघून जायचा आणि मी नवा उत्साह व ऊर्जा घेऊन पुन्हा सराव करण्यासाठी सज्ज व्हायचो; पण या वेळी मला सुट्टीवर जाणं परवडणारं नव्हतं. माझ्यापाशी तितका वेळच नव्हता. माझ्यातले दोष व कमकुवतपणा मी जाणून होतो आणि त्यामुळे स्पर्धेची तयारी करण्याच्या बाबतीत मी थोडीही तडजोड करायला तयार नव्हतो. मला माझ्यावरच्या जबाबदारीची पूर्ण जाणीव होती. मी स्वतःच भारतीय बुद्धिबळ विश्वाचं आणि माझ्या आजवरच्या क्रीडा क्षेत्रातील प्रवासात ज्यांनी मला साथ दिली, त्या सर्वांचं

देणं लागत होतो.

२०१३च्या मध्यापासून मी अनेक नव्या कल्पनांवर कसून सराव करू लागलो. मी केलेली तयारी ही माझी समस्या कधीच नव्हती. (तयारी नेहमीच उत्तम असायची.) माझ्या खेळाचा दर्जा मात्र इतका का घसरावा ही माझ्यासाठीही अनाकलनीय गोष्ट होती. आता प्रश्न असा होता की, मी या तयारीचा कार्लसनसमोर कितपत उपयोग करू शकणार होतो? आपल्या डावपेचांतून तो स्वतःची सोडवणूक इतक्या झटपट करायचा की, ते समोरच्याच्या लक्षातही येत नसे. तो हुशार, चतुर व हिकमती खेळाडू होता. पटावरील कोणतीही स्थिती सहजपणे हाताळण्यात तो पटाईत होता. त्याचं वैशिष्ट्य म्हणजे त्याला न आवडणारी स्थिती टाळून आपल्याला अनुकूल होईल अशी परिस्थिती निर्माण करण्यात त्याचा हातखंडा होता. ही समस्या केवळ मलाच नव्हे, तर कार्लसनविरुद्ध खेळणाऱ्या प्रत्येकालाच भेडसावत असे. मला एकच आशा होती की, काहीतरी चमत्कार घडेल आणि बॉनला माझ्या खेळाचा जो दर्जा होता, तसाच पुन्हा चेन्नईमध्येही माझा खेळ बहरेल; पण तसं घडणं अवघड वाटत होतं. म्हणजे माझ्यापाशी तितकी क्षमता नक्कीच होती; परंतु कार्लसन मोठमोठ्या स्पर्धा जिंकत होता. शिवाय त्याची तंत्रावरही तेवढीच हुकमत होती. मी स्पर्धेची तयारी करताना कार्लसनला पेचात पकडण्यासाठी पटावरील मोहऱ्यांच्या खूप वेगवेगळ्या स्थितींवर अभ्यास व चिंतन केलं होतं; पण माझ्यासमोरचा खरा प्रश्न हा होता की, प्रत्यक्ष सामन्याच्या वेळी मी त्याला कोणतं प्रलोभन दाखवून माझ्या जाळ्यात ओढणार?

चेन्नईतील स्पर्धेसाठी मी माझ्या संघात राडेक, लेको व दोन भारतीय खेळाडू, सांदीपन चंदा आणि के. शशिकिरण यांचा समावेश केला होता. त्यांनी मला खेळाच्या वेगळ्याच दिशा व नव्या चाली शिकवल्या आणि त्याचा प्रत्यय मला कार्लसनविरुद्धच्या पहिल्या सहा सामन्यांतच आला; पण या बाबतीत मला स्पर्धा संपल्यानंतर अशी जाणीव झाली की, मला खूप प्रकारची माहिती सांगण्यात व शिकवण्यात आली; पण त्यावर स्वतःची प्रक्रिया करण्यासाठी मात्र मला फार झगडावं लागत होतं. आधीच्या तीन विश्वविजेतेपदाच्या स्पर्धेच्या वेळीही माझ्यापाशी चारच प्रशिक्षक होते; पण मला जी जी माहिती सांगितली जायची, ती निलसन अतिशय सोप्या व सुटसुटीतपणे मला थोडक्यात सांगत असे. चौघांकडून भारंभार माहिती ऐकत बसण्यापेक्षा मला निलसनने निवडलेली पद्धत जास्त योग्य वाटली.

पहिल्या सामन्यात मला कार्लसन काहीसा अस्वस्थ, चिंताक्रांत व निराश मनःस्थितीत खेळत असल्यासारखा वाटला. मी त्या डावात त्याच्या तोडीस तोड खेळ केला आणि आम्ही डाव बरोबरीत सोडवायचं मान्य केलं. दुसऱ्या सामन्यात

त्याने डावाची सुरुवात कारो-कान पद्धतीने केली. तो सहसा ही पद्धत वापरत नसे. ती पद्धत माझ्या इतकी आवडीची होती की, मी कधीही कारो-कान पद्धतीने खेळायला आनंदाने तयार झालो असतो. म्हणूनच मी कदाचित कार्लसनकडून तशा सुरुवातीची अपेक्षा केली नव्हती. आम्ही त्या पद्धतीचा खूप छान तऱ्हेने अभ्यास केला होता; परंतु प्रत्यक्ष खेळताना मला ते तपशील आठवेनात. मग मी सुरक्षित मार्ग म्हणून मुख्य दिशा न पकडता पटाच्या बाजूबाजूने खेळायचं ठरवलं; पण बघता बघता माझी सारी योजना फिसकटली आणि अखेर डाव अनिर्णित राहिल्यामुळे पहिल्या डावात मी उमटवलेला ठसा दुसऱ्या डावात विरून गेला. शांतपणे संधीची वाट पाहण्याची माझी रणनीती कार्लसनच्या वेगळ्या शैलीमुळे त्याच्याच पथ्यावर पडली. खरंतर मी वाट बघत बसण्यापेक्षा त्याच्यावर जोरदार हल्ला करायला हवा होता.

३ऱ्या डावात मी जास्त चांगला खेळलो; पण माझा दृष्टिकोन काहीसा उदास होता. मी डावावर पकड घेतली आहे हे मला समजत होतं; पण पटावरील मोहऱ्यांची स्थिती मला हवी तशी नव्हती. त्या पुढच्या सामन्यात मी उत्कृष्ट खेळलो. त्यानंतर मात्र स्पर्धेमध्ये माझ्या हातून इतकी कौतुकास्पद कामगिरी होऊ शकली नाही. त्या डावात सुरुवातीलाच माझ्या हातून मोठी चूक झाली; त्यामुळे मी जवळजवळ हरणारच होतो; पण मी जबरदस्त बचाव करत माझी बाजू सावरली आणि अखेर डाव बरोबरीत सुटला. त्यानंतर विश्रांतीचा दिवस होता. पहिले चारही डाव विसरून जाऊन आत्मविश्वासाने नवी सुरुवात करण्यासाठी ती सुवर्णसंधी होती.

पण आता कार्लसन लढाईमध्ये पूर्ण ताकदीनिशी उतरला होता. ५व्या डावामध्ये आरंभीच्या काही चाली मी खेळल्यानंतर त्याने माझ्या आक्रमणाला सहज गुंगारा दिला. मी नीट हिशेबाने खेळत नव्हतो किंवा माझ्या सोंगट्यांचा योग्य वापर करत नव्हतो. तरीही मी डाव अनिर्णित राखण्याच्या अगदी जवळ येऊन पोहोचलो होतो. जर तो सामना मी बरोबरीत सोडवू शकलो असतो तर ती स्पर्धाही माझ्यासाठी सुरळीत पार पडली असती; परंतु डाव अनिर्णित राखण्याची संधी सतत मला हुलकावणी देत राहिली. मी तिच्या अगदी जवळपास पोहोचायचो आणि ती माझ्या हातून निसटून जायची आणि एक वेळ तर अशी आली की, हत्ती आणि प्याद्याखेरीज दोघांपाशी काही उरले नव्हते; पण अचानक तीन चालींमध्ये माझ्या हातातून सामना निसटला. सारं काही कमालीच्या वेगाने घडलं आणि त्यानंतर मात्र कार्लसनला एक वेगळाच आत्मविश्वास आला. त्याची देहबोली बदलली. मी खोलवर विचार केला आणि सारं काही संपल्याचं माझ्या लक्षात आलं. गेल्या स्पर्धेत गेलफंडविरुद्ध चमत्कार घडला होता; पण कार्लसनविरुद्ध तसं काही होणं शक्य नव्हतं. माझ्या

हातात आता करण्यासारखं काहीच उरलं नव्हतं. मी पराभव स्वीकारला.

सहाव्या डावातही मी त्याच समस्येला सामोरा गेलो. त्याचा बर्लिन बचाव भेदण्यासाठी मी कधी तयारीच केली नव्हती. आता परत मला कारो-कानचा मुकाबला करायला मिळणार नव्हता. दुसऱ्या डावात आलेली सुवर्णसंधी वाया घालवल्याबद्दल मी मनातल्या मनात पुन्हा एकदा स्वतःवरच चरफडलो. मी त्या वेळी कार्लसनवर निर्णायक हल्ला चढवायला हवा होता. ६वा डावही एका वेळी समसमान स्थितीत असताना अखेर मी गमावला. सामना संपल्यानंतर झालेली पत्रकार परिषद खूपच लांबल्यामुळे मी पार थकून गेलो. एका पत्रकाराने मला विचारलं, 'तुम्ही म्हणता की, यापुढील सामन्यात तुम्ही प्रयत्नांची शिकस्त करणार आहात, याचा नक्की अर्थ काय होतो?' त्याला इंग्रजी भाषेची समज आणि आकलनशक्ती किती आहे अशी मला शंका येऊ लागली होती. माझी शंका अगदी रास्त व सभ्यपणाची असली तरी मला त्याचं बोलणं मुकाट्याने ऐकत शेवटपर्यंत तिथे बसून राहावं लागलं. त्यानंतर काही वर्षांनी दोहा येथे माझी पुन्हा त्याच्याशी गाठ पडली; पण पूर्वी घडलेला प्रसंग आपण जणू विसरलो आहोत असं आम्ही एकमेकांना भासवलं.

९व्या डावात मी माझ्या अंतःप्रेरणेवर पूर्ण विश्वास ठेवून कार्लसनला मोठी झुंज देण्याच्या इराद्याने खेळायला सुरुवात केली. आता मी निकराने लढायचं ठरवलं होतं. एवढी मोठी स्पर्धा माझ्या गावात आयोजित केली गेली होती; त्यामुळे ती अटीतटीची होणं ही माझी जबाबदारी होती. या डावात मी 1.d4 या चालीची निवड केली. कार्लसनच्या राजावर मात करण्याच्या माझ्या प्रभावी चालींचा त्याने शर्थीने बचाव केला. त्यासाठी त्याने वजिराजवळील निर्वेधपणे पुढे सरकणाऱ्या प्याद्याचा छान उपयोग करून घेतला. त्यानंतर पटावर अगदी गुंतागुंतीची स्थिती निर्माण झाली; परंतु बचाव करण्याची एक संधी वाया घालवल्यामुळे मला पराजय स्वीकारण्याखेरीज पर्याय उरला नाही. दहावा डाव सुरू होण्याआधीच मी तीन गुणांनी पिछाडीवर पडल्यामुळे आता माझ्यासाठी जणू स्पर्धा संपल्यातच जमा होती. मला अनेकदा संधी मिळाल्या होत्या. त्या महत्त्वाच्या क्षणी जर मी यशस्वी ठरलो असतो, तर माझ्या गुणसंख्येमध्ये निश्चितच वाढ झाली असती. ज्या ज्या वेळी माझी पटावरील स्थिती अगदी उत्तम होती, त्या त्या वेळी मी परिस्थितीचा अचूक लाभ उठवण्यात कमी पडलो. माझ्या खेळात मला हवी तशी सुधारणा झाली होती; पण अचानक मी दिशा हरवून बसायचो आणि मग पटावर अशी गुंतागुंतीची स्थिती निर्माण व्हायची की, मला नाइलाजाने डाव बरोबरीत सोडवणं भाग पडायचं. काही वेळा डाव समतोलपणे सुरू असायचा व सामना अनिर्णित होणार हे जवळजवळ निश्चित झालेलं असायचं; पण अशा वेळी आपण जिंकू

शकतो असं मला उगीचच वाटायचं. तीच माझी घोडचूक ठरायची आणि प्रतिस्पर्ध्याला माझी शिकार करण्याची मी आपणहून संधी द्यायचो. मी तीन गुणांनी पिछाडीवर का पडलो, याची कारणं खरंच मला सांगता येणार नाहीत. कार्लसन हा नक्कीच माझ्यापेक्षा चांगल्या दर्जाचा खेळाडू होता. शेवटचा डाव अनिर्णित राहिला असला तरी मी चांगली लढत दिली आणि तिथेच स्पर्धा संपली. विजयाचा आनंद साजरा करण्यासाठी कार्लसनने अंगातल्या कपड्यांनिशी हॉटेलमधील पोहण्याच्या तलावात उडी मारली. मी मात्र त्या रात्री लवकर झोपी गेलो. त्यानंतरच्या काही महिन्यांतच कार्लसनने फार मोठी उंची गाठली. गुणसंख्येच्या बाबतीत तो ऐतिहासिक विक्रमाच्या अगदी जवळ पोहोचला आणि त्याने मला १०० गुणांनी मागे टाकलं.

त्या स्पर्धेमध्ये मला आणखी एका वेगळ्याच गोष्टीचा त्रास झाला होता. मला असं वाटायचं की, प्रेक्षक मला नव्हे, तर पाच वेळच्या विश्वविजेत्याला पाहायला आलेले आहेत; त्यामुळे मी मनातून संकोचून जायचो. अनेक पातळ्यांवर मला आपण असहाय झालो आहोत असं वाटायचं. दुसरा सामना बरोबरीत सुटल्यानंतर मी हताश झालो होतो. तोपर्यंत मी जी तयारी केली होती - मुख्य म्हणजे तिची दिशाच चुकली होती. तिच्यात झटकन बदल करणं मला शक्य होत नव्हतं. सोंगट्यांच्या ज्या वेगवेगळ्या स्थिती मला आवडायच्या, त्यांचा मला आता शोध घेता येत नव्हता. मला वाटायचं की, जर माझ्या प्रतिस्पर्ध्याला जोरदार तडाखा द्यायचा असेल तर मला त्यासाठी भक्कम तयारी करायला हवी. अर्धवट तयारीनिशी खेळणं मला मान्य नव्हतं. त्याप्रमाणे मी ७व्या आणि ८व्या डावात जोरदार खेळ केला. काही लोकांना असं वाटलं असेल की, मी दोन गुणांनी मागे पडल्यामुळे आणि बहुतेक डाव बरोबरीत सोडवण्यास चटकन तयार होत असल्यामुळे माझा स्पर्धेमधील रस संपला होता. खरं सांगायचं तर मी विजयाच्या शक्यतेचा ना विचार करत होतो, ना चिंता करत होतो. मला आत्मसन्मान हवा होता आणि त्यासाठी मला काहीतरी करायचं होतं. आपल्याच गावात आपण इतक्या केविलवाण्या स्थितीत असणं हे माझ्यासाठी खूपच क्लेशदायक होतं. एक डाव जिंकला असता तरी माझी मान थोडी उंचावणार होती; पण परिस्थिती अधिकच बिघडत होती. सामना संपल्यावर मला पत्रकारांना सामोरं जावं लागत होतं. समोरच्या पडद्यावर मी केलेल्या चुका ठळकपणे दाखवल्या जात होत्या. माझं लक्ष विचलित होण्यामागच्या कारणांचं मला स्पष्टीकरण द्यावं लागत होतं. अशा वेळी मी डोळे मिटायचो आणि हे सर्व कुणा तिऱ्हाइताच्या बाबतीत घडतंय, अशी कल्पना करायचो; पण त्याच वेळी जे घडतंय ते अगदी योग्य आहे, हेही मला पटत होतं. कारण मला ठाऊक होतं की, माझ्या या अवस्थेला अन्य कुणी नव्हे, तर फक्त मी एकटाच जबाबदार होतो.

बुद्धिबळ हा सातत्याने उत्क्रांत होणारा, विकसित होणारा खेळ आहे, कारण प्रत्येक खेळाडू हा जुन्या समस्यांमधून नवा मार्ग कसा शोधता येईल याचं कायम मनन, चिंतन व मंथन करणयाचा प्रयत्न करत असतो. त्या वेळी नवी पिढी हे काम अतिशय उत्तम पद्धतीने करत होती. ज्या ज्या वेळी तुमचे दोष तुमच्या निदर्शनाला येतात, तेव्हा त्यावर लवकरात लवकर उपाय शोधणं आणि तुम्हाला भेडसावणाऱ्या समस्यांना न डगमगता सामोरं जाणं, हे प्रगतीचं सूत्र असतं. माझ्या बाबतीत मात्र असं घडत नव्हतं. मी विश्वविजेतेपद स्पर्धेच्या तयारीत इतका गुंतून गेलो होतो की, माझ्या खेळात सुधारणा व्हावी म्हणून काही वेगळा विचार केला पाहिजे याकडे लक्ष द्यायलाही माझ्यापाशी उत्साह व ऊर्जा उरलेली नव्हती. शिवाय आधीच्या पाच वर्षांच्या काळात बॉनपासून मॉस्कोपर्यंत मी ज्या तीन विश्वविजेतेपदाच्या स्पर्धा खेळलो होतो, त्यातील माझे प्रतिस्पर्धी हे साधारण माझ्याच वयाचे होते; परंतु जे मला माझ्या मर्यादा ओलांडून नव्या दिशेने खेळाचा विचार करायला लावतील अशा तरुण, ताज्या दमाच्या व कल्पक खेळांडूना मी त्या काळात सामोरा न गेल्यामुळे माझं फार मोठं नुकसान झालं.

कार्लसनबरोबर खेळायला मी मनातून घाबरलो होतो, असं स्पर्धेनंतर बोललं जात होतं आणि ते माझ्याही कानावर आलं होतं. क्रॅमनिकनेसुद्धा ही गोष्ट स्पर्धेआधी माझ्या लक्षात आणून दिली होती. त्यावर मी काहीच बोललो नव्हतो; पण केवळ कार्लसनच नव्हे, तर त्या वेळी कोणत्याही बुद्धिबळपटूविरुद्ध खेळायची माझ्यात हिंमत नव्हती हे मीही जाणून होतो.

स्पर्धेच्या दुसऱ्या दिवशी सकाळी अरुणाने व मी चेन्नईतील हयात रिजन्सी हॉटेल सोडलं. दहावा डाव बरोबरीत सुटल्यानंतर मी आता माजी विश्वविजेता झालो होतो. आम्हाला लवकरात लवकर हॉटेलच्या व्हरांड्यातील त्या परिचित सुगंधापासून, चविष्ट नाष्ट्याच्या आठवणींपासून आणि तीन आठवड्यांहून अधिक काळ राहिलेल्या आमच्या हॉटेलमधील आलिशान खोलीपासून बाहेर पडायचं होतं. या सर्व गोष्टी मला माझ्या पराभवाची सतत आठवण करून देत होत्या. मी घरी आलो, तेव्हा गुबगुबीत पावलांनी दुडदुड धावणाऱ्या माझ्या दोन वर्षांच्या मुलाने निरागसपणे हसत माझं स्वागत केलं. मी आता माजी विश्वविजेता झालो होतो, याबद्दल त्याला काहीच देणंघेणं नव्हतं. मी पराभव कसा टाळायला हवा होता. याबद्दल त्याने माझं बौद्धिक घेतलं नाही. मी जगातील सर्वांत सुमार खेळाडू असतो तरीही त्याच्याकडून माझ्यावरच्या प्रेमात तसूभरही फरक पडला नसता. त्याच्याकडे पाहिलं आणि वाटलं की, जणू आपण उंच पर्वतावरची स्वच्छ, मोकळी हवा छातीभरून आत घेतोय.

त्या रात्री अंधारात मी डोळे उघडे ठेवून बिछान्यात पडून होतो. बाजूला

अखिलचं मंद आवाजातील घोरणं सुरू होतं. पलीकडे झोपलेली अरुणाही जागी असणार याची मला खात्री होती.

'तुला ठाऊक आहे,' काळोख्या शांततेचा भंग करत ती म्हणाली, 'तू कितीही मोठी स्पर्धा हरलास तरी आपल्याला काहीच फरक पडत नाही. या खोलीमध्ये आता जे आपण तिघेजण आहोत ना, ते असंच कायम एकत्र राहणार आहोत.'

त्या क्षणी कित्येक आठवड्यांनी मी मोकळेपणाने हसलो.

सातवा डाव हरल्यावर आपण स्पर्धेत पिछाडीवर पडू की काय ही मला सतत वाटणारी चिंताच संपून गेली, कारण ती आता वस्तुस्थिती होती. मला ती स्वीकारणं भाग होतं. आपण विजेतेपदाचा किताब गमावलाय असंच मला वाटू लागलं. माझा दृष्टिकोन बदलला. उरलेल्या पाच डावांत गेलफंडला जास्तीतजास्त अडचणीत कसं आणता येईल, याचाच मी विचार करू लागलो. माझ्या नव्या निर्णयाचे अनुकूल परिणाम लगेच दिसून आले. पटावर Qf2 ही चाल खेळून मी गेलफंडला मोठी चूक करण्यास भाग पाडलं. एकीकडे तो ज्या पेचात सापडला होता, त्याबद्दल मला सहानुभूती वाटत असली तरी त्याच वेळी माझ्या डोक्यावरचं मोठं ओझं उतरलं होतं.

♛

यश मिळालं की, आपण सर्वगुणसंपन्न आहोत, असं स्वतःला वाटू लागतं. आपल्यामध्ये काही दोषच नसल्यामुळे कोणीही आपल्याला हरवू शकणार नाही. अधूनमधून मिळणाऱ्या विजयामुळे आपण स्वतःला अजिंक्य समजू लागतो. आता आपल्या खेळात सुधारणा करण्याची गरज उरलेली नाही अशा भ्रमात आपण राहू लागतो. आयुष्य तुम्हाला कधीही अचानक धोक्याची सूचना देत

नाही. आपण छोट्या छोट्या इशाऱ्यांकडे वेळीच लक्ष घ्यायला शिकलं पाहिजे. आपल्यातील उणिवा शोधून त्या कशा नाहीशा करता येतील हे पाहायला हवं. तुम्ही सतत यशाचाच विचार करायला हवा. तुमच्या विचारात, दृष्टिकोनात आणि सरावात जराही निष्क्रियता येणार नाही याची काळजी घ्यायला हवी. तुमची कामगिरी अगदी निकृष्ट दर्जाची होत असली आणि तुम्ही पार रसातळाला गेला असलात तरी अशी एक संधी येते, ती तुम्हाला वर उचलते आणि पुन्हा योग्य मार्गावर घेऊन जाते.

१९८५. माझ्या खेळातील प्रतिभेने आणि नुकत्याच फुटलेल्या मिशीने आपलं अस्तित्व दाखवायला सुरुवात केली.

सखी, गुरू आणि सहयोगी असलेल्या माझ्या आईने माझ्यासोबत पटावरील मोहरे हलवायला सुरुवात केली. माझ्या खेळाची ती नेहमीच साक्षी होती. बुद्धिबळाशिवायच्या मोकळ्या वेळामध्ये मी बी गीजच्या संगतीत रमलेलो असायचो.

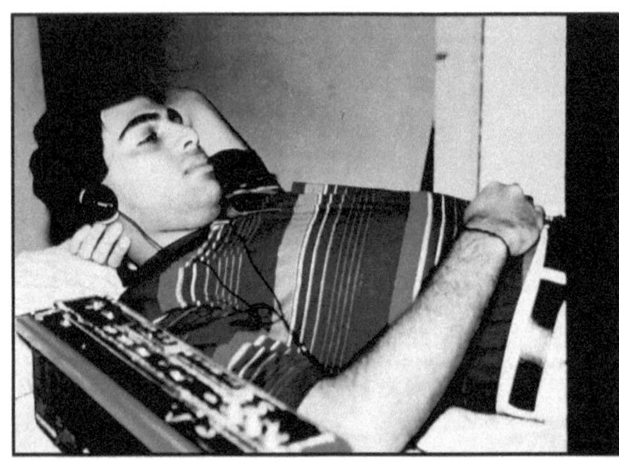

१९७९. मनिलामध्ये बुद्धिबळ कोडं सोडवल्याबद्दल मिळालेल्या बक्षिसानंतर दहा वर्षांच्या मुलाचा आनंदाने फुललेला चेहरा. नंतर त्यांनी मला आपल्या वाचनालयामध्ये बोलावून हवी तेवढी पुस्तकं न्यायची परवानगी दिली.

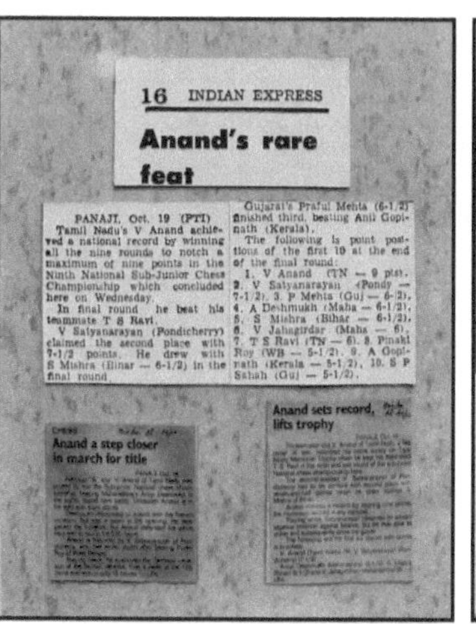

१९८३ मधील स्पर्धेनं मला केवळ १५ वर्षांखालील गटाचे विजेतेपद आणि मावशीच्या हातच्या व्हेजिटेबल ऑ ग्रॅटिनची चवच दिली नाही, तर वर्तमानपत्रात प्रथमच माझं नावही झळकलं.

पणजीतील स्पर्धास्थळी आईसमवेत.

१९८६. दुबई ऑलिंपियाड स्पर्धा. माझ्यामागे इंग्लंडविरुद्ध पोलंड यांच्यात रंगलेले सामने सुरू आहेत.

१९८७. कुमार गटातील विश्वविजेतेपदाची स्पर्धा जिंकल्यानंतर कालिकत, केरळ येथे माझ्या स्वागतासाठी जमलेले माझे चाहते. त्या वेळी रेल्वेच्या प्रवासात एक गृहस्थ मला बुद्धिबळ हा अर्थार्जनासाठी सुरक्षित व्यवसाय नसल्याचा सल्ला देताना म्हणाला, 'सगळेच काही विश्वनाथन आनंद होऊ शकत नाहीत.' मी त्याला माझं नाव सांगितलं नाही.

माझ्या सुरुवातीच्या काळातील सामन्यानंतर मी काढलेल्या टिपणांची झलक. ही सवय मला माझ्या आईने लावली. आजही काहीशा संक्षिप्त रूपात मी ती अनुसरतो.

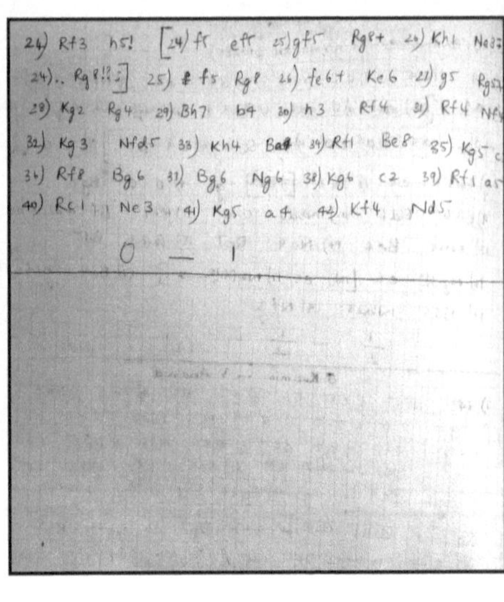

१९८९. हुगव्हन्स स्पर्धेत आम्ही चौघांनी ७.५/१३ गुण घेत सांघिक अजिंक्यपद मिळवले. माझ्यासमवेत (डावीकडून) हिरुला सॅक्स, प्रेड्रॅग निकोलिक व सोटॉन रिबली.

१९९१. मद्रास येथील कॅन्डिडेट स्पर्धेत उपउपांत्य सामन्यात अलेक्सी ड्रिव्हविरुद्ध खेळताना. ती स्पर्धा मी ४.५-१.५ अशा गुणांच्या मोठ्या फरकाने जिंकली.

१९९२. मेलडी अंबर स्पर्धेत लेव्ह ल्युगायस्कीविरुद्ध सामना खेळताना. २०११ पर्यंत सुरू असलेली ही स्पर्धा नऊ वेळा जिंकून मी विक्रम नोंदवला.

१९८८. नवी दिल्लीतील राष्ट्रपती भवनात माननीय राष्ट्रपती श्री. आर. वेंकटरामन यांच्याशी झालेली भेट.

१९९०. नवी दिल्ली येथे 'सोव्हिएत लँड नेहरू पारितोषिक' प्रदान प्रसंगी आयोजित समारंभामध्ये उपस्थिती.

१९८९. चेसबेसचा संयुक्त संस्थापक व माझा जिवलग मित्र फ्रेडरिक फ्रिडेल याच्या हॅंबुर्गमधील घरात अतारी व्हिडिओ गेम्सवर बुद्धिबळाचा सराव करताना. त्याचा छोटा मुलगा थॉमस कुतूहलाने पाहत आहे.

१९९२. कोलकातामधील गॉर्की सदनात माझं जोरदार स्वागत करण्यात आलं. डिसेंबर १९९१ मध्ये मी कास्पारोव्ह आणि कार्पोव्हला मागे टाकत रेजिओ इमिलिया येथील स्पर्धेचं विजेतेपद मिळवलं आणि प्रसिद्धीच्या झोतात आलो.

१९९२. महान चित्रपट निर्माते व भारतीय चित्रपटसृष्टीतील आदरणीय व्यक्तिमत्त्व सत्यजित रे यांच्यासोबत कोलकाता येथे.

१९९५. न्यू यॉर्क येथे कास्पारोव्हविरुद्ध झालेल्या
विश्वविजेतेपदाच्या स्पर्धेआधी माझ्या कोलॅडो
मेडिआनोमधील घरी, माझ्या सर्व साहाय्यक प्रशिक्षक
संघ सदस्यांसमवेत.

१९९५. कास्पारोव्हविरुद्धच्या
सामन्यातील विचारमग्न मुद्रा.
स्पर्धेदरम्यान कोणत्या गोष्टी
टाळाव्यात याची मी एक
छोटी यादी बनवली होती.

अरुणाच्या मते मी तिच्या घरी पहिल्यांदाच गेलो
असताना निःसंकोचपणे आणखी एक कप कॉफी
मिळेल का? अशी विचारणा केली आणि तिची आई
तिला स्वयंपाकघरात नेत म्हणाली, 'तू याच्यासोबत
लग्न करायला हवंस.' जून १९९६ मध्ये आम्ही
विवाहबद्ध झालो.

१९९६. डॉर्टमंड येथे अरुणासह
'हनीमून बुद्धिबळ स्पर्धे'च्या दरम्यान.

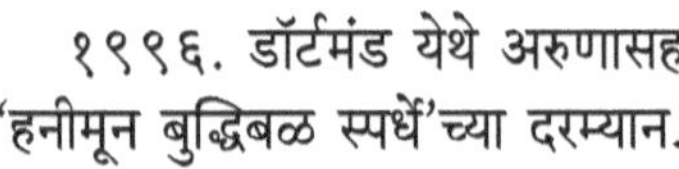

१९९६. डॉर्टमंड स्पर्धेच्या दरम्यान (डावीकडून दुसरा) क्रेमनिक व (उजव्या टोकाला) माझा मित्र हन्स वॉल्टर श्मिथ समवेत. प्रत्येक सामन्यानंतर अरुणा स्पर्धेच्या हॉलमधून लगबगीने निघून जायची आणि मी येऊन तिला निकाल सांगेपर्यंत ती महिला विश्रांती कक्षामध्ये बसून राहायची. त्या वेळी बुद्धिबळ खेळाबाबत ती नवखी होती आणि मी जिंकलो की हरलो हे तिला समजत नव्हतं.

जुलै १९९६. आमच्या लग्नानंतर डॉर्टमंडला झालेल्या पहिल्याच स्पर्धेत मी चमकदार कामगिरी केली. क्रेमनिकसह मी संयुक्त विजेता ठरलो आणि इतर सर्व स्पर्धकांवर एका गुणाची आघाडी घेतली.

माझा प्रशिक्षक एलिझबर उबिलावा याच्यासमवेत. त्याने मला पटावरील मोहऱ्यांची अनोखी स्थिती, अवघड डावपेच तर शिकवलेच; पण जॉर्जियन पदार्थही मनसोक्त खाऊ घातले. जॉर्जियन पारंपरिक चीज, पाव खच्चा पुरी हे आजही मी आवडीने खातो.

एक जुना रशियन विनोद ऐकताना अजूनही आम्हाला हसू आवरत नाही. एक गृहस्थ आपल्या कुत्र्याबरोबर समुद्रकिनाऱ्यावर बुद्धिबळ खेळत होता. ते पाहून तिथे गर्दी जमली आणि जो तो म्हणू लागला, 'ही तर कमाल झाली!' त्यावर गृहस्थ चिडून म्हणाला, 'यात कमाल कसली? मी त्याच्याविरुद्ध ३-१ अशी आघाडी घेतलीय.' कालांतराने बुद्धिबळपटू संगणकाविरुद्ध खेळू लागले आणि जणू ती गोष्ट प्रत्यक्षात घडू लागली.

१९९७. मोनाको येथील माँटेकार्लो खुल्या
स्पर्धेदरम्यान क्रॅमनिकसह एका निवांत क्षणी

१९९६. मोनाको येथील अंबर स्पर्धा
(डावीकडून) जॉन नन,
प्रेड्रॅग निकोलिक, माझा मित्र राम भट्ट
आणि जोएल लोटीयार

या प्रसंगाची नेहमीच गंमत वाटायची - दूरस्थ नियंत्रक
गाड्यांच्या आधारे स्पर्धेतील सामन्यांचा क्रम ठरवला
जायचा. १९९६-९७ मोनाकोतील अंबर स्पर्धेच्या
वेळी टोपोलोव्ह व जेरॉन पिकेट समवेत.

१९९९. मोनाकोतील अंबर स्पर्धेच्या
उद्घाटन प्रसंगी साऱ्यांच्या नजर
माझ्यावर खिळल्या होत्या

१९९८. लोझेन येथे फिडे आयोजित विश्वविजेतेपदाच्या स्पर्धेत कार्पोव्हविरुद्ध खेळताना.

२००२. माइन्स येथील बुद्धिबळ क्लासिक स्पर्धा. दरवर्षी येथे होणारी जलद बुद्धिबळ स्पर्धा २००१ ते २०१० पर्यंत खेळवण्यात आली. ही स्पर्धा बंद करण्यात आली, तेव्हा मी या स्पर्धेचं अजिंक्यपद तब्बल अकरा वेळा पटकावलं होतं.

१९९८. फ्रँकफर्ट येथील बुद्धिबळ क्लासिक स्पर्धा. माझा मित्र हन्स वॉल्टर शिमथने ही स्पर्धा प्रथम आयोजित केली. त्यानंतर ही स्पर्धा माइन्स येथे होऊ लागली.

२०००. अरुणासोबत आइसलँडमध्ये, जिथे व्हायकिं
टोळ्यांनी गुलाम स्त्रियांना नेऊन टाकले होते.

तो विनोदी किस्सा आता आठव
नाही; पण तो नक्कीच गमतीद
असणार! खाता-खाता मला ह
आवरत नव्हतं. २००१. कोलकात
येथील एका प्रायोजित कार्यक्रमप्रसंग

२००७. मेक्सिको विश्वविजेतेपद स्पर्धेदरम्यान.
गेलफंड (डावीकडे) आणि एरोनियनसमवेत.

मेक्सिकोतील माझ्या विजयानंतर 'न्यू इन चेस' या
मासिकाने मी निर्विवाद विश्वविजेता असल्याचं
आपल्या मासिकाच्या मुखपृष्ठाद्वारे जाहीर केलं.

२००८. बॉन येथील विश्वविजेतेपदाच्या स्पर्धेत क्रॅमनिकविरुद्ध खेळताना. मात्र, त्या स्पर्धेदरम्यान आम्हाला आमच्यातील मैत्री बाजूला सारावी लागली.

२००८. बॉन येथे विश्वविजेतेपद चिन्हासह. माझा चेहरा फारसा हसरा दिसत नसला तरी मला मनातून प्रचंड आनंद झाला होता.

बॅड सोडेन, जर्मनी. आठजण बसू शकणाऱ्या मर्सिडिज गाडीत सामान ठेवताना. २०१०. विश्वविजेतेपद स्पर्धेत भाग घेण्यासाठी सोफियाला जाताना आम्हाला चार देशांतून ४० तासांचा प्रवास करावा लागला.

२०१०. सोफिया 'टीम आनंद'चा टी शर्ट घालून मिरवणारे माझे साहाय्यक प्रशिक्षक व मित्र - (डावीकडून) निलसन, ख्रिश्चन बॉझर्ट, बल्गेरियन गुप्तहेर, एरिक, रुस्तम, हन्स वॉल्टर शिमथ, सूर्या व राडेक.

सोफिया स्पर्धेत विजयी झाल्यावर विश्वविजेतेपदाच्या करंडकासह. सोफियाला पोहोचण्यासाठी कधी कल्पनाही केली नसेल अशी अनेक धाडसी कृत्ये मला करावी लागली.

तेरा

बुद्धिबळाचा पट बाजूला असल्यावर माझं लक्ष दुसरीकडे कुठे जाऊच शकत नाही. २०१२. मॉस्को येथील विश्वविजेतेपद स्पर्धेच्या उद्घाटन प्रसंगी.

माझ्या मते सदाबहार लॉरेल वृक्षाच्या पानांचा हार गळ्यात मिरवण्यासारखा दुसरा मोठा आनंद नाही. २०१२. मॉस्को येथील स्पर्धेत विश्वविजेतेपदाचा सन्मान स्वीकारताना.

गेलफंड आणि मी अत्यंत जिवलग मित्र आहोत. २०१२ मध्ये आम्ही विश्वविजेतेपद किताबासाठी एकमेकांविरुद्ध लढलो; पण तरीही आमच्या मैत्रीत बाधा येऊ शकली नाही.

क्रॅमनिक मला म्हणाला की, निवृत्तीनंतर तो पूर्वीपेक्षाही अधिक व्यग्र झाला आहे. आता त्याला बुद्धिबळाची उणीवही जाणवत नाही. जेव्हा मी त्याच्या पंक्तीत जाऊन बसेन, तेव्हा मीही त्याच्याइतकाच खेळापासून दूर जाऊ शकेन का, याबद्दल मी साशंक आहे. २०१६च्या लंडन बुद्धिबळ क्लासिक स्पर्धेत क्रॅमनिकविरुद्ध खेळताना. वेस्ली सो, अनिश गिरी, फॅबियानो करुआना, लेव्हॉन एरोनियन आणि मॅक्झिम व्हॅचिअर-लॅग्रेव्ह हे आमचा सामना उत्सुकतेने पाहत आहेत.

सेंट लुईस येथे माझा सध्याचा प्रशिक्षक झेगॉश गजस्कीसह. पटावरील मोहऱ्यांची स्थिती आणि चाली अजमावण्यासाठी त्याच्याकडे एक वेगळीच नजर आहे.

हातमोजे घालूनही मला या अप्रतिम
सुंदर पक्ष्याची तीक्ष्ण नखं बोचत होती.
२०१७. रियाध येथे विश्व जलद
बुद्धिबळ स्पर्धा.

प्रथम क्रमांक मिळवण्याची सवय लागली,
२०१७. रियाध स्पर्धेच्या पारितोषिक वितरण
प्रसंगी व्लादिमिर फेडोसिव्ह (उजवीकडे)
आणि इयान नेपामनियाची यांच्यासह

२०१९. अल्टिबॉक्स, नॉर्वे येथे
बुद्धिबळपटूंसाठी आयोजित केलेल्या
पाककला स्पर्धेत लागोपाठ दुसऱ्यांदा
विजयी. आम्ही भाज्यांसह सामन माशाची
बनवलेली पाककृती सर्वोत्कृष्ट ठरली.
मॅक्झिम व्हॅचिअर-लॅग्रेव्ह (उजवीकडे)
आणि शेफ फिलिप्स ऑगस्ट बेन्डी
(मध्यभागी) हे माझे संघसदस्य होते.

२०१९. सेंट लुईसला झालेल्या
स्पर्धेत आमचा संघ विजयी झाल्यावर
आनंद साजरा करताना. सिंकफिल्ड
जलद बुद्धिबळ स्पर्धेत आमच्या रॅन्डी
संघाने रेक्स संघाचा ४-२ असा धुव्वा
उडवला. या स्पर्धेचे वैशिष्ट्य म्हणजे
दर पाच चालींनंतर संघातील दुसऱ्या
खेळाडूने पुढच्या पाच चाली
खेळायच्या होत्या.

अखिलला बुद्धिबळाचा पट मांडायची खूप आवड आहे. प्रत्येक मोहरा पटावर कसा चालतो हेही त्याला ठाऊक झालंय. आम्ही रोज एकमेकांकडून खूप काही शिकत असतो.

अस्तित्व टिकवताना

आजचे विजय आणि उद्याची क्षितिजे

आपण म्हातारे होतोय, हे मला प्रथम केव्हा जाणवलं ते सांगता येणार नाही.

म्हातारपणाच्या जाणिवेने घाबरवून टाकणारा तो एक विशिष्ट असा क्षण नव्हता; पण येऊ घातलेल्या वाढदिवसाची मात्र मला अनामिक भीती वाटू लागली. सतत उत्कृष्ट कामगिरी करत राहण्याच्या दडपणाचं ओझं मी अगदी किशोर वयापासून वाहत आलोय आणि त्याचा मला उपयोग झालाय. ज्या वेळी मला प्रथम मानांकन होतं आणि जेव्हा मी विश्वविजेतेपदाचा किताब सातत्याने मिळवत होतो, तेव्हाही मी या चिंतेतून मुक्त झालो नव्हतो. मला वाटायचं की, माझ्या आजूबाजूचा प्रत्येकजण व प्रत्येक गोष्ट बदलतेय, विकसित होतेय आणि लवकरच आपण त्यांच्यापेक्षा मागे पडत जाणार. या विचारांनी मी प्रचंड घाबरून किंवा चिंताक्रांत होऊन जायचो अशातला भाग नव्हता; परंतु पटावरील सोंगट्यांच्या एखाद्या विशिष्ट स्थितीतून बाहेर पडायचा मार्ग मला दिवसभरात सुचला नाही तर रात्री-अपरात्री मला अचानक जाग येऊन मी बिछान्यावर उठून बसायचो, एवढी ती गोष्ट माझ्या डोक्यात भिनलेली असायची. मग मी संगणक सुरू करायचो आणि झपाटल्यासारखा त्या प्रश्नाचं उत्तर शोधू लागायचो. बुद्धिबळ हा ज्यांच्या आयुष्याचा श्वास व ध्यास असेल, त्यांना माझं हे वागणं मूर्खपणाचं वाटणार नाही.

तरुणपणी जेव्हा आपल्याला सातत्याने अपयश येऊ लागतं, तेव्हा त्याचा संबंध आपण आपल्या खेळातील उणिवांशी जोडतो; परंतु जशी माझी चाळिशी उलटून गेली, तसा या कारणांवर कोणी विश्वास ठेवायला तयार होईना. माझ्या सुमार कामगिरीचा काळ लांबतच चालला होता आणि यश मिळण्याची काहीच चिन्हे दिसत नव्हती. त्याहून वाईट गोष्ट म्हणजे मी खेळलेल्या डावातील चाली व इतर तपशील विसरू लागलो. माझ्या बाबतीत असं कधी घडू शकेल, याची मी कल्पनाही केली नव्हती. या विस्मरणामागे काहीतरी विशेष कारण असावं, असंही

मला त्या वेळी प्रकर्षाने जाणवलं.

जेव्हा माझ्या आजूबाजूचे लोक माणसाच्या वाढत्या वयामुळे होणाऱ्या परिणामांबद्दल चर्चा करत, तेव्हा ती लक्षणं आपल्यामध्ये दिसताहेत का हे मी मनातल्या मनात तपासून पाहायचो; पण अर्थात ही गोष्ट मला सर्वांसमोर कबूल करायला कधीच आवडत नसे. तसंच ज्या ज्या वेळी एखाद्या तरुण खेळाडूबरोबर सामना खेळताना मी गोंधळून जात असे, तेव्हाही माझ्या मनात तो विचार चमकायचा- 'बघितलंस! हा सगळा तुझ्या वाढत्या वयाचा परिणाम आहे.' चेन्नईमध्ये कार्लसनविरुद्ध खेळताना माझ्या मनाला अगदी असेच क्लेश झाले होते.

विश्वविजेतेपद स्पर्धा संपल्यानंतर मी वर्तमानपत्रातील क्रीडाविषयक वृत्तं असलेली पानं वाचण्याचं मुद्दाम टाळायचो. समालोचकांनी माझ्या पराभवाची केलेली कारणमीमांसा वाचण्यात मला मुळीच रस नसे किंवा मी आता उतरणीला लागलोय, हे मला इतरांकडून ऐकायची इच्छा नसायची. बुद्धिबळाच्या वेबसाइटपासूनही मी दूर राहायचो. बुद्धिबळ जगताशीसुद्धा मी संपर्क तोडला होता. कार्लसनने माझा पराभव केल्यानंतरच्या त्याच्या कामगिरीबद्दल मला काही माहिती नव्हती. खरं सांगायचं तर नोव्हेंबर २०१३ ते २०१४ जानेवारी अखेरपर्यंतच्या काळादरम्यान मी एकाही बुद्धिबळपटूविषयी कुठलीही चौकशी केली नव्हती. जानेवारीमध्ये विक आन झी येथे झालेल्या स्पर्धेत एरोनियन जिंकल्याचं मला समजलं होतं; पण मी त्याचे डाव अभ्यासले नव्हते; परंतु नंतर एकेका स्पर्धेचे सामने इतके अटीतटीचे होऊ लागले की, मी ते डाव नीट निरखून पाहू लागलो. मला विश्लेषण न केलेले; पण खेळलेल्या सर्व चाली असलेले डाव मिळायचे आणि मी ते पाहायचो. ते डाव बघत असताना कोणीतरी कोणत्या तरी संदर्भात अचानक माझ्या नावाचा उल्लेख करेल असा विचार माझ्या मनात आला आणि मी अस्वस्थ झालो. मग मी ते डाव पाहण्याचं सोडून दिलं आणि खेळापासून पुन्हा दूर राहायचं ठरवलं.

परंतु लवकरच माझ्या लक्षात आलं की, या मानसिक यातनांमधून बाहेर पडायचं असेल तर आपण एखाद्या स्पर्धेत बिनधास्त उडी मारायला पाहिजे. चेन्नईच्या स्पर्धेनंतर महिन्याच्या आत झालेल्या लंडन क्लासिक स्पर्धेतही मी अयशस्वी ठरलो; परंतु त्यानंतर केवळ क्रॅमनिकच्या प्रोत्साहनामुळे मी पुढच्या वर्षी खन्ती मानसिस्क येथे झालेल्या स्पर्धेत सहभागी झालो आणि माझ्या लक्षात आलं की, मी त्या स्पर्धेत उतरलो नसतो तर स्वतःचं मोठं नुकसान करून घेतलं असतं. बॉनमध्ये एकमेकांविरुद्ध खेळल्यानंतर क्रॅमनिक व माझ्यात खूपच सौहार्दपूर्ण संबंध निर्माण झाले होते. त्यानंतर चार महिन्यांनी अंबर स्पर्धेच्या दरम्यान जेव्हा एका जिममध्ये आमची गाठ पडली, तेव्हा आम्ही एकमेकांशी बराच वेळ गप्पा मारल्या. त्या वेळी त्याला नुकताच एक मुलगा झाला होता आणि बॉनच्या

स्पर्धेनंतर आम्हा दोघांत बराच बदलही झाला होता. त्यानंतर २०१० मध्ये टोपोलोव्हविरुद्ध झालेल्या विश्वविजेतेपदाच्या स्पर्धेत क्रॅमनिकने आपणहून मला मदत करण्याची तयारी दाखवल्यामुळे आम्ही अधिकच जवळ आलो. हळूहळू आमच्यातील शत्रुत्व नाहीसं झालं, कारण भरपूर मूल्यांकन मिळवलेले तरुण खेळाडू आता बुद्धिबळाच्या क्षेत्रात सर्वत्र विखुरलेले होते.

मी स्पर्धांमध्ये सतत का भाग घेतला पाहिजे, यामागचं क्रॅमनिकने सांगितलेलं कारण अगदी साधं आणि तर्कशुद्ध होतं : नाहीतरी मी तळ गाठलेलाच होता; त्यामुळे काही झालं तरी मी त्याहून आणखी खाली घसरण्याची शक्यताच नव्हती. उलट ही स्पर्धा माझ्यासाठी एक नवी संधी ठरणार होती. तिथे मी पूर्णपणे एकटा असणार होतो आणि माझ्यावर कुठलंही दडपण असणार नव्हतं. तिथे असणार होतं, फक्त मी व माझं बुद्धिबळ. मला क्रॅमनिकचं म्हणणं पटलं. आणखी एक गोष्ट माझ्या लक्षात आली की, अजून दोन वर्षांनी माझी कितीही इच्छा असली तरी मी कॅन्डिडेट्स स्पर्धा पुन्हा खेळण्यासाठी कदाचित पात्र ठरणार नाही. आयुष्यात आपण आपल्याला हवे ते क्षण निवडू शकत नाही. कधीकधी नको ते क्षणच आपल्या वाट्याला येतात.

त्या वर्षी मी कॅन्डिडेट्स स्पर्धेसाठी काहीही तयारी केली नाही. पुन्हा आपली कामगिरी खराब झाली तर लोकांना कसं सामोरं जायचं, याच चिंतेनं माझं मन व्यापलं होतं; परंतु स्पर्धेच्या पहिल्या तीन फेऱ्यांनंतर मी अगदी शांत व समाधानी झालो होतो. पहिल्या फेरीत पांढऱ्या मोहऱ्यांसह खेळताना मी एरोनियनला हरवलं. तिसऱ्या फेरीत काळे मोहरे घेऊन मी शखरियार मॅमिडोरॉव्हला पराभूत केलं. ही स्पर्धा आपल्यासाठी आनंददायी ठरणार याचा मला त्याच वेळी अंदाज आला. नवव्या फेरीतील सामन्यात मी सर्वोत्कृष्ट खेळ केला. त्या डावात मी टोपोलोव्हचा पाडाव केला आणि त्याच वेळी क्रॅमनिक व एरोनियम हे दोघेही अनुक्रमे काजाकिन आणि मॅमिडोरॉव्हकडून पराभूत झाले.

स्पर्धेतील तेराव्या म्हणजे उपांत्य डावात काजाकिनने एक क्षण माझ्या काळजाचा ठोका चुकवला होता. मी डाव समतोल राखण्याचा प्रयत्न करत होतो; पण अखेरीस माझ्या हत्तीच्या समोर त्याच्यापाशी उंट व घोडा उरलेला होता. ९१ चालींनंतर आम्ही दोघांनीही डाव बरोबरीत सोडवायला मान्यता दिली आणि त्याबरोबरच स्पर्धेची एक फेरी बाकी असतानाच माझ्या विजेतेपदावर शिक्कामोर्तब झालं. मुख्य म्हणजे सोचीला होणाऱ्या विश्वविजेतेपदाच्या स्पर्धेसाठी मी पुन्हा एकदा कार्लसनविरुद्ध लढायला पात्र ठरलो.

कार्लसनसमोर माझा मुळीच टिकाव लागणार नाही असं जवळजवळ सर्वच माजी बुद्धिबळपटू व प्रसारमाध्यमांचं म्हणणं होतं आणि माझ्या खेळण्याचा एकूण

फॉर्म पाहता त्यात त्यांची काहीच चूक नव्हती. खरं सांगायचं तर मीच मला शेवटचं स्थान दिलं होतं आणि स्पर्धा हरल्यानंतरही आपली मनःस्थिती जास्तीतजास्त चांगली राहण्यासाठी काय करता येईल, याचा मार्ग मी शोधत होतो. सात महिन्यांच्या आत मी पुन्हा एकदा विश्वविजेतेपद स्पर्धेला सामोरा जाणार होतो. एखाद्या अजगराने आपल्या भक्ष्याला जसं आपल्या विळख्यात करकचून पकडावं, तसा तो विचार मला अक्षरशः गुदमरून टाकत होता; पण या खेपेस मी स्वतःला चिंता, निराशा, मानसिक क्लेश अशा नकारात्मक विचारांच्या भोवऱ्यातून स्वतःला दूर ठेवण्यात बऱ्यापैकी यशस्वी झालो होतो.

किमान अपेक्षा मनात ठेवून मी सोचीला जाणाऱ्या विमानात पाऊन ठेवलं. स्पर्धा सुरू होण्याआधी सामनास्थळ व आर्थिक करार याविषयी कार्लसनने नाराजी दर्शवली आणि त्यामुळे तो स्पर्धेतून आपलं नाव मागे घेण्याची शक्यता निर्माण झाली होती. तसं झालं तर कार्लसनऐवजी काजीकिन हा माझा प्रतिस्पर्धी ठरणार होता. त्या वेळी रुस्तम काजीकिनचा मदतनीस म्हणून काम करत होता. म्हणून आम्ही रुस्तमशी संपर्क साधला आणि स्पर्धेसाठी काजीकिनची निवड झाली तरीही तू त्यालाच मदत करणार का? असं त्याला विचारलं. त्यावर तो लगेच म्हणाला की, आनंद आणि काजीकिन यांच्यात सामना झाला तर त्या स्पर्धेपुरता मी काजीकिनच्या संघातून बाहेर पडेन. रुस्तम हा शब्दाचा पक्का होता याची आम्हाला खात्री होती. अखेरीस कार्लसन स्पर्धेत सहभागी व्हायला तयार झाल्याने तो प्रश्नच मिटला.

सोचीच्या स्पर्धेसाठी माझ्या संघामध्ये फक्त तिघेजण होते. गजस्की, राडेक व शशिकिरण. गजस्कीला मी प्रथम भेटलो, तेव्हा तो राडेकबरोबर काम करत होता. खन्ती मानसिक स्पर्धेनंतर त्याने माझ्याबरोबर पूर्णवेळ साहाय्यक प्रशिक्षक म्हणून काम करण्याची तयारी दर्शवली. मला ती कल्पना आवडली. लवकरच आमचं छान सूत जमलं आणि त्याची एकूण कामाची पद्धत पाहून मला तो म्हणजे उबिलावाची आधुनिक आवृत्ती आहे असं वाटू लागलं. माझ्या नजरेतून सुटलेली गोष्ट तो नेमकी हेरायचा आणि त्याची ही क्षमता मला विलक्षण वाटली. आपल्याला सांभाळून, सावरून घेणारा प्रशिक्षक लाभला आहे याची खात्री पटून मी निश्चिंत झालो.

कार्लसन हा अजूनही तितकाच सक्षम खेळाडू होता. स्पर्धेतील सामने मी माझ्या परीने चांगले खेळलो असलो तरी त्यात फारसा उत्साह नव्हता. मी दोन गुणांच्या फरकाने ती स्पर्धा हरलो असलो तरी कार्लसनने माझा धुव्वा उडवला नव्हता. एकूण विचार करता माझ्या मानसिक स्थितीला व खेळाला जी अनपेक्षित कलाटणी मिळाली तो खरोखरच माझ्यासाठी एक सुखद धक्का होता. मी माझ्या

मनाला कसोशीने नवी उभारी देत कॅन्डिडेट्स स्पर्धेत भाग घेतला आणि मान्यवर बुद्धिबळपटूंना हरवून ती स्पर्धा जिंकत सर्वोच्च स्पर्धेत खेळण्यासाठी पात्र ठरलो. नोव्हेंबर २०१३ मध्ये झालेल्या मानहानीकारक पराभवामुळे मी निराशेच्या खोल गर्तेत गेलो होतो आणि त्यानंतर मार्च २०१४ मध्ये पुन्हा विश्वविजेतेपदाच्या स्पर्धेसाठी पात्र ठरल्याने माझ्या आनंदाला पारावार राहिला नव्हता. अवघ्या पाच महिन्यांत मी स्वतःला सावरू शकलो होतो.

त्यानंतर तीन वर्ष म्हणजे डिसेंबर २०१७ पर्यंत जलद बुद्धिबळ स्पर्धेतील माझी खालवलेली कामगिरी पाहता, मी खूपच मंद व निस्तेज होत चाललोय हे मला कळून चुकलं होतं. हा माझ्या वाढत्या वयाचा परिणाम होता; हे मी नाकारू शकत नव्हतो, कारण आजपर्यंत मी माझ्या जलद खेळण्याबद्दल प्रसिद्ध होतो. ज्या वेळी आपल्याला स्वतःमध्ये झालेल्या बदलाचं नेमकं कारण सापडत नाही, तेव्हा आपण व्यावहारिक शहाणपणातून सिद्ध झालेल्या गोष्टींचाच आधार घेतो. माझी अशी घसरण चालू असताना अचानक मी २०१७ मध्ये झालेल्या विश्व जलद बुद्धिबळ स्पर्धेचं विजेतेपद पटकावलं. जणू वैश्विक शक्तींनी मी पुन्हा एकदा तरुण होऊ शकतो याची सर्वांना छोटीशी झलक दाखवली होती.

त्याआधी डिसेंबरच्या सुरुवातीला लंडन क्लासिक स्पर्धेतील दारुण अपयशाच्या जबरदस्त धक्क्यातून मी स्वतःला सावरू शकलो नव्हतो. माझ्या ४८व्या वाढदिवसाला मला वेस्ली सोकडून फारच झटपट पराभव स्वीकारावा लागला होता. सामन्यानंतरच्या मुलाखतीला चाट देऊन मी अखिलसाठी सांताक्लॉझ आणि डॉनर काळवीटचा सेट विकत आणण्यासाठी थेट बाजारात गेलो होतो. त्याच वर्षी ऑगस्ट महिन्यात झालेल्या सेंट लुईस जलद बुद्धिबळ स्पर्धेमध्ये मी कास्पारोव्ह आणि डेव्हिड नावारा यांच्यासह संयुक्त आठव्या स्थानावर फेकला गेलो होतो. आपले जलद स्पर्धेत खेळण्याचे दिवस आता संपले आहेत याची त्या वेळी मला प्रकर्षाने जाणीव झाली. ते सारं वर्षच माझ्यासाठी आत्यंतिक मानसिक त्रासाचं गेलं.

त्या विचित्र मनःस्थितीतून स्वतःची सुटका करून घेण्यासाठी मी माझा जीव माझ्या मुलामध्ये रमवण्याचा प्रयत्न करू लागलो. तो जे म्हणेल, ते मी त्याच्यासाठी करू लागलो. त्याच्यासाठी मी 'मादागास्कर' हा चित्रपट अनंत वेळा पाहिला आणि त्या चित्रपटातील एका प्रसंगात दाखवलेल्या आकारासारखा केकही आम्ही दोघांनी अनेक वेळा खाल्ला. मला शारीरिक व मानसिक विश्रांतीची अत्यंत गरज होती. मी अरुणा व अखिलसह केरळला जायचं ठरवलं. माझे कोरसिकामधील जिवलग मित्र लिओ बॅटेस्टी व निकोल हेही आमच्यासोबत यायला तयार झाले; परंतु आम्ही सूटकेसमध्ये कपडे भरून घराबाहेर पडण्याआधीच फिडे संघटनेतील एका व्यक्तीने माझ्याशी संपर्क साधत मला स्पर्धेमध्ये खेळण्याचा खूप आग्रह

केला. मी त्या स्पर्धेमध्ये सहभागी व्हावं, असं अरुणालाही वाटत होतं. ती अगदी भारतीय स्त्रीला शोभेल अशी जोरजोरात मान हलवत मला म्हणाली, 'अपिडी एन्न दान आगम?' म्हणजे 'समजा, तू तिथे गेलास तर जास्तीतजास्त वाईट काय होईल?'

काही दिवसांतच मी रियाधच्या स्पर्धेत खेळत होतो आणि माझ्यासमोर कार्लसन बसला होता. विश्व जलद बुद्धिबळ स्पर्धेची ती नववी फेरी होती. माझा जबडा घट्ट आवळला होता आणि तू जराही हालचाल करू नकोस, असं माझा मेंदू माझ्या हाताला ओरडून सांगत होता. कार्लसन Nc5 ही ३३वी चाल खेळला. त्या चालीनंतर मी डाव बरोबरीत सोडवायचा प्रस्ताव मांडेन अशी त्याची अपेक्षा होती. मलाही त्याहून वेगळा विचार करायचं काहीच कारण नव्हतं. डाव अनिर्णित अवस्थेत संपणार हे जवळजवळ ठरल्यासारखंच होतं. पटावर नसलेल्या गोष्टी आम्हाला दिसत होत्या, हे वेगळं सांगायची गरज नव्हती. मी सर्व मोह‍च्यांवरून एकदा नजर फिरवली. डाव बरोबरीत सुटणार असला तरी माझ्यापाशी अजून वेळ शिल्लक होता. मी वेळ संपेपर्यंत थांबायचं ठरवलं. त्यानंतर दोनच मिनिटांनी अचानक एखादं वादळ घोंघावत यावं तसा उंट f3 वर नेऊन कार्लसनच्या राजाला शह देण्याची चाल माझ्या डोक्यात घुसली. ती चाल मला विजय मिळवून देणार होती. मी कार्लसनकडे पाहिलं. ती चाल त्याच्याही लक्षात आली होती आणि तो मनातल्या मनात स्वतःला दूषणं देत होता. ज्या वेळी दडपण असह्य होऊन तुम्ही चाल खेळण्यासाठी हात उचलता, तेव्हा मेंदूने कितीही प्रतिकार केला तरी तुम्ही त्याची आज्ञा पाळायला नकार देता. मोहाला शरण जायचं की थोडं थांबून विचार करायचा, यामध्ये एक असा क्षण असतो की, जो डाव बरोबरीत सोडवतो किंवा तुम्हाला छान विजय मिळवून देतो.

त्याआधी दुसऱ्या फेरीत लेकोविरुद्ध झालेल्या सामन्यात मी पांढऱ्या मोह‍च्यांसह खेळताना त्याच्या राजावर अतिशय हुशारीने हल्ला चढवला होता आणि तिथूनच माझ्यामध्ये एक वेगळाच उत्साह संचारू लागला. व्लादिमिर फेडोसीव्ह आणि इयान नेपॉमनियाची या दोन रशियन खेळाडूंसह मी १०.५ गुण मिळवून संयुक्त आघाडी घेतली होती. त्यामध्ये मी सहा डाव जिंकले होते आणि नऊ अनिर्णित राखले होते. अखेर टायब्रेकमध्ये मी फेडोसीक्ववर १.५-०.५ अशा फरकाने मात करत स्पर्धेचं अजिंक्यपद मिळवलं. १५ जलद डावांमध्ये मी अपराजित राहण्याचा विक्रम केला होता. ज्या स्पर्धेत मी खेळण्याचं टाळत होतो, त्याच स्पर्धेत मी जलद बुद्धिबळ स्पर्धेचा विश्वविजेता ठरलो होतो.

जे घडलं ते सारं मला स्वप्नवत वाटत होतं. त्या एका स्पर्धेतील दिमाखदार विजयामुळे संपूर्ण वर्षातील सुमार कामगिरीचं माझं अपयश अक्षरशः धुवून निघालं.

आता मला अरुणा व अखिलला भेटण्याचे वेध लागले होते. केरळला जाणारं विमान पहाटे चारला होतं आणि रियाध विमानतळावर वेळेत पोहोचण्यासाठी मला रात्री १ वाजता निघावं लागणार होतं. त्यानंतर दोन तासांनी मला कोचीला जाणारं विमान गाठायचं होतं. कोची विमानतळावरून विश्रामगृहात जाण्यासाठी पुन्हा गाडीतून बराच दूर प्रवास करावा लागणार होता. माझं शरीर तर थकलेलं होतंच; पण मानसिक शीणही खूप आला होता. गाडीत बसल्याबसल्या झोपून जायचं असं मी ठरवलं; परंतु मी गाडीत बसलो आणि मला जाणवलं की, माझ्या अंगात एक वेगळाच उत्साह संचारलाय; इतका की, गाडी नसती तर सारं अंतर पायी चालत जाण्याचीही माझी तयारी होती. यशामुळे केवढी ऊर्जा मिळू शकते! काही वर्षांनी म्हणजे एप्रिल २०१९ मध्ये टायगर वुडसने ऑगस्टा मास्टर्स स्पर्धा जिंकून आपला ११ वर्षांचा विजेतेपदाचा दुष्काळ संपवल्याची बातमी जेव्हा मी वाचली, तेव्हा मला रियाधमधील विजयाची आठवण झाली. खरे पाहता असे विजय हे काही पुढच्या यशाची नांदी नसते किंवा आधीच्या अपयशाची ती भरपाईही नसते; पण तरीही असं वाटत राहतं की, जणू काही त्या एकाच विजयासाठी आपल्या शरीर व मनाच्या साऱ्या शक्ती एकवटून येतात.

२०१४ मध्ये खन्ती मानसिस्क येथे झालेल्या कॅन्डिडेट स्पर्धेसारखा किंवा २०१७ मध्ये रियाधला झालेल्या विश्व जलद बुद्धिबळ स्पर्धेसारखा विस्मयकारक विजय जेव्हा मिळतो, तेव्हा त्या यशाचा तेजस्वी प्रकाश पुढे कित्येक वर्ष आपली सोबत करतो. आजही त्या स्पर्धांमधील काही डावांचा विचार जेव्हा माझ्या मनात येतो, तेव्हा माझं मन अत्युच्च आनंदाने भरून जातं. खन्ती मानसिस्क किंवा रियाधला झालेली स्पर्धा निश्चितच सोपी नव्हती. दोन्ही स्पर्धांच्या वेळी मी त्या जिंकण्याचा विचारही करत नव्हतो. मिळालेल्या संधीचा अगदी चुराडा होऊ नये, एवढीच माझी अपेक्षा होती; पण नंतर एक गोष्ट माझ्या लक्षात आली की, जेव्हा स्पर्धेचं विजेतेपद मिळवायची तुमची महत्त्वाकांक्षा नसते, तुम्हाला केवळ स्पर्धेत तग धरून राहायचं असतं आणि अशा वेळेस अचानक तुमच्या हातात विजयाचा करंडक येतो, तेव्हा आपल्याला हे यश आधी इतकं अप्राप्य का वाटलं होतं, हेच तुम्हाला उमगत नाही.

रियाधला केलेल्या चमकदार कामगिरीनंतर मी ते यश डोक्यात जाऊ दिलं नाही किंवा त्याआधी लंडनचं अपयश विसरून जाण्याची चूकही केली नाही. त्या वर्षी अनेक निकाल माझ्याविरुद्ध लागल्याने मी प्रत्येक गोष्टीचा इतका काळजीपूर्वक विचार करू लागलो होतो की, एका विजयामुळे मी बेसावध होणं शक्यच नव्हतं. याउलट जर त्या काळात मी सतत जिंकत असतो आणि त्यातच मला रियाधचं विश्वविजेतेपद मिळालं असतं तर मात्र माझ्या खेळातील छोट्यामोठ्या दोषांकडे

माझं नक्कीच दुर्लक्ष झालं असतं. परंतु रियाधच्या आधी अनुभवलेल्या पराभवाच्या मालिकेमुळे माझं लक्ष विचलित होऊ शकलं नाही.

२०१८ मध्ये कोलकाता येथे आयोजित केलेल्या टाटा स्टील बुद्धिबळ स्पर्धेमध्येही अगदी तसंच घडलं. आपल्या देशात आणि तेही माझ्या भारतीय मित्रांच्या सहवासात खेळणं माझ्यासाठी खूपच उपयुक्त ठरलं. माझ्या मते आपल्या देशात जास्तीतजास्त स्पर्धा व्हायला हव्यात, म्हणजे त्यांना उगाचच अतिरिक्त महत्त्व प्राप्त होणार नाही. कोलकात्यातील प्रेक्षक खूपच उत्साही असल्यामुळे त्या वातावरणात खेळताना माझ्यात एक वेगळाच उत्साह संचारला होता. या स्पर्धेच्या वेळीही अतिविचार न करता, खेळाची मजा लुटण्याचं मी ठरवलं होतं. या स्पर्धेतील एका अद्भुत विजयामुळे वर्षभरातील साऱ्या अपयशाची कसर भरून निघाली.

तरुण असताना मला वाटायचं की, वय झाल्यावर मी कशा पद्धतीचं जीवन जगत असेन आणि आता मात्र मी तरुण असताना मला काय वाटायचं, मला यशस्वी व्हायची आस लागली होती का, हे नीटसं आठवतदेखील नाही. थोडक्यात काय तर ज्या गोष्टी तुम्हाला लक्षात राहाव्याशा वाटतात, त्याच तुमच्या स्मरणात राहतात.

गेल्या काही वर्षांत माझ्या मनातील बुद्धिबळाचं स्थान खूपच बदलत गेलं. हे काही मी योजनापूर्वक ठरवलं नव्हतं; पण परिस्थितीनुरूपच त्यात बदल होत गेला. माझं बरंचसं आयुष्य हे पूर्णपणे बुद्धिबळाने व्यापलं होतं. आजदेखील खेळातील एखादी अवघड पण आकर्षक समस्या माझ्यासमोर येते, तेव्हा मी दुसऱ्या कोणत्याही गोष्टीचा विचार करूच शकत नाही. एखादं कोडं सुटत नसलं की, जसं आपण अस्वस्थ होऊन जातो, तशी माझी अवस्था होऊन जाते; पण आता माझ्या मनात बुद्धिबळाचा विचार पूर्वीइतक्या तीव्रतेने येत नाही. जीवनातील प्राधान्यक्रम बदलत गेले की, तुम्ही फक्त एकाच गोष्टीने पछाडलेले राहू शकत नाही. उदाहरणार्थ, आज मी घरी आल्यावर आधीसारखा कामात बुडून जात नाही. आता मला माझ्या मुलासाठी वेळ द्यावा लागतो. अरुणा तर प्रवासातसुद्धा कायम माझ्यासोबत असायची आणि माझी व्यवस्थापिका म्हणूनच काम करायची; त्यामुळे खेळासोबतच मला तिचा सहवासही कायम लाभला; पण अखिलच्या बाबतीत मात्र गोष्ट वेगळी होती. मला अखिलचं बालपण छोटे छोटे तुकडे एकत्र जोडून एखाद्या मोन्ताजासारखं पाहायचं नव्हतं. म्हणून मी ठरवलं की, जेव्हा जेव्हा मी त्याच्याबरोबर असेन, तेव्हा त्याला माझी जितकी गरज असेल तितकीच ती मलाही असेल, तेव्हापासून आम्ही दोघंही एकमेकांसाठी काही वेळ राखून ठेवतो.

हळूहळू माझा जिंकण्याकडे व हरण्याकडे बघण्याचा दृष्टिकोन परिपक्व होत

गेला. पूर्वी यशाच्या आसाभोवतीच उत्साह व ऊर्जा फिरत राहायची. आता जेव्हा मी एखादा सामना जिंकतो, तेव्हा मनात फक्त कृतज्ञतेची भावना येते आणि हरलो तरी माझी चिडचिड होत नाही. आता माझ्या लक्षात आलंय की, चिंता करणं म्हणजे अंधारामध्ये स्वतःला कोंडून घेण्यासारखं आहे. आपण त्यातून सहजपणे बाहेर यायला शिकलं पाहिजे. जरी अजूनही मोठ्या स्पर्धा आणि मानाची विजेतेपदं जिंकण्याची इच्छा मनात कुठेतरी रेंगाळत असली तरी त्याची आता आसक्ती राहिली नाही. याचा अर्थ मी यशासाठी प्रयत्न करणं सोडलेलं नाही; पण यशाचं मला दडपणही येत नाही किंवा बंधनही वाटत नाही. आता आसक्तीकडून मुक्तीकडे माझा प्रवास सुरू आहे.

मी आता सहनशील व क्षमाशील बनलोय. अपयश म्हणजे निर्थक प्रयत्न हे आता मला उमजलंय. आपण सातत्याने हरतोय हे जर तुम्हालाच मान्य असेल तर तुम्हाला बुद्धिबळ खेळणं अशक्य होईल. इतक्या वर्षांच्या अनुभवानंतर आणि आयुष्य व खेळाच्या विविध टप्प्यांतून तावूनसुलाखून निघाल्यानंतर आता मी माझी यापुढची ध्येयं नीट विचार करून, काळजीपूर्वक आखली आहेत. आता कोणत्या गोष्टीचा ध्यास घ्यायचा आणि कोणत्या गोष्टींचा पाठलाग करायचा, याची मला जाण आली आहे. एक गोष्ट कबूल करणं कितीही अवघड असलं तरी आता माझी जगातील सर्वोत्कृष्ट तीन बुद्धिबळपटूंमध्ये गणना होऊ शकणार नाहीच; पण त्या तिघांत आणि माझ्यात खूप अंतर पडत चाललंय ही वस्तुस्थिती मी मान्य केली आहे. जर मला पुन्हा त्या तिघांत स्थान मिळवायचं असेल तर मला माझ्या कामगिरीत सातत्य आणावं लागेल आणि यशाची पुनरावृत्ती करावी लागेल. या स्पर्धेत टिकून राहायचं असेल तर तुम्हाला वास्तवाचं भान व आपल्या क्षमतांचं अचूक ज्ञान असायला हवं, नाहीतर निराशेच्या खोल गर्तेत जायला वेळ लागणार नाही. शिवाय गेल्या काही वर्षांत माझ्या वारंवार असं लक्षात येऊ लागलं होतं की, माझ्या कामगिरीमध्ये खूपच चढउतार होत आहेत आणि त्याचे क्लेश मला दीर्घकाळ भोगावे लागत आहेत. काही स्पर्धांमध्ये मला दारुण अपयश यायचं, मग त्यात आणखी काही पराभवांची भर पडायची आणि अचानक पुढच्या एका स्पर्धेत मी चमकदार विजय मिळवायचो. हा प्रकार पुनःपुन्हा घडत होता. मग मी एखाद्या विशिष्ट घटनेतून समाधान किंवा त्रास करून न घेता व्यापक दृष्टिकोनातून विचार करत मनःस्वास्थ्य मिळवू लागलो.

जेव्हा मला सातत्याने अपयश यायचं किंवा ज्या वेळी मी खेळापासून स्वतःहून दीर्घकाळ दूर राहायचो, तेव्हा मला त्यामागे नवीन काहीतरी शिकण्याचा, मनाला नवी चालना - नवी ऊर्जा देण्याचा, नव्या गोष्टींचा शोध घेण्याचा माझा उद्देश असायचा. सर्वसाधारणपणे मी माझ्या अगदी अलीकडच्या काळात खेळलेल्या

डावांकडे अधिक लक्ष द्यायचो आणि मला आलेल्या समस्या जेव्हा माझ्या आजूबाजूच्या खेळाडूंना यायच्या, तेव्हा त्यांनी त्या कशा हाताळल्या याचं निरीक्षण करून मी माझ्या सरावात त्यांचा समावेश करायचो; त्यामुळे नवीन पिढीतील खेळाडूंकडून मला बरंच काही शिकता आलं.

एरोनियनविरुद्ध खेळणं मला खूप कठीण जायचं आणि त्याच्या खेळण्याच्या पद्धतीचा अभ्यास करून मी माझ्या खेळात बरीच सुधारणा करू शकलो. कार्लसन आणि कॅरुआनाच्या बाबतीही तीच गोष्ट घडली. जेव्हा एखादा खेळाडू तुम्हाला हरवतो, तेव्हा तुमचा दोघांचाही स्वतःच्या खेळण्याच्या पद्धतीवर आणि केलेल्या चालींवर ठाम विश्वास होता, ही गोष्ट तुम्ही सर्वप्रथम मान्य केली पाहिजे; परंतु तुम्ही त्याच्या हातून जेव्हा अनेकदा हरू लागता, तेव्हा त्याला पटावरील मोहऱ्यांच्या एकूण स्थितीचं जितकं उत्तम आकलन झालं तितका अंदाज तुम्ही करू शकला नाहीत, ही गोष्ट तर अगदी उघड असते. याचा अर्थ तुम्ही चुकीचे ठरत नाही; पण तुमच्या प्रतिस्पर्ध्याने तुमच्यापेक्षा नक्कीच चांगला खेळ केलेला असतो. मुळात जो खेळाडू आपल्या खेळाच्या अनोख्या शैलीने तुमच्यासमोर आव्हान निर्माण करतो आणि ज्याच्याविरुद्ध तुम्ही जिंकू शकत नाही, तोच तुम्हाला अखेर परिस्थितीनुरूप जुळवून घ्यायला व बदल करायला भाग पाडतो आणि या दोन्ही गोष्टींमुळे तुमच्या खेळात सातत्यही येते व सुधारणाही होते.

तसंच जे खेळाडू मला पराभूत करू शकले नसले तरी मी ज्यांच्या मगरमिठीतून स्वतःचा कसाबसा बचाव करू शकलो, अशा खेळांडूबरोबर झालेल्या डावांचाही बारीकाईने अभ्यास करून भविष्यात माझ्या चुका टाळण्यासाठी मी काय करायला हवं, याचं उत्तर शोधण्याचा प्रयत्न करतो. अनेकदा माझ्या लक्षात येतं की, खेळातील ज्या विशिष्ट रणनीतीचा वापर करण्याचंही मी धाडस करू शकलो नव्हतो, त्यावर माझ्या प्रतिस्पर्ध्याने प्रभुत्व मिळवलेलं आहे आणि मग खेळाचा जो भाग माझ्या नैसर्गिक शैलीशी जोडला गेलेला नाही, त्याचा अभ्यास करून मी डाव सुरू करण्याच्या नव्या पद्धती व खेळाच्या नव्या पद्धतींचा अभ्यास करतो. अशा संशोधनातून मला माझ्या बऱ्याच समस्यांची उत्तरं सापडलेली आहेत. कोणत्याही क्रीडा क्षेत्राप्रमाणे आणि अगदी आपल्या आयुष्याप्रमाणे बुद्धिबळाच्या खेळातही सतत अभ्यास करत राहण्याला अत्यंत महत्त्व आहे. माझ्यातील ज्या एका गुणविशेषामुळे मी इतकी वर्षं न थकता व न कंटाळता खेळू शकलो, ते म्हणजे बुद्धिबळ या खेळाबद्दल मला वाटणारं विलक्षण कुतूहल. खेळाच्या बाबतीत तुमच्यामध्ये जे दोष, उणिवा किंवा कमकुवतपणा असेल किंवा असल्यासारखा तुम्हाला वाटत असेल, तर ते नीट जाणून घेऊन त्यांचं निवारण करण्यासाठी काय करता येईल याचा तुम्ही सतत शोध घ्यायला हवा. या प्रक्रियेमध्ये तुम्हाला

तुमच्या काही वाईट सवयी सोडाव्या लागतात; पण त्यासाठी तुमची तयारी असली पाहिजे. जर तुमची खेळण्याची पद्धत किंवा शैली यशस्वी ठरत नसेल, तर तिला उगाचच चिकटून बसण्यात तुमचंच नुकसान असतं. अपयशाच्या मालिकेतून बाहेर पडण्यासाठी तुम्हाला तुमच्या खेळात जे दोष आहेत, त्यांच्या मुळाशी जायला हवं, कारण तुम्ही चुकीच्या पद्धतींवर विश्वास ठेवला असण्याची दाट शक्यता असते. आपल्या शैलीमध्ये व सवयींमध्ये बदल करणं ही सर्वांत अवघड गोष्ट असते; पण तसा बदल करून घेण्यावाचून तुमच्याकडे पर्यायही नसतो, कारण ज्ञान जर अद्ययावत नसेल तर ते निरुपयोगी ठरतं.

बुद्धिबळामुळे मला काही वेळा अक्षरशः वैफल्य आलं, सातत्याने मी अपयशी ठरलो, मला अस्पृश्यासारखी वागणूक मिळाली. २००२ मध्ये जेव्हा दुभंगलेल्या बुद्धिबळ जगताला एकत्र आणण्यासाठी प्रयागमध्ये वाटाघाटी करण्यात आल्या, तेव्हा मला याचा विशेष अनुभव आला, तेव्हा मी इतका निराश झालो होतो की, बुद्धिबळाशी निगडित सर्व गोष्टींचा पूर्णपणे त्याग करण्याची प्रबळ भावना माझ्या मनात निर्माण झाली होती. प्रत्येक खेळाडू कधी ना कधी अशा क्लेशदायक मनःस्थितीतून गेला असणार, याबद्दल माझ्या मनात जराही शंका नाही. क्रीडा क्षेत्रातील अत्यंत यशस्वी खेळाडूंना स्वाभाविकपणे वाटत असतं की, ते जे काही करतात, त्यावर त्यांचं संपूर्ण नियंत्रण असतं; पण हा त्यांचा भ्रमही असू शकतो. आपण एखाद्या खेळात अव्वल आहोत याचा अर्थ आपल्यातील सर्जनशीलतेची परिपूर्ती झाली आहे, असं समजणं योग्य नव्हे. तुमच्या कारकिर्दीमध्ये अशी एक वेळ येते की, खेळातील परिपूर्णता नव्हे, तर खेळाचा सतत लागलेला ध्यासच तुम्हाला अखेरपर्यंत तारतो. एका तरी गोष्टीवर तुमचं उत्कट प्रेम असायला हवं, ती तुमच्यासाठी प्रेरणादायी असली पाहिजे आणि तिच्यासाठी संपूर्ण आयुष्य झोकून द्यायची तुमची तयारी असली पाहिजे. हे सर्व सांगण्याचं कारण म्हणजे मला बुद्धिबळ खेळायला मनापासून आवडतं. या खेळाबद्दल माझ्या मनात इतका आपलेपणा व जिव्हाळा आहे की, दर वेळी समोर बुद्धिबळाचा पट मांडला की, माझं मन आनंद व समाधानानं भरून जातं.

गेलफंड, क्रॅमनिक आणि मी या आमच्या तीन ज्येष्ठ खेळाडूंच्या वर्गातील वयाने सर्वांत लहान असलेल्या क्रॅमनिकने सर्वांत आधी निवृत्तीची घोषणा केली. तो मला म्हणाला की, निवृत्तीनंतर तो विविध कामांमध्ये अधिकच व्यग्र झाला आहे. त्याला आता बुद्धिबळाचीही उणीव जाणवत नाही. जेव्हा मी त्याच्या पंक्तीत जाऊन बसेन, तेव्हा मीही त्याच्याइतकाच बुद्धिबळापासून दूर जाऊ शकेन का? याची मला शंका वाटते. पूर्वी आम्ही वृद्ध लोकांबद्दल चेष्टा, विनोद करून खळखळून हसायचो. आताचे तरुण खेळाडू आमचीही तशीच थट्टा करत असतील.

गेलफंड आणि मी अशा विनोदांवर पोट धरून हसत राहायचो आणि एक दिवस एकमेकांकडे पाहताना आमचाच थरकाप उडाला. त्या वेळी आम्ही आमची तिशीही ओलांडली नव्हती. आज आमची पन्नाशी उलटली आहे. तो विनोदही आता जुनाट झाला आहे. आता आम्हाला मूल्यांकनं आणि क्रमवारीत रस उरलेला नाही. केवळ निखळ आनंद मिळवण्यासाठी आम्ही खेळतो, आमच्या जुन्या मित्रांना भेटण्यासाठी खेळतो. आमची मुलं शोभतील अशा तरुण बुद्धिबळपटूंचाही आम्ही सुरकुतलेल्या चेहऱ्यांनी सामना करतो. आमच्यात अजूनही लढण्याची जिद्द आहे, हे आम्ही जगाला दाखवून देतो... आणि जेव्हा या वयातही आम्ही एखादी स्पर्धा जिंकतो, तेव्हा मन सुखावतं आणि मान ताठ होते.

मी जेव्हा मागे वळून पाहतो, तेव्हा माझ्या लक्षात येतं की, विविध स्पर्धांमध्ये मला अनेक बक्षिसं, पदकं आणि हारतुरे मिळाले; पण मला खरे सन्मान मात्र अनपेक्षितपणे आणि अनोख्या मार्गांनी लाभले आहेत. १९९२ मध्ये कोलकाता येथे झालेल्या गुडरिक स्पर्धेत आपण प्रसिद्धीच्या झोतात आल्याचा मला पहिल्यांदाच अनुभव मिळाला. तिथे माझी स्वाक्षरी घेण्यासाठी माझ्या चाहत्यांनी मला घेराव घातला होता, कारण डिसेंबर १९९१ मध्ये झालेल्या रेजो इमिलिया स्पर्धेत मी अनेक रशियन बुद्धिबळपटूंवर मात करत विजेतेपद मिळवलं होतं. मी व्यावसायिक खेळाडू बनल्यावर माझ्या बाबतीत एक वेगळाच किस्सा घडला. मी रेल्वेमधून केरळला जात होतो. माझ्या शेजारी एक सद्गृहस्थ बसले होते. 'तू अर्थाजनासाठी काय करतोस,' असं सहजपणे त्यांनी मला विचारलं. मी त्यांना म्हटलं की, 'मी बुद्धिबळ खेळतो.' त्यावर ते किंचित हसून म्हणाले की, 'ते काही इतकं सुरक्षित क्षेत्र नाही. सगळेच काही विश्वनाथन आनंद होऊ शकत नाहीत.' असा धोक्याचा इशाराही त्यांनी मला दिला. मी शांतपणे त्यांचं बोलणं ऐकलं आणि आशाधारकपणे मान डोलवली; पण त्यांना स्वतःची ओळख मात्र सांगितली नाही. त्यांनी काढलेले ते कौतुकोद्गार आजही माझ्यासाठी लाखमोलाचे आहेत.

२००० मध्ये पहिलं विश्वविजेतेपद मिळवून जेव्हा मी भारतात परत आलो, तेव्हा चेन्नई विमानतळाबाहेर एक व्हिक्टोरियन पद्धतीची घोडागाडी मला घरी घेऊन जाण्यासाठी सज्ज होती. आम्ही अद्यार नदीच्या पुलावरून पुढे आलो तर रस्त्यावरची वाहतूक पूर्णपणे थांबलेली होती. अचानक पलीकडच्या रस्त्यावर उभ्या असलेल्या बसच्या चालकाने दरवाजा उघडत बाहेर उडी मारली आणि दुभाजक ओलांडत, धावत येऊन त्याने माझ्याशी हस्तांदोलन केलं. त्याच्या या कृत्याने मी चकित तर झालोच होतो; पण बसमधील प्रवाशांच्या झालेल्या गैरसोयीमुळे मी संकोचूनही गेलो. माझं लक्ष बसकडे गेलं तर सर्व प्रवासी उभे राहून टाळ्या वाजवत, माझं अभिनंदन करत होते. त्यांनी मला उत्स्फूर्तपणे दिलेली ती मानवंदना

हा माझ्या आयुष्यातील आजपर्यंतचा सर्वांत मौल्यवान क्षण ठरला आहे. काही वेळा गैरसमजुतीनेही माझा सत्कार केला गेला आहे. एकदा चेन्नई विमानतळावर मी माझ्या सामानाची वाट बघत असताना एकजण मला चित्रपट अभिनेता समजून हात मिळवण्यासाठी वेगाने माझ्यापाशी आला आणि मागच्या चित्रपटात केलेल्या अभिनयाबद्दल तो माझी भरभरून प्रशंसा करू लागला. मी हसून त्याचे आभार मानताच तो खूश होत निघून गेला. त्याला निराश न केल्याबद्दल मलाही मनातून बरं वाटलं. बाजूला उभी असलेली अरुणा मला म्हणाली की, 'अरे, तो कोणत्या सिनेमाबद्दल बोलता होता, हे तरी त्याला विचारायचं – म्हणजे तुला तो कोणता अभिनेता समजला, हे तरी कळलं असतं.' त्यावर मी तिला हसून म्हणालो, 'कोणत्या अभिनेत्याला आपला मागचा चित्रपट आठवणार नाही?'

२०१५ मधील एका घटनेने तर मी थक्कच झालो. मॅसेच्युसेटसमधील स्मिथसोनियन खगोल भौतिक वेधशाळेतील गौण ग्रह केंद्रात काम करणाऱ्या मायकेल रुडेन्को नावाच्या माझ्या चाहत्याने एका छोट्या ग्रहाला माझं नाव दिलं. हे का आणि कसं घडलं, याची मला काहीच कल्पना नव्हती. गुरू व मंगळ या ग्रहांमध्ये असलेली तसेच ना धड ग्रह आणि ना धूमकेतू अशा त्या २०० अंश सेंटिग्रेड तापमान असलेल्या अवकाशातील वस्तूचं मायकेलने '४५३८ विशीआनंद' असं नामकरण केलं. या आगळ्यावेगळ्या सन्मानाने मी थरारून गेलो. आता मी कधीही त्या वेबसाइटवर जाऊन दिवसा तो ग्रह नेमका कुठे आहे, ते पाहू शकेन. शिवाय लोक जेव्हा त्याला एक ग्रह म्हणून संबोधतात, तेव्हा मी त्यांची चूक सुधारण्याचा प्रयत्न करत नाही. फक्त स्वतःशीच मिश्कीलपणे हसतो.

आता मी अशा स्थितीत येऊन पोहोचलोय की, मी कुणालाही उत्तम लढत देऊ शकतो. माझ्या प्रगतीच्या आलेखाची मी माझ्या समकालीनांशी तुलना करतो, तेव्हा माझी कामगिरी चांगल्यापैकी झाली असल्याचं मला दिसून येतं. आज सर्वोच्च स्थानांवर असणारे बहुतेक बुद्धिबळपटू हे माझ्या निम्म्या वयाचे आहेत; पण तरीही मी त्यांच्याशी कितीही वेळ छान गप्पा मारू शकतो. मिळणाऱ्या प्रत्येक विजयाचा मी पुरेपूर आनंद लुटतो; पण फार दूरचे निर्णय घेण्याच्या बाबतीत मी सावध पवित्रा घेतलाय. मला माझी वेळ संपल्यानंतर स्पर्धेमध्ये राहायचं नाही. केवळ स्पर्धेत खेळण्यासाठी पात्रता हवी म्हणून जागतिक क्रमवारीमध्ये मला ५०व्या किंवा ७५व्या स्थानावर समाधान मानायचं नाही. जेव्हा मी माझ्या खेळावर खूश नसेन किंवा माझी दिशाच हरवून गेलेली असेल, तेव्हा माझ्यात खेळणं थांबवण्याचं धाडस असायला हवं. बुद्धिबळ खेळण्यातून बाहेर पडण्याची वेळ आली आहे का, याचा मी अधूनमधून अंदाज घेत राहीन आणि त्याच वेळी निवृत्त खेळाडू म्हणून मला कशा प्रकारचं जीवन जगायला आवडेल, याचाही

आधी विचार करेन.

आजपर्यंतच्या कारकिर्दीबद्दल माझ्या मनात कृतार्थतेची भावना आहे. पाच विश्वविजेतेपदांचे किताब आणि असंख्य अविस्मरणीय डावांच्या स्मृती हीच माझी श्रीमंती आहे. सुरुवातीच्या काळात बुद्धिबळाविषयी लिहिलेल्या पुस्तकांखेरीज माझा दुसरा कुणीही गुरू नव्हता. जागतिक ख्यातीच्या यशस्वी बुद्धिबळपटूला किती मानमरातब मिळू शकतो, याची एक भारतीय खेळाडू म्हणून काहीच कल्पना नव्हती, कारण तोपर्यंत एकाही भारतीय बुद्धिबळपटूने ती वाट चोखाळली नव्हती. आता माझ्या अभ्यासाच्या आणि अनुभवाच्या आधारे माझ्या देशातील होतकरू खेळाडूंना आंतरराष्ट्रीय स्तरावर आपला ठसा उमटवण्यासाठी मदत करणं, हीच माझी जबाबदारी आहे. भारताचा पहिला ग्रँडमास्टर होण्याचा मान मला लाभला. आज माझ्या देशातील अनेक खेळाडू जेव्हा तो मान मिळवतात, तेव्हा माझं मन आनंदाने भरून जातं. भारतात बुद्धिबळाचा खेळ विकसित होऊन त्याला लोकप्रियता लाभण्यात माझा खारीचा वाटा आहे, याहून माझ्यासाठी समाधानाची आणखी दुसरी गोष्ट नाही. काही वेळा जेव्हा तरुण खेळाडू माझ्याकडे बुद्धिबळाविषयी चर्चा करण्यासाठी येतात, तेव्हा मला माझ्या भविष्यकाळाचा थोडा अंदाज येऊ लागतो. मला हीच गोष्ट अधिक सातत्याने, पद्धतशीर आणि सुसंघटितपणे करण्याची इच्छा आहे. तरुण खेळाडूंना मार्गदर्शन करण्यासाठी प्रथम मला बुद्धिबळ जगतात सतत होणाऱ्या बदलांविषयी जागरूक व अद्ययावत राहावं लागेल. आमच्या काळी काय होतं आणि आम्ही काय करायचो, हे तरुणांना सांगण्यात मला मुळीच रस नाही. मला दोन गोष्टी करायच्या आहेत. पहिली म्हणजे लोकांशी संपर्क साधून त्यांच्याशी बुद्धिबळाविषयी संवाद साधायचा आहे. तसेच ऑलिम्पिक स्पर्धेत यशस्वी कामगिरी करण्याची क्षमता असणाऱ्या आश्वासक भारतीय क्रीडापटूंना सातत्याने सर्व प्रकारची मदत करणाऱ्या आणि ना नफा तत्त्वावर स्थापन झालेल्या ऑलिम्पिक गोल्डन क्वेस्ट (ओजीक्यू) या संस्थेशी निगडित राहून, त्या संस्थेतून काम करण्याचाही माझा मानस आहे.

आज जेव्हा मी अखिलकडे पाहतो, तेव्हा मला जाणवतं की, माझ्या स्वभावातील चमत्कारिकपणा काही प्रमाणात त्याच्यातही उतरला आहे. प्रत्यक्ष खेळण्याच्या सरावाऐवजी कोर्टभोवती धावायला सांगितल्यामुळे माझ्याप्रमाणेच त्यानेही टेनिस खेळण्याचा नाद सोडून दिला. फुटबॉल खेळातील भांडणे व धक्काबुक्की त्याला मुळीच आवडत नाही. कुणीतरी ढकलून देण्यापेक्षा बॉल हाताने उचलून ज्याला हवा असेल त्याला देण्याची त्याची तयारी असते. मी तरुण असताना मला बुद्धिबळासंबंधीची पुस्तकं वाचण्याचा छंद होता. अखिल कठीण गणितं आणि कोडी सोडवण्यात रमलेला असतो.

चेन्नईच्या आमच्या घरातील काचेच्या कपाटात मी मिळवलेले करंडक व पदकं ठेवलेली आहेत. अखिल त्यांच्याकडे अनेकदा निरखून पाहत असतो. त्यातील प्रत्येक बक्षीस मी किती चिकाटीने व अटीतटीची झुंज देत मिळवलंय याची सुरस कथा मला त्याला ऐकवायची आहे. एखादा लहान मुलगा कल्पनेने रंगवतो, तसं आयुष्य मला मिळालं आणि आता माझ्या कारकिर्दीतील असंख्य अनुभव, आगळीवेगळी स्मृतिचिन्हं, देश-विदेशांत केलेले अनेक प्रवास व खेळलेले अविस्मरणीय सामने यांच्या आठवणींचा दरवळ माझ्या सोबतीला आहे. आपण आपल्या पद्धतीने खेळत राहिलं तर सारं जग जरी आपल्याविरुद्ध असलं आणि कुणालाही आपली खरी किंमत कळलेली नसली तरी आपण त्यांची जराही पर्वा करू नये, असा धडा मी शिकलो आहे. आपल्या कानावर सतत आदळणाऱ्या गोष्टींकडे आपण दुर्लक्ष करतो; पण काही वेळा त्यातच फार मोठा अर्थ दडलेला असतो. तुमचा मार्ग तुम्ही शोधा, सतत शिकत राहा आणि यश मिळवण्यासाठी कितीही वाट बघावी लागली तरी आपल्या आवडत्या गोष्टीवरचं प्रेम तसूभरही कमी होऊ देऊ नका. तुमच्या स्वप्नाची धून कायम मनात वाजत राहू दे आणि ते साध्य करण्याची आस व आच तुमच्या हृदयात अखंड धुमसत राहू दे.

या विशिष्ट क्षणी माझ्या मनात एक वेगळीच भावना उसळून वर आली. म्हणजे नसानसांतून रक्त सळसळावं, तसा त्यात जोश नव्हता; पण एक शांत समाधान होतं. मी माझी एक सोंगटी देऊ केली होती; पण काळ्याने ती घेतली नाही. मी पुन्हा दुसऱ्या सोंगटीचा त्याग करायला तयार झालो; पण तिचाही त्याने स्वीकार केला नाही. मग मी तिसऱ्या चालीत माझा घोडा हलवला. पटावरील मोहऱ्यांची रचना नेत्रसुखद होती. मला सुंदर डाव खेळण्यापेक्षा एक गुण मिळवण्यात अधिक रस होता; पण जेव्हा तुम्ही एकाच वेळी त्या दोन्ही गोष्टी साध्य करू शकता, तेव्हा त्या डावाची गंमत काही न्यारीच असते.

आयुष्याप्रमाणेच बुद्धिबळाच्या खेळातही सतत शिकत राहण्याला अत्यंत महत्त्व आहे. या प्रक्रियेमध्ये तुम्हाला तुमच्या काही वाईट सवयी सोडाव्या लागतात आणि त्या सोडण्याची तुमची तयारी असली पाहिजे. जर तुमची खेळण्याची पद्धत किंवा शैली यशस्वी ठरत नसेल तर तिला उगाचच चिकटून राहण्यात तुमचंच नुकसान असतं. अपयशाच्या मालिकेतून बाहेर पडण्यासाठी तुम्हाला तुमच्या खेळात जे दोष आहेत, त्यांच्या मुळाशी जायला हवं; कारण तुम्ही

चुकीच्या पद्धतींवर विश्वास ठेवला असण्याची दाट शक्यता असते. आपल्या शैलीमध्ये, सवयींमध्ये बदल करणं ही सर्वांत अवघड गोष्ट असते; पण यश व अभिवृद्धी हे जर तुमचं साध्य असेल तर तो बदल अपरिहार्य ठरतो.

ऋणनिर्देश

मी इथे ज्यांचा उल्लेख केला आहे, त्यांच्याविषयी माझ्या मनातील भावना व्यक्त करताना कृतज्ञता हा शब्द मला फारच छोटा वाटतो.

माझे आई-वडील, त्यांच्या भक्कम पाठिंब्याशिवाय मी इतक्या मुक्तपणे बुद्धिबळ खेळू शकलो नसतो. माझे वडील मला नेहमी सांगत की, तू तुझा नैसर्गिक खेळ कधी सोडू नकोस आणि जर तुला जलद खेळण्यातून आनंद मिळत असेल तर तसाच खेळत राहा. माझी आई प्रत्येक स्पर्धेनंतर माझ्या फोनची वाट पाहत राहायची. तिला फक्त माझा आवाज ऐकायचा असे.

माझी भावंडं, घरात माझे सर्वांत जास्त लाड होऊन व मला विशेष वागणूक मिळूनही त्यांनी त्याबद्दल कधीही तक्रार केली नाही.

अरुणा, तिने माझा त्रागा व संताप अतिशय उत्कृष्टपणे हाताळला आणि माझ्या अंधकारमय कालखंडात मला मोठा आधार दिला.

अखिल, पितृत्व हा किती सुखद व आनंददायी अनुभव आहे याची त्याने मला प्रत्येक क्षणी जाणीव करून दिली.

माझे मित्र, हन्स वॉल्टर श्मिथची आणि माझी संगीतातील रुची समान होती. विशेषतः क्वीन्स हा आम्हा दोघांचाही आवडता रॉक बँड होता; पण त्याहीपेक्षा त्याची माझ्यावर एवढी दृढ निष्ठा होती की, प्रसंगी माझा प्राण वाचवण्यासाठी त्याने छातीवर गोळीही झेलली असती; फ्रेडरिक, तो अनेकदा मला त्याच्या घरी घेऊन गेला आणि तांत्रिक गोष्टी शिकण्यामध्ये मला खूप मदत केली. अल्बर्ट, त्याने मला दीर्घकाळ साथ दिली आणि दोन स्पर्धांच्या मधल्या काळात आपल्या घरी नेऊन माझं आदरातिथ्य केलं.

मॉरिस व निव्हज, ते माझे दुसरे 'पालक' होते. त्यांचं प्रेम आणि दिलखुलास

हास्य आयुष्यभर मला सोबत करेल.

माझे सर्व साहाय्यक शिक्षक, त्यांनी माझ्यासाठी अथक परिश्रम घेतले आणि मला व माझ्या बुद्धिबळाला कायम सांभाळून घेतलं.

उबिलावा, उबी हा माझा पहिला अधिकृत प्रशिक्षक. बुद्धिबळ खेळण्याची तयारी कशी करायची असते, हे त्याने मला पहिल्यांदा शिकवलं. तो आजूबाजूला असला की, सारं वातावरण हास्यविनोदाने फुलून जायचं. पीटर हाइन निलसन, पीए त्याने माझ्यात प्रचंड आत्मविश्वास निर्माण केला आणि जरी मी एखादा योग्य निर्णय घेतलाय असं मला वाटलं, तरी त्याचं स्वतः मूल्यमापन केल्याखेरीज त्याने त्या निर्णयाला कधीही मान्यता दिली नाही.

रादोस्लाव वॉजट्सेक, राडेक या माझ्या बगलबच्च्याने सर्व विश्वविजेतेपद स्पर्धांच्या वेळी मला साथ दिली.

झेगोश गजस्की बुद्धिबळाच्या पटासमोर बसताना, माझ्यावर कोणतंही दडपण येऊ नये यासाठी त्याने अविरत मेहनत केली.

सूर्यशेखर गांगुली व सांदीपन चंदा या दोघांनी प्रचंड परिश्रम तर घेतलेच; पण त्यांच्यातील सर्जनशीलतेचा मला खूप फायदा झाला. ते कायम माझ्या पाठीशी खंबीरपणे उभे राहिले.

राजेंद्र पवार, राजी, एनआयआयटीपासून मी त्याला ओळखायचो. त्याने मला आपल्या कुटुंबाचाच सदस्य बनवलं. मी मिळवलेले विजय तो अतिशय दिमाखदारपणे साजरे करायचा.

पी. आर. वेंकटरामा राजा, शंकर यांनी १९९१ मध्ये मला जी मदत केली, ती मी कधीच विसरू शकणार नाही. जेव्हा कोणालाही माझ्या क्षमतेवर विश्वास नक्ता, तेव्हा त्यांना माझ्यातील प्रतिभा जाणवली होती. आता ते माझे जिवलग मित्र, खंदे समर्थक आणि सल्लागार बनले आहेत.

माझे चाहते, ज्यांनी सदैव माझ्यावर निरतिशय प्रेम केलं आणि त्यांच्याच प्रोत्साहनामुळे मी अनेक अवघड आव्हानांना समर्थपणे सामोरा जाऊ शकलो.

सुझन नायनन आणि पौलोमी चॅटर्जी - पुस्तकासाठीचा मजकूर गोळा करून, तो नीट क्रमवार मांडून माझी कहाणी माझ्याच शब्दांत उत्कृष्टपणे सांगण्यासाठी तुम्ही जी अपार मेहनत घेतलीत, त्याबद्दल तुमचे मनःपूर्वक आभार! या कामासाठी दोघींना माझ्यासोबत तासन्तास खर्च करावे लागले. मात्र, मला त्यामुळे गतकालातील सुखद आठवणी पुन्हा अनुभवता आल्या.

◆